சிறுகதைகள்

பதினெட்டாம் நூற்றாண்டின் மழை

எஸ்.ராமகிருஷ்ணன்

தேசாந்திரி பதிப்பகம்

தேசாந்திரி பதிப்பக வெளியீடு: 22

பதினெட்டாம் நூற்றாண்டின் மழை -
சிறுகதைகள்
எஸ்.ராமகிருஷ்ணன்

இரண்டாம் பதிப்பு: ஜனவரி 2019

தேசாந்திரி பதிப்பகம்,
டி-1, கங்கை அப்பார்ட்மெண்ட்,
110, 80 அடி ரோடு, சத்யா கார்டன்,
சாலிக்கிராமம், சென்னை 600 093,
தொலைபேசி: 044 23644947.
விலை: ரூ.230

Pathinettam Nootrandin Mazhai
Short Stories
S.Ramakrishnan ©

Second Edition: Jan 2019, Pages: 240
Size: Demy 1x8, Paper: 18.6 kg maplitho

Published by :
Desanthiri Pathippagam
D-1, Gangai Apartments,
110, 80-Feet Road, Satya Garden, Saligramam,
Chennai - 600 093, Ph: 044 2364 4947
Email : desanthiripathippagam@gmail.com
www.desanthiri.com

ISBN: ISBN: 978-93-87484-39-9
Wrapper Design: Manikandan
Book Design: R.Prakash.
Printed by: Ramani Print Solution, Chennai.

Price: Rs.230

எஸ். ராமகிருஷ்ணன்

எஸ். ராமகிருஷ்ணன், விருதுநகர் மாவட்டம் மல்லாங்கிணறு கிராமத்தில் 1966இல் பிறந்தார். முழுநேர எழுத்தாளரான இவர் தற்போது சென்னையில் வசிக்கிறார்.

சிறுகதைத் தொகுப்புகள்: எஸ். ராமகிருஷ்ணன் கதைகள், நடந்து செல்லும் நீருற்று, பதினெட்டாம் நூற்றாண்டின் மழை, அப்போதும் கடல் பார்த்துக்கொண்டிருந்தது, நகுலன் வீட்டில் யாருமில்லை, புத்தனாவது சுலபம், வெளியில் ஒருவன், காட்டின் உருவம், தாவரங்களின் உரையாடல், வெயிலைக் கொண்டு வாருங்கள், பால்ய நதி, மழைமான், குதிரைகள் பேச மறுக்கின்றன. காந்தியோடு பேசுவேன், நீரிலும் நடக்கலாம், என்ன சொல்கிறாய் சுடரே.

நாவல்: உபபாண்டவம், நெடுங்குருதி, உறுபசி, யாமம், துயில், நிமித்தம், சஞ்சாரம், இடக்கை, பதின்.

கட்டுரைத் தொகுப்புகள்: விழித்திருப்பவனின் இரவு, இலைகளை வியக்கும் மரம், என்றார் போர்ஹே, கதாவிலாசம், தேசாந்திரி, கேள்விக்குறி, துணையெழுத்து, ஆதலினால், வாக்கியங்களின் சாலை, சித்திரங்களின் விசித்திரங்கள், நம் காலத்து நாவல்கள், காற்றில் யாரோ நடக்கிறார்கள், கோடுகள் இல்லாத வரைபடம், மலைகள் சப்தமிடுவதில்லை, வாசகபர்வம், சிறிது வெளிச்சம், காண் என்றது இயற்கை, செகாவின் மீது பனி பெய்கிறது, குறத்திமுடுக்கின் கனவுகள், என்றும் சுஜாதா, கலிலியோ மண்டியிடவில்லை, சாப்ளினுடன் பேசுங்கள், கூழாங்கற்கள் பாடுகின்றன, எனதருமை டால்ஸ்டாய், ரயிலேறிய கிராமம், பிகாசோவின் கோடுகள், இலக்கற்ற பயணி, செகாவ் வாழ்கிறார், ஆயிரம் வண்ணங்கள்.

திரைப்பட நூல்கள்: பதேர் பாஞ்சாலி—நிதர்சனத்தின் பதிவுகள், அயல் சினிமா, உலக சினிமா, பேசத்தெரிந்த நிழல்கள், இருள் இனிது ஒளி இனிது, பறவைக் கோணம், சாமுராய்கள் காத்திருக்கிறார்கள்.

குழந்தைகள் நூல்கள்: கால் முளைத்த கதைகள், ஏழு தலைநகரம், கிறுகிறு வானம், லாலிபாலே, நீளநாக்கு, தலையில்லாத பையன், எனக்கு ஏன் கனவு வருது, காசுகள்ளன், பம்பழாபம், சிரிக்கும் வகுப்பறை, அக்கடா.

உலக இலக்கியப் பேருரைகள்: ஆயிரத்தொரு அரேபிய இரவுகள், ஹோமரின் இலியட், ஷேக்ஸ்பியரின் மெக்பத், ஹெமிங்வேயின் கடலும் கிழவனும், தஸ்தாயெவ்ஸ்கியின் குற்றமும் தண்டனையும், லியோ டால்ஸ்டாயின் அன்னா கரீனினா, பாஷோவின் ஜென் கவிதைகள்.

வரலாறு: எனது இந்தியா. மறைக்கப்பட்ட இந்தியா.

நாடகத் தொகுப்பு: அரவான், சிந்துபாத்தின் மனைவி, சூரியனைச் சுற்றும் பூமி.

நேர்காணல் தொகுப்பு: எப்போதுமிருக்கும் கதை, பேசிக்கடந்த தூரம்.

மொழிபெயர்ப்புகள்: நம்பிக்கையின் பரிமாணங்கள், ஆலீஸின் அற்புத உலகம், பயணப்படாத பாதைகள்.

தொகை நூல்: அதே இரவு அதே வரிகள் (அட்சரம் இதழ்களின் தொகுப்பு), வானெங்கும் பறவைகள்.

ஆங்கிலத்தில் வெளிவந்துள்ள நூல்கள்: Nothing but water, Whirling swirling sky.

இணையதளம்: www.sramakrishnan.com

மின்னஞ்சல்: writerramki@gmail.com

முன்னுரை

சிறுகதையின் வழியாக நினைவுகளும் வரலாறும் மறக்கபட்ட மனிதர்களும் பதிவு செய்யப்படுகிறார்கள். வாழ்வின் நெருக்கடியில் சிக்கி தங்களின் அடையாளம் இழந்து போன மனிதர்களையே எனது கதைகள் கவனப்படுத்துகின்றன.

வீழ்ச்சியே நம் காலத்தின் அடையாளம். அறமும் நம்பிக்கைகளும் நற்செயல்களும் வீழ்ச்சியடைந்து வருகின்றன. இந்த சூழலில் நம்பிக்கையை உருவாக்குவதும் சக மனிதர்கள் மீது அன்பு செலுத்துவதுமே எழுத்தாளன் முனைந்து செய்யவேண்டிய பணிகள். இக்கதைகளும் அதையே முன்னெடுக்கின்றன.

சிறுகதையின் வாசகன் மிக நுட்பமானவன். அவன் கதையை அப்படியே விழுங்குவதில்லை, தேனை ருசிப்பது போலத் துளித்துளியாக அனுபவித்து வாசிக்கிறான். நல்ல கதைகள் என்றைக்கும் தன் புத்துணர்வை இழப்பதில்லை. அவ்வகையில் ஒவ்வொரு சிறுகதையும் ஒரு சவாலே.

உருவம் இல்லாதவற்றுக்கு உருவம் தருவதுதான் புராதனமான இலக்கியங்களில் பொதுவாகக் காணப்படும் தனித்தன்மை. தொன்மங்கள் யாவும் கவித்துவக் கற்பனைகள். மறுவாசிப்பு செய்யும் போது அவற்றின் வாசல்கள் திறக்கின்றன.

என்னையும் எழுத்தையும் நேசிக்கும் அன்பு மனைவி சந்திரபிரபா, பிள்ளைகள் ஹரி மற்றும் ஆகாஷ் இருவருக்கும், இதை வெளியிடும் தேசாந்திரி பதிப்பகத்திற்கும், என்னை வழிநடத்தும் ஆசான்கள் எஸ்.ஏ.பெருமாள், கவிஞர் தேவதச்சனுக்கும், அன்பும் நன்றியும்.

சென்னை

08.06.2018

மிக்க அன்புடன்

எஸ். ராமகிருஷ்ணன்

பொருளடக்கம்

1. வீட்டிற்கு அப்பால் எதுவுமில்லை	11
2. என்னை சாம்பல் கிண்ணம் போல உபயோகிக்கிறார்கள்	21
3. நற்குடும்பம்	31
4. சௌந்திரவல்லியின் மீசை	41
5. ஆண்களின் தெருவில் ஒரு வீடு	51
6. மஞ்சள் கொக்கு	63
7. வீட்டு ஆணி	66
8. நம்மில் ஒருவன்	68
9. பதினெட்டாம் நூற்றாண்டின் மழை	78
10. எழுதத் தெரிந்த புலி	99
11. மூன்று பால்ய கதைகள்	101
12. பேராலயம்	107
13. ஹசர் தினார்	111
14. ஜி. சிந்தாமணிக்கும் தேவிகாவிற்கும் சம்பந்தமில்லை	118
15. காதுள்ள கடவுள்	127
16. உதிரிப் பொய்கள்	135
17. வாலை வெட்டுவதற்கு முன்பு நாயும் இரண்டு மனிதர்களும்	145
18. எல்லா நாட்களையும் போல	151
19. திரும்பிச் செல்லும் மலைகள்	161

20. சற்றே மகிழ்ந்து கொள்க   169
21. இல்மொழி   173
22. கூந்தலில் எரியும் நெருப்பு   177
23. பேசும் மீன்   190
24. புத்தன் இறங்காத குளம்   192
25. இந்த ஊரிலும் பறவைகள் இருக்கின்றன   200
26. அப்பா புகைக்கிறார்   218
27. விசித்ரி   230

வீட்டிற்கு அப்பால் எதுவுமில்லை

களப்பணியாளர்கள் அலுவலகத்திலிருந்து திரும்பி வரும்போது தணிகைக்கு அந்த அனுபவம் முதன்முறையாக உருவானது. சாலையைக் கடந்து வரும்போது தொலைவில் உள்ள பேருந்து நிறுத்தம் மட்டும் தெரிந்தது. அதன் அருகில் எப்போதுமிருக்கும் மரமோ, மருத்துவமனைக் கட்டிடமோ, பழைய புத்தகம் விற்கும் நரைத்த மனிதனோ எதுவுமே கண்ணில் படவில்லை. பேருந்து நிறுத்தம் மட்டும் தனித்துத் தெரிந்தது.

எப்படி அது என்று புரியாமல் உற்றுப் பார்க்கத் துவங்கினான். கண்ணுக்குத் தெரியாத கத்திரியொன்று எல்லாவற்றையும் வெட்டி எடுத்துவிட்டு பேருந்து நிறுத்தத்தை மட்டுமே தனியே காட்சிப்படுத்தி வைத்திருப்பது போலிருந்தது.

காலையிலிருந்து அலைந்து திரிந்ததின் களைப்பாக இருக்கக் கூடும் என்றபடியே தணிகை பேருந்து நிறுத்தத்தை நோக்கி நடக்கத் துவங்கினார். பேருந்து நிறுத்தத்தில் நாலைந்து ஆண்களும் பெண்களும் நின்று கொண்டிருந்தார்கள். விளம்பரப் பலகை ஒன்றின் அருகில் நின்றபடியே திரும்பிப் பார்த்தபோது அருகாமையிலிருந்த சாலை கூட கண்ணில் படவேயில்லை. கடந்து வரும்போது இருந்த சாலை என்னவாகியிருக்கும் என்று குழப்பமாக இருந்தது.

முகத்தைத் துடைத்துவிட்டு கண்களைக் கூர்மையாக்கிக் கொண்டு பார்த்தபோது சாலையில் பதினேழாம் எண்

பேருந்து வருவது தெரிந்தது. ஆனால் பேருந்தின் இரண்டு அவருக்குத் தெரியவில்லை. அவருக்கு திடீரெனத் தனக்கு நாற்பது வயதைக் கடந்துவிட்டது நினைவிற்கு வந்தது.

கடந்த சில மாதங்களாகவே அவர் களப்பணியாளர்களை ஒருங்கிணைப்பதும் அவர்களுக்கான பணிவிபரங்களைப் பகிர்ந்து அளித்துக் கண்காணிப்பதுமாக இருந்தார். மனதில் எப்போதும் சம்பந்தமற்ற பட்டுவாடா பில்களும் தொகைகளும் தோன்றி வழிந்து கொண்டிருந்தன.

பேருந்து வந்து நின்றபோது நல்லவேளையாக அதிக கூட்டமில்லை என்று நினைத்தபடியே உள்ளே ஏறிக்கொண்டார். பேருந்தினுள் காலியாக இருந்த இருக்கையைத் தவிர வேறு எதுவும் அவர் கண்ணில் படவேயில்லை. அவசரமாக வேறு யாரும் உட்கார்ந்து கொள்வதற்குள் அந்த இருக்கையில் அமர்ந்துகொண்டார். அவரருகில் இருந்த மனிதன் சவரம் செய்யாதவனாக மடியில் பெரிய பெயிண்ட்டப்பா ஒன்றை வைத்திருந்தான். அவனைப்பற்றி யோசிப்பதற்கு நமக்கு என்ன தேவை என்றபடியே அவர் ஜன்னலின் வெளியே பார்க்கத் துவங்கினார்.

ஏழு வருஷமாக அதே பாதையில் அவர் போவதும் வருவதுமாக இருக்கிறார். பெரும்பான்மை நாட்களில் பேருந்தில் ஏறியபிறகு அவர் ஜன்னலுக்கு வெளியே கவனிப்ப தேயில்லை. எப்போதாவது தற்செயலாகக் கண்ணில் படும் மேம்பாலத்தையும் அருகில் கடந்து செல்லும் பள்ளிப் பிள்ளைகளின் ஆட்டோக்களையும் கவனித்த போதும் அது அவரை ஈர்க்கவேயில்லை.

இந்த மனநிலை பேருந்தில் மட்டும் என்பதில்லை, எல்லா நேரத்திலும் கூடவேயிருந்தது. அவரது அலுவலகம் இயங்கிய பலமாடிக் கட்டிடத்தில் அவர்க்ள் வேலை செய்யும் ஆறாவது தளத்தைத் தவிர மேலும் கீழும் என்ன அலுவலகம் இருக்கிறது. அங்கே யார் வேலை செய்கிறார்கள் என்று தெரிந்துகொள்வதில் அவருக்கு ஒரு முறைகூட ஆர்வம் வந்ததில்லை.

அலுவலகத்தில் அவரது மேஜையும் அதை ஒட்டிய சிறிய குப்பைக் கூடையும் அருகில் இருந்த சிறிய பச்சைநிற பீரோவும் மட்டுமே அவரது உலகம். மதியம் சாப்பிட்டு முடிந்து மீதமான சாப்பாட்டை ஜன்னலுக்கு வெளியில் போடும்போது மட்டும் கீழேயொரு வேப்ப மரமிருப்பதைக் கவனித்திருக்கிறார். அப்போதும் வேப்பம்பூக்களோ, கிளையிலிருந்த காகமோ அவர் கண்ணில் பட்டதேயில்லை.

12 ⓘ பதினெட்டாம் நூற்றாண்டின் மழை

தணிகைக்கு நாற்பத்தி மூன்று வயது நடந்து கொண்டிருக்கிறது. இருபத்தி நாலாவது வயதில் அவர் பூச்சிமருந்து கம்பெனி ஒன்றின் விற்பனைப் பிரதிநிதியாக வேலை செய்யத் துவங்கினார். அன்றிலிருந்து அவரது வேலை ஒவ்வொரு ஊராகச் சென்று நோய்க்கிருமிகள், பூச்சிகளைப் பற்றியும் தனது மருந்தை வாங்கி உபயோகிப்பதால் ஏற்படும் பயன்கள் பற்றியும் எடுத்துச் சொல்வதாக இருந்தது.

அந்த வயதில் சிறிய நகரங்களில் ஏதாவது ஒரு லாட்ஜில் தங்கியிருந்தபோதும் சினிமாவிற்கோ, அல்லது கடைத் தெருக்களுக்கோ செல்லும் பழக்கம் அவருக்கு இருந்ததில்லை. பெரும்பாலும் அறையைச் சாத்திக்கொண்டு சிறியதும் பெரியதுமான காகிதங்களில் தனக்குக் கிடைக்கப் போகும் ஊக்கத் தொகையைக் கணக்கிட்டபடியே படுத்துக் கிடப்பார். அறையில் என்ன நிறத்தில் சுவரிருந்தது; லாட்ஜில் என்ன ஊதுபத்தி புகைந்துகொண்டிருந்தது என எதுவும் அவர் அறிந்ததேயில்லை.

தணிகைக்கு இருபத்தியாறாவது வயதில் திருமணமானது. பெண் பார்க்கப் போனபோது கூட அவர் அரை நிமிஷத்துக்கும் குறைவாகவே முத்துமீனாவைப் பார்த்தார். அதுகூட அவளது பச்சை கலர் புடவையும் இறுக்கமாக கையைப் பிடித்தது போல் அணிந்திருந்த ஜாக்கெட்டும் தெரிந்ததே யன்றி முகத்தை முழுவதும் கவனிக்க வேண்டும் என்று தோன்றவேயில்லை.

திருமணம் அவரை எந்த விதத்திலும் மாற்றவேயில்லை. தன் உடைகள், பற்பொடி, வெள்ளைத் துண்டு என்று தன் உலகத்தைக் கொஞ்சம் விட்டுக் கொடுக்காமல் அவர் முத்துமீனாவோடு சேர்ந்து வாழ்ந்துகொண்டிருந்தார். எப்போதாவது தான் சோப் வைக்கும் இடத்தில் முத்துமீனாவின் சோப் இருக்கும்போது அவர் கோபமாகி அதைத் தூக்கி எறிவது நடந்திருக்கிறது. எதற்காக தான் மற்ற விஷயங்களைக் கவனிக்க வேண்டும் அல்லது தன்னை ஈடுபடுத்திக் கொள்ள வேண்டும் என்ற எண்ணம் எப்போ துமேயிருந்தது.

இரண்டு குழந்தைகள் பிறந்த பிறகு தணிகையின் அன்றாட வாழ்வில் பதற்றமும் குழப்பமும் அதிகமாகத் துவங்கி யது. வீடு திரும்பிய இரவுகளில் தனது டயரி முழுவதும் பிள்ளைகளைப் படிக்க வைக்கவும் நகரில் சிறியதாக வீடு வாங்கவும் எவ்வளவு இலக்கைப் பூர்த்தி செய்ய வேண்டும். அப்படிப் பூர்த்தி செய்தால் எவ்வளவு ஊக்கத் தொகை கிடைக்கும் என்பதைப் பற்றிக் கணக்கிட்டுப் பார்த்தபடியே இருந்தார்.

அவர் வீடு இருந்த தெரு இரண்டு பக்கம் கடைகள் நிரம்பியது. அவர் குடியிருப்பின் வாசலில்கூட எலக்டிரிக்கல் கடையொன்றும் லாண்டரியொன்றுமிருக்கிறது. அந்தக் கடைகளில் அவர் ஒரு போதும் நின்று பேசியது கிடையாது. வளைந்தும் சுருண்டும் இருந்த பதினாறு வீடுகளில் ஒன்றில் அவர் குடியிருந்தார். பெரும்பாலும் அவரது வீட்டின் கதவு பூட்டப்பட்டேயிருக்கும். வாசலில் மகாத்மா காந்தி உருவம் பதிந்த திரைச்சீலை தொங்கிக்கொண்டிருக்கும். தன் வீடு என்பதற்கான ஒரே அடையாளமாக அந்த காந்தியைத்தான் கருதினார்.

வீட்டில் அவர் எப்போதும் உட்காரும் அதே மர நாற்காலியும் அருகிலுள்ள முக்காலியும் இதுவரை இடம், மாறியதேயில்லை. நகரிலுள்ள ஆர்ப்பரிக்கும் கடலைக்கூட அவர் ஒரு நிமிசம் நின்று அவதானித்ததேயில்லை.

எப்போதும் போலவே இன்றைக்கும் ஆயிரம் யோசனைகளோடு பேருந்தில் வந்த அவர் தனது நிறுத்தம் வருவதற்குள் தன்னுணர்ச்சி மேலிட பேருந்தின் படிக்கட்டின் அருகில் வந்து நின்றுகொண்டார். ஆச்சரியமாக இருந்தது படிக் கட்டின் அருகில் உள்ள கண்டக்டர் இருக்கையோ அவரது உருவமோகூடத் தெரியவில்லை. ஆனால் மிக நெருக்கமாக விசில் ஊதும் சப்தம் மட்டும் கேட்டது.

தணிகை அவசரமாக பேருந்தை விட்டுக் கீழே இறங்கிக் கொண்டு சாலையைக் கடந்து மறுபக்கம் வர வேண்டும் என்பதற்காக இடப்பக்கம் திரும்பிப் பார்த்தார். வெண்ணிறமான புகைமூட்டம் போலத் தெரிந்ததேயின்றி வாகனங்களோ, சாலைச் சந்திப்போ, அடுக்குமாடிக் கட்டிடங்களோ எதுவும் தென்படவில்லை.

சாலையின் குறுக்கே அவசரமாகக் கடந்து மறுபக்கம் போனபோது தன் வீட்டை நோக்கிச் செல்லும் தெரு மட்டுமே அவருக்குத் தெரிந்தது. அது போதும். வீட்டிற்குப் போய்விடலாம். ஒரு நாள் ஓய்வு எடுத்தால் களைப்பு சரியாகிவிடும் என்றபடியே அவர் தன் வீட்டை நோக்கி நடக்கத் துவங்கினார்.

தெருவும் காலியாகவே தெரிந்தது. அவரது வீட்டின் முன்னால் உள்ள எலக்டிரிக்கல் கடையும் அதன் வெளியே நிற்கும் மனிதர்களும் மட்டுமே கண்ணில் தெரிந்தார்கள். என்ன இழவு இது என்றபடியே மனப்பதற்றத்துடன் கடையை நோக்கி நடந்தார். சில நாட்கள் சாலையில் மணியோசை எழுப்பியபடியே கடந்து செல்லும் வேர்க் கடலைக்காரனின் வண்டி சப்தத்தை அவர் கேட்டிருக்கிறார். அந்தக் கடலைக்காரனை நிறுத்தி ஒரு நாள் கூட

அவர் கடலை வாங்கியதேயில்லை. அவன் முகம் கூட அவர் நினைவில் இல்லை.

இன்றைக்கு அவர் வீட்டை நோக்கி நடந்து போகையில் அதே மணிச்சப்தம் கேட்டது. அவர் திரும்பிப் பார்த்தபோது தெருவில் யாருமேயில்லை. ஆள் இல்லாமல் சப்தம் மட்டும் வருகிறதா, இல்லை தன் மனது பழைய நிகழ்வுகளைக் கற்பனை செய்து கொள்கிறதா என்று புரியாத குழப்பத்தோடு அவர் குனிந்து தன் பாதத்தைப் பார்த்தார். தன் காலில் அணிந்திருந்த செருப்புகூட அவர் கண்ணில் படவில்லை.

நிஜம்தானில்லையா, அந்தச் செருப்பை வாங்கும் நாளில் அவர் உற்றுப்பார்த்ததோடு சரி, மற்ற நாட்களில் கவனித்ததே கிடையாது. எப்போதாவது அதன் வார் அறுந்துவிட்டால் செருப்பு தைப்பவனிடம் கழட்டித் தருவார். செருப்பு தைக்கும்போதுகூட அவர் கவனம் செருப்பில் இருந்ததில்லை. ஏதாவது களப்பணியாளரைப் பற்றியே நினைத்துக் கொண்டிருப்பார்.

இன்றைக்கு செருப்பும் கண்ணிலிருந்து மறையத் துவங்கியது எரிச்சலாக வந்தது தன் காலை உதறிப் பார்த்துக் கொண்டார். செருப்பு அணிந்திருப்பது தெரிந்தது. நிச்சயம் தான் இன்று அளவிற்கு அதிகமாக வேலை செய்திருக்கிறோம் என்று அவருக்கு உறுதியாகத் தெரிந்தது.

செருப்பு கண்ணில் தெரிந்தால் என்ன, தெரியாவிட்டால் என்ன காலில் செருப்பு இருக்கிறது என்ற உணர்வு போதும் தானே என்று ஆறுதல் படுத்திக்கொண்டு அவர் வீட்டின் முன்பாக வந்தபோது யாரோ ஒரு சிறுவன் வீசி எறிந்த பந்து அவர் மீது வந்து விழுந்தது போன்றிருந்தது.

அவர் தலையைத் திருப்பிப் பார்த்தார். அவர் வீட்டின் எதிரில் இருந்த வீடோ அங்கிருந்த சிறுவர்களோ ஏன் அந்த இடத்தில் எப்போதுமே எரிந்துகொண்டிருக்கும் மஞ்சள் நிற பல்ப் ஒன்றோ எதுவுமே அவர் கண்ணில் படவில்லை. உலகம் ஏன் இப்படி கொஞ்சம் கொஞ்சமாக உதிர்ந்துகொண்டிருக்கிறது என்று ஆத்திரமாக வந்தது.

எந்தச் சிறுவன் அவர் மீது பந்து வீசியிருப்பான். அது என்ன வகையான பந்து. தன் வீட்டில்கூட பிள்ளைகள் பந்து வைத்து விளையாடுகிறார்கள் என்பது அவருக்குத் தெரியும். ஆனால் அந்தப் பந்தை அவர் ஒருமுறைகூடத் தொட்டுப் பார்த்தில்லை. அதை எல்லாம் முத்துமீனா தான் வாங்கித் தருகிறாள். எப்போதாவது

சமையல் அறைக்குள் நடக்கும்போது தண்ணீர்ப் பானையின் அடியில் உருண்டுபோன பந்தை எடுப்பதற்காக தன் பிள்ளைகள் குனிந்து இருப்பதைக் கண்டிருக்கிறார். என்ன நிறத்தில் அந்தப் பந்து இருக்கும் என்றோ, எந்த அளவில் இருக்கும் என்றோ அவர் அறிந்துகொண்டதே கிடையாது.

இன்று கதவின் முன்னால் தொங்கிக்கொண்டிருந்த திரைச் சீலையும் காந்தியின் உருவமும் துல்லியமாகத் தெரிந்தது. தன் குடியிருப்பில் எத்தனை சிறுவர்கள் இருக்கிறார்கள். அவர்களின் பெயர்கள் என்ன? என்ன விளையாடுகிறார்கள் என்று ஒரு நிமிஷம் யோசித்தார். யாரோ ஒரு சிறுவன் அவன் அருகில் வந்து ‘சாரி அங்கிள்’ என்றபடியே பந்தை எடுத்து ஓடும் சப்தம் கேட்டது. ஆனால் சிறுவன் தெரியவில்லை. அவர் அடக்க முடியாத கோபத்துடன் திரைச்சீலையில் இருந்த காந்தியின் உருவத்தைப் பார்த்தபடியே இருந்தார்.

ஏன் எப்போதுமே காந்தி சிரித்தபடியே இருக்கிறார். இவ்வளவு நாட்களாக இப்படிதான் இருந்தாரா இல்லை இன்றுதான் அப்படித் தோன்றுகிறதா என்று உற்றுப் பார்த் தார். வெளிறிப்போன பச்சை நிறத்தில் பொக்கை வாயோடு காந்தி நடந்து செல்லும் தோற்றம் தெரிந்தது. எங்கே நடந்து போய்க்கொண்டிருக்கிறார் காந்தி. அவர் காலில் செருப்பு அணிந்திருக்கிறாரா? அவர் கையில் வைத்திருக்கும் கம்பு என்ன மரத்தால் ஆனது என்று ஏதேதோ தோணியது.

திரைச்சீலையை ஒதுக்கித் தள்ளி அழைப்பு மணியை கை தானாகவே அமுக்கியது. உள்ளிருந்து முத்துமீனா நடந்து வரும் சப்தம் கேட்டது. கதவை அவள் திறந்து விட்டளா இல்லை தானாகத் திறந்துகொண்டதா என்று தெரியவில்லை. வீட்டின் உள்ளே வந்த மறுநிமிஷம் அவர் கதவை மூடித் தாழ்பாள் இட்டார்.

வீட்டில் அவரது சாய்வுநாற்காலி மட்டுமே தெரிந்தது. அறையில் வேறு எதுவும் கண்ணில் படவில்லை. நாற்காலி அருகில் இதன் முன்பாக என்ன இருந்தது. ஒரு பிளாஸ்டிக் சேர் கிடந்ததாக நினைவு. அதன் அருகில் இருந்த அலமாரியில் முத்துமீனா நிறைய காலியான மருந்துப் புட்டிகளைப் போட்டு வைத்திருந்தாள். அந்த மருந்துப் புட்டிகள் என்ன நிறத்தில் இருந்தன. அதை எல்லாம் யார் குடித்தார்கள் என்று யோசனை வந்தது.

அவர் தன் உடையை மாற்றிக்கொள்வதற்காகப் படுக்கை யறைக்குள் நடந்தார். சுவரில் தொங்கிக்கொண்டிருந்த அவரது திருமணப் புகைப்படம் கண்ணில் பட்டது. இந்தப் புகைப்படத்தை எந்த ஸ்டுடியோவில் எடுத்தோம். அன்றைக்கு என்ன கிழமை

எதுவும் நினைவில் இல்லை. அநேமாக அந்தப் புகைப்படத்தை அவர் உற்றுப் பார்த்தே பல வருஷமாகிவிட்டிருந்தது.

இன்றைக்குத்தான் முதன்முறையாகப் பார்ப்பது போல அருகில் வந்து நின்று புகைப்படத்தையே பார்த்துக்கொண்டிருந்தார். புகைப்படத்தில் உள்ள அவரும் முத்துமீனாவும் வேறு யாரோ போலத் தெரிந்தார்கள். புகைப்படத்தில் அவர் தன் சட்டைப் பையில் ஒரு பேனா வைத்திருப்பதும் அது வெளியே தெரியாமல் இருப்பதும் உற்று கவனிக்கையில் தெரிந்தது. என்ன பேனா அது. எதற்காக தான் இன்று இப்படி அலைக்கழிந்தபடியே இருக்கிறேன் என்று தன்னைத் தானே திட்டிக்கொண்டபடியே அவர் மரபீரோவைத் திறந்து உள்ளிருந்து வேஷ் டி ஒன்றை எடுத்துக் கட்டிக் கொண்டார்.

ஹாலில் டிவிஓடும் சப்தம் கேட்டது. அவர் எப்போதும் செய்திகள் மட்டுமே டிவியில் பார்க்கக்கூடியவர் என்பதால் மற்றநேரங்களில் தொலைக்காட்சி சப்தமாக மட்டும் கேட்கும். இன்றைக்கும் அந்த சப்தம் கேட்டது. ஏன் தான் மற்றநேரங்களில் தொலைக்காட்சி பார்ப்பதில்லை என்று அவராகவே கேட்டுக்கொண்டபடியே தன் நாற்காலிக்கு வந்தபோது முத்துமீனா காபியோடு நின்று கொண்டிருப்பது தெரிந்தது.

பல நாட்கள் காபி தரும்போது முத்துமீனா என்ன நிறத்தில் புடவை கட்டியிருந்தாள். முகத்தில் படவுர் போட்டிருந்தாளா என்று எதையும் அவர் கவனித்ததேயில்லை. இன்றைக்கு அவள் மட்டுமே தனித்துத் தெரியும் போது முத்துமீனாவின் முகத்தைக் கூர்ந்து பார்த்தார். அவளிடம் சலனமேயில்லை. காபியை பதற்றத்துடன் குடித்துவிட்டு தனது நாற்காலியில் சாய்ந்தபடியே கண்ணை மூடிக்கொண்டார்.

என்ன ஆயிற்று தனக்கு எதற்காக உலகம் துண்டிக்கப்பட்டுக் கொண்டே வருகிறது என்று அவருக்குப் புரியவில்லை. மின் விசிறியின் சப்தம் சீராகக் கேட்டுக்கொண்டிருந்தது. தலைக்கு மேலாக உள்ள மின்விசிறியைக்கூட அவர் நிமிர்ந்து பார்த்தே நாள் ஆகிப் போனது அப்போதுதான் நினைவிற்கு வந்தது. கண்ணை மூடியபடியே நெடுநேரம் படுத்துக் கிடந்தார்.

வாசலில் விளையாடி முடித்த அவரது பிள்ளைகள் படிப்பதற்காக வீட்டிற்குள் வந்து சேர்ந்தார்கள். கண்ணைத் திறந்தபோது தன் பிள்ளைகள் துல்லியமாகத் தெரிந்தார்கள். அருகில் அழைத்து அவர்களின் தலையைத் தடவிக் கொடுத்தபடியே பந்து விளையாடி னார்களா என்று விசாரித்தார். குழந்தைகள் இரண்டும் பயத்துடன்

'இல்லைப்பா சும்மா உட்கார்ந்து விளையாடினோம்' என்று பொய் சொன்னார்கள்.

முத்துமீனா அவர்களை புத்தகம் எடுத்துக்கொண்டு அருகில் வரச் சொல்லும் குரல் கேட்டது. அவர்கள் என்ன பாடம் படிக்கப் போகிறார்கள். அவர்களது பாடப் புத்தகத்தில் என்ன இருக்கிறது என்று ஏன் தான் இத்தனை நாட்களாகத் தெரிந்துகொள்ளவேயில்லை என்று தோன்றியது.

அன்றிரவு படுக்கைக்குப் போகும்வரை அவர் தனக்கு இன்று நடப்பது சிறு மயக்கம் என்று மட்டுமே நம்பிக் கொண்டிருந்தார். ஆனால் அதன் பிறகான நாட்களில் காய்கறிக்கடை, இஸ்திரி போடும் வண்டி, பேருந்து நிறுத்தம், அலுவலகக் கட்டிடம், அதிலிருந்த அவரது நாற்காலி, அவரது கண்காணிப்பில் உள்ள களப்பணியாளர்கள் அவர்களது பதிவேடுகள், உணவு எடுத்துச்செல்லும் கேரியர், வாட்டர் பாட்டில் என்று அவருக்குத் தேவையானது மட்டுமே கண்ணில் தெளிவாகத் தெரியத் துவங்கியது.

மற்ற யாவும் உலகிலிருந்து அப்புறப்படுத்தப்பட்டுவிட்டது போலவும் சாலைகள் அதில் பரபரப்பாக இயங்கும் வாகனங்கள் ஆயிரக்கணக்கில் வந்து போகும் மக்கள், உணவகங்கள், கடைவீதிகள், விளம்பரங்கள், மரங்கள், தெருநாய்கள், நடைபாதைவாசிகள் மேம்பாலங்கள் பிரம்மாண்டமான ஆகாசம், சூரியன் சந்திரன் எதுவுமே கண்ணில் படவில்லை.

சில நாட்களுக்குள் உலகம் தன்னிடமிருந்து பிரிந்து சென்று கொண்டிருக்கிறது என்று அச்சமாகவும் உடனே இதைச் சரிப்படுத்திக்கொண்டுவிட வேண்டும் என்ற பயமும் தோன்றியது. யாரிடமும் இதைப்பற்றிப் பகிர்ந்துகொள்ளவும் முடியாது என்றானது. எப்போ தாவது ரகசியமாகத் தன்னைக் கண்ணாடியில் பார்த்துக்கொள்ளும் போது முகத்தில் எந்த மாற்றமும் இல்லை என்பது மட்டுமே மெலிதான ஆறுதல் தந்துகொண்டிருந்தது.

எதற்கும் கண் மருத்துவரைப் பார்த்து வைத்துவிட வேண்டியது தான் என்று முடிவு செய்து அலுவலகத்திலிருந்து மூன்று மணிக்கே கிளம்பும்போது லிப்ட் மட்டுமே தெரிந்தது. வாசலுக்கு வந்தபோது ஒரேயொரு ஆட்டோ மட்டுமே, பார்வையில் வந்து நின்றது. முன்பு எப்போதோ ஒருமுறை சென்ற கீழ்ப்பாக்கம் மருத்துவமனை எதிரில் இருந்த கண் மருத்துவர் நினைவிற்கு வர அங்கே பயணம் செய்யத் துவங்கினார்.

நீண்ட கருஞ்சாலைகளோ, அதன் பேரியக்கமோ எதுவுமே கண்ணில் படவில்லை. தண்ணீரின் மீது ஒரு நீர்ப்பூச்சி தனியே நடந்து செல்வது போல இவ்வளவு பெரிய நகரில் தான் ஒரு ஆளாகப் போய்க்கொண்டிருப்பது போலிருந்தது.

மருத்துவமனையில் நிறைய ஆட்கள் காத்திருந்தார்கள். அவர் தனது காத்திருப்போருக்கான அடையாள அட்டையை வாங்கிய போது அவருக்கு முன்பாக எண்பத்து இரண்டு பேர் காத்திருப்பது தெரிய வந்தது. எப்படியும் தான் மருத்துவரைப் பார்ப்பதற்கு ஒன்பது மணிக்கு மேலாகி விடும் என்றபடியே மருத்துவமனையின் பிளாஸ்டிக் நாற்காலியில் அமர்ந்தபடியே தலை கவிழ்ந்துகொண்டார்.

ஒவ்வொரு நோயாளியும் உள்ளே சென்றுவிட்டு வெளியில் வரும்போது அவர்களின் சப்தம் கேட்டதேயன்றி முகம் தெரியவில்லை. அவருக்கு நேரமாக ஆக பயமும் நடுக்கமும் அதிகமாகிக்கொண்டேயிருந்தது. சுவரிலிருந்து காரைகள் உதிர்ந்து கொண்டிருப்பது போல காட்சிகள் தன்னிடமிருந்து மறைந்து கொண்டிருக்கின்றன என்ற அச்சம் மேலோங்கத் துவங்கியது.

அவர் தன் சட்டைப்பையில் வைத்திருந்த சிறிய கணக்கு நோட்டு ஒன்றைப் பிரித்து உற்றுப் பார்த்தார். இந்த மாதம் முடிக்க வேண்டிய இலக்கில் பாதிகூட முடியாமலிருந்தது. என்ன செய்வது என்று தெரியாத குழப்பமாக இருந்தது.

திடீரென தணிகைக்குத் தோன்றியது உலகம் இப்படித் தானே பகுதி பகுதியாக இதற்கு முன்னாலும் இருந்தது. எதற்காக இப்போது தான் தேவையில்லாத பதட்டம் கொண்டுவிட்டோம். அந்த எண்ணம் தோன்றியதும் நமக்குத் தேவையானது நமது அலுவலகம், வீடு, மனைவி, குழந்தைகள், தேவைப்படும் நபர்கள், கடைகள் இதற்கு மேலாக எதற்கு உலகின் காட்சிகள் என்று மனது சொல்லியது.

உண்மையில் உலகம் எதற்காக இத்தனை பெரிதாகவும் தொடர்பற்ற ஆயிரக்கணக்கான இயக்கங்களோடும் இருக்கிறது, அதனால் தனக்கு என்ன பலன் என்ற சலிப்பு வந்தது.

நல்லவேளை தனக்குத் தேவையான காட்சிகள் மட்டுமே தெரியத் துவங்கியிருக்கிறது. இது ஒரு அதிர்ஷடம், இதை எதற்காகக் கெடுத்துக்கொள்ள வேண்டும் என்று நினைத்தபடியே தனது காத்திருப்போர் அடையாள அட்டையைக் குப்பைக்கூடையில் தூக்கி எறிந்துவிட்டு வெளியே வந்தார். அவர் வீட்டிற்குச் செல்ல வேண்டிய பேருந்து வருவது தெரிந்தது.

எஸ்.ராமகிருஷ்ணன்

சாலை தெரியாமல் பேருந்து மட்டுமே தனியாக வந்து கொண்டிருந்ததைக் காண மிக அழகாக இருந்தது. இப்போது தான் உலகம் தனக்கு மிக நெருக்கமாக இருக்கிறது என்று புன்முறுவல் செய்தபடியே தணிகை பேருந்தில் ஏறி தன் இருக்கையில் அமர்ந்துகொண்டார். வீடு வரும் வரை அவர் தனக்குத்தானே சிரித்துக்கொண்டிருந்ததை மற்றவர்கள் கண்டுகொள்ளவேயில்லை. அதுதான் உலகின் இயல்பு இல்லையா?

◄ ● ▶

என்னை சாம்பல் கிண்ணம் போல உபயோகிக்கிறார்கள்

உங்களுக்கு என்னைப் பற்றித் தெரிந்து எதுவும் ஆகப் போவ தில்லை. நீங்கள் என்னைப் பார்த்திருக்க மாட்டீர்கள். ஒருவேளை கவனித்திருந்தால் கூட என்னைப் பார்த்து முகம் சுழித்திருப்பீர்கள். காரணம் நான் உங்களைப் போல சலவை செய்த உடையை அணிந்திருக்கவில்லை. தினமும் முகச்சவரம் செய்யும் வழக்கம் எனக்குக் கிடையாது. எனக்கென்று அறை எதுவும் கிடையாது. எந்த வங்கியிலும் நான் கணக்கு வைத்திருக்கவில்லை. திருடும் பழக்கம் எனக்கிருக்கிறது. ஓசியில் வாங்கிக் கொடுத்தால் குடிப்பேன். யாராவது கஞ்சா வாங்கிக்கொண்டு வரச்சொன்னால் அதைக் கொஞ்சம் திருடி வைத்துக்கொண்டு பீடியில் ஏற்றிப் புகைப்பேன்.

எனக்குச் சொந்தமாக எதுவுமேயில்லை. ஆனால் நான் நினைத்தால் சாலையில் உள்ள எந்தக் கடையையும் கல்லால் எறிந்து உடைக்க முடியும். இங்குள்ள வங்கியில் நுழைந்து எவரிடமும் பணம் பறிக்க முடியும். சாலையில் வாகனத்தில் செல்பவர்களை அடித்து உதைக்க முடியும். நெடுஞ்சாலையில் மூத்திரம் பெய்ய முடியும். காய்கறி வாங்க வரும் பெண்களை அங்கேயே கட்டிப்பிடிக்க முடியும். வாகனங்களைத் திருட முடியும். செல்போன்களைப் பறித்துச் செல்ல முடியும். ஹோட்டலில் புகுந்து டம்ளர் திருட முடியும். சாலையோரக் கடையில் வயிறு முட்டத் தின்று விட்டு காசு கொடுக்காமல் கூச்சலிட முடியும். பிக்பாக்கெட் அடிக்கவும் கூலிக்கு அடியாளாக வேலை

செய்யவும், சாத்தியமிருக்கிறது. இப்படி எனக்கு நூற்றுக்கணக்கான வழிகள் இருக்கின்றன.

இது எனக்கு மட்டுமல்ல அரசாங்க அலுவலகத்தில் வேலை செய்பவராகவோ, தனியார்த் துறை ஊழியராகவோ, மாணவரா கவோ, குடும்பத்தலைவனாகவோ, தொழில் நடத்துகின்றவராகவோ உள்ள உங்களில் எல்லோருக்கும் இதே சாத்தியங்கள் இருக்கின்றன. உங்களில் சிலர் இதை ரகசியமாகச் செய்து வருவதும் எனக்குத் தெரியும்.

நான் உங்களைப் போல தைரியமானவன் இல்லை. எனக்கு எல்லாமே கற்பனைதான். நானாகக் கற்பனை செய்துகொள்வதோடு சரி. வேறு எந்தக் காரியத்திலும் இறங்கியதில்லை. அதனால்தான் என்னைப் பலரும் சாம்பல் கிண்ணம் போல உபயோகிக்கிறார்கள்.

சாம்பல் கிண்ணம் என்பது சிகரெட் பிடிக்காதவர்களுக்குப் பழக்கமில்லாதது என்பதால் உங்களுக்குத் தெரிந்த இன்னொன்றையும் சொல்கிறேன். என்னைக் கழிப்பறைக்குப் போட்டுச் செல்லும் செருப்பைப் போல பலரும் உபயோகிக்கிறார்கள். ஆனால் ஆண்களில் பெரும்பான்மையினர் சிகரெட் பிடிக்கின்றவர்கள். எனக்குத் தெரிந்த பெண்களும் சிகரெட் பிடிக்கின்றவர்கள்தான், ஆனால் அவர்கள் பொது இடங்களில் புகைபிடிப்பதில்லை.

சிகரெட் கிண்ணங்களைக் கண்டுபிடித்தவன் யார் என்று பல நேரம் யோசித்திருக்கிறேன். அவன் ஒரு அயோக்கி யன் என்ற எண்ணம் நிச்சயமாக உண்டு. காரணம் சிகரெட் கிண்ணமாக இருப்பதைப் பற்றி அவன் அதிகம் யோசித்திருக்கவில்லை. எரிந்துபோன சாம்பலும் மீதமான சிகரெட்டும் காறி உமிழ்ந்த எச்சில் துணுக்குகளும் கொண்ட சாம்பல் கிண்ணத்தை யாருக்காவது பிடிக்குமா என்ன? ஒரு சாம்பல் கிண்ணத்தின் வாழ்நாள் எவ்வளவு? சிகரெட்டுகளின் எண்ணிக்கையை வைத்துக் கணக்கிடுவதா? இல்லை அதை உபயோகிப்பவர்களின் எண்ணிக் கையை வைத்துக் கணக்கிடுவதா?

அரவிந்த் சுப்ரமணியம் அறையில் உள்ள சாம்பல் கிண்ணத்தை ஒரே நேரத்தில் பதினோரு பேர் உபயோகிக்கிறார்கள். அது ஒரு பொதுக்கழிப்பறை போலத்தானிருக்கிறது. ஆனால் அதைப் பற்றி எவரும் கவலை கொள்வதில்லை. காரணம் யாருமே சிகரெட்டைப் பாதியில் விட்டுவைப்பதில்லை. அரவிந்த் சுப்ரமணியத்திற்கு உள்ள பெரிய ஆச்சரியம் சிகரெட் ஏன் சாம்பலாக மாறிவிடுகிறது என்பதுதான். அவன் சில நேரங்களில் அந்தச் சாம்பலை என் வாயில் அள்ளிப் போட்டு என்னைச் சாப்பிட வைத்திருக்கிறான்.

நான் அதற்கெல்லாம் மறுப்பு சொல்வதில்லை. காரணம் அரவிந்த் சுப்ரமணியம் எனக்காக வாரம் நூறு ரூபாய் செலவு செய்கிறான்.

அவன் மீதம் வைத்த இட்லிகள், ரம் பாட்டில், காரசேவு எல்லாமும் எனக்குத்தான். நானாக இதுவரை கடையில் சென்று அவித்த வேர்க்கடலைகூட வாங்கியதில்லை. அது பிடிக்காது என்பதால் அல்ல. அதை வாங்கும் தகுதியை இன்னும் அடையவில்லை என்பதால், சாம்பல் கிண்ணத்தைப் பற்றிப் பேசத் துவங்கிய நான் அரவிந்த் சுப்ரமணியத்தைப் பற்றி ஏதோ பேசப் போய் அதை மறந்துவிட்டேன் இல்லையா? அப்படிச் சாம்பல் கிண்ணத்தை எளிதில் மறக்கக் கூடாது. உதாரணத்திற்கு ஒரு கதை சொல்கிறேன்.

முதலில் அவன்

கதைக்குச் செல்வதற்கு முன்னால் அவனைப் பற்றிச் சொல்லிவிடுகிறேன். அவன் பன்னாட்டு நிறுவனம் ஒன்றில் வேலை செய்துகொண்டிருக்கிறான். மாதச் சம்பளம் ஐம்பத் திரண்டாயிரம். அதில் நாற்பதாயிரம் ரூபாயைச் சேமிப்பில் போட்டுவிடுகிறான். மீதமான பணத்திற்குக் குடி, சாப்பாடு, உடை என்று வாழ்ந்துகொண்டிருக்கிறான். அவன் காதலிக்கும் பெண்ணிற்கு அவனைவிட ஒன்பதாயிரம் சம்பளம் அதிகம். அதனால் அவர்கள் இருவரும் எப்போதும் பிரிந்து போய்விடமுடியும் என்று தெரிந்தே காதலித்துக்கொண்டிருந்தார்கள்.

அவன் பெயர் உங்களுக்கு எதற்கு. அவன் என்று சொல்லும் போது நீங்களாக யாரையோ நினைத்துக்கொள் வீர்கள். பெயர் வைத்துவிட்டால் உங்களுக்கு ரொம்பவும் தெரிந்த மனிதன் போலாகி விடுவான். அப்படி அவன் ஆகக்கூடாது. ஒரு பெயரைத் தனக்குச் சொந்தமாக்கிக் கொள்ளும் அளவிற்கு அவன் சரியானவன் இல்லை.

அவனுக்கு ஒரு பழக்கமிருந்தது. கழிப்பறையில் அவன் மலம் கழித்து முடிப்பதற்கு நாலு சிகரெட் குடித்துவிடுவான். இது போன்ற நேரங்களில் அவன் கழிப்பறையில் இருந்தபடியே தீக்குச்சி வேண்டும் என்று என்னைத்தான் அழைப் பான். நான் கழிப்பறையின் கதவைத் திறந்துகொண்டு உள்ளே அமர்ந்திருந்த அவனிடம் தீப்பெட்டியைத் தருவ துண்டு. சிலவேளைகளில் அவன் என்னையே பற்ற வைக்கச் சொல்வான். தீக்குச்சியால் சிகரெட் பற்றவைத்த பிறகு என் நாக்கை நீட்டச் சொல்லி அதில் தீக்குச்சியை அணைப் பான். நான் கத்தக் கூடாது. அவனைத்

தவிர அந்த அறையில் யாரும் கத்துவதற்கு உரிமை கிடையாது. நான் தீக்குச்சிகளில் சிலவற்றை விழுங்கியிருக்கிறேன்.

அப்பேர்ப்பட்ட அவனுக்கு நிறைய நண்பர்கள் இருந்தார்கள். அவர்கள் ஞாயிற்றுக் கிழமைகளில் ஒன்றுகூடுவார்கள். காலையில் இருந்து சீட்டாடுவார்கள். சில நேரம் பியர் குடிப்பார்கள். இந்த இரண்டின் இடையிலும் சிகரெட் பிடித்தபடியே இருப்பார்கள். அப்போது ஒவ்வொருவரும் ஆளுக்கு ஒரு சாம்பல் கிண்ணம் வேண்டும் என்று அடம் பிடிப்பார்கள். இதற்காக வீட்டில் நாலைந்து பிளாஸ்டிக் டம்ளர்கள் வாங்கிப் போட்டிருந்தான். அந்த பிளாஸ்டிக் குவளைகளைவிடவும் பாதுகாப்பானது என்னுடைய உள்ளங்கை என்று அவர்களுக்குத் தெரிந்திருந்ததால் என் கைகளில் சாம்பலைத் தூவுவதும் உண்டு.

ஒரு நாள் அவன் அதிகம் குடித்திருந்தான். அப்போது அவனைத் தேடி அவன் காதலி பார்ப்பதற்காக வந்திருந்தாள். அவளும் பியர் குடிக்கக்கூடியவள் என்பதால் என்னை இரண்டு பியர்கள் வாங்கி வரும்படியாக அனுப்பி வைத் தான். நான் கடையில் இருந்து குளிர்ச்சியில்லாத பியர்கள் வாங்கி வந்த காரணத்தால் என்னையே இரண்டு பியர்களையும் குடிக்கச் சொல்லிவிட்டு அவர்கள் புகைத்துக்கொண்டேயிருந்தார்கள். அந்தப் பெண் மிக வேகமாக சிகரெட் பிடித்தாள். அவளது வேகத்திற்கு ஈடு கொடுத்து அவனால் புகைக்க முடியவில்லை. அது அவனுக்கு ஆத்திரம் ஏற்படுத்தியிருக்க வேண்டும். நான் குடித்துக்கொண்டிருந்த பாட்டிலைப் பிடுங்கி அவள் தலையில் மீதமான பியரை ஊற்றி விட்டு இன்னொரு சிகரெட்டைப் பற்ற வைத்துக்கொண்டான்.

அவள் அவனிடமிருந்த சிகரெட்டைப் பிடுங்கிப் புகைத்தபடியே கழிசடை என்று திட்டிவிட்டுச் சென்றாள். அவன் அந்தப் பெண் ணோடு சண்டையிட்டாலும் என் வகையில் நல்லவன். தன்னுடைய அறையில் பகல் நேரங்களில் நான் தங்கிக்கொள்வதற்கு அனுமதித்திருந்தான். இதற்காக நான் அறையைச் சுத்தம் செய்து அவனது உள்ளாடைகள் வரை துவைத்துப் போட வேண்டும். சில வேளைகளில் அவனது உள்ளாடைகளை நான் சாக்கடையில் எறிந்துவிட்டு காயப் போட்டபோது பறந்து போய்விட்டதாகக் கதை சொல்லியிருக்கிறேன்.

அவன் அறையில் பணம் வைத்துவிட்டுப் போவதே கிடையாது. எனக்கு ஆத்திரமாக வந்தது. பகலில் அறையில் பசியோடு நான் என்ன செய்வது. அவனுடைய இரண்டு ஜீன்ஸ் பேண்டுகள், மற்றும் காலணிகளைத் திருடிக்கொண்டு விற்றுவந்தேன். அதை அவன்

கண்டுபிடிக்கவில்லை. ஒரு நாள் என்னைக் கடற்கரைக்குக் கூட்டிக் கொண்டுபோய் சுண்டல் வாங்கித் தந்தபடியே நீ யாரையாவது காதலித்திருக்கிறாயா என்று கேட்டான். நான் பொய்யாகச் சில பெண்களின் பெயர்களைச் சொன்னேன்.

அவன் என்னிடம் தன்னோடு வேலை செய்யும் பார்த்தா என்ற இளைஞனுக்கும் தனக்கும் நெருக்கமான உறவு ஏற்பட்டிருக்கிறது என்றும் பார்த்தா தன்னை இரண்டு முறைமுத்தமிட்டுவிட்டதாகச் சொன்னான். நான் பரிகாசத்துடன் இதைப் பற்றி அந்தப் பெண்ணுக்குத் தெரியுமா என்று கேட்டேன். அவன் அதைப் பற்றி எனக்குக் கவலையில்லை. ஆனால் இதனால் ஏதாவது பிரச்சினை ஏற்படுமா என்று விசாரித்துச் சொல்ல முடியுமா என்று கேட்டான். நானும் தலையாட்டிக்கொண்டேன். ஆனால் யாரிடம் இதைப்பற்றி விசாரிப்பது.

அந்த வாரம் ஞாயிற்றுகிழமை பார்த்தா அறைக்கு வந்திருந்தான். மிகவும் டைட்டான பேண்ட் அணிந்து மீசையில்லாமல் இருந்தான். அவனைப் பார்க்கும்போது அவன் முத்தமிட்ட விஷயம் என் நினைவில் வந்தபடியே இருந்தது. என்னை அறியாமல் நான் சிரித்து விட்டேன். எதற்காக என்று அவன் என்னிடம் கேட்டபோது பார்த்தா பொம்பளை போலவே இருக்கிறான் என்றேன். அவனுக்கு அது ஆத்திரத்தை உண்டு பண்ணியிருக்கக்கூடும். அருகில் சாம்பல் கிண்ணமாக இருந்த பிளாஸ்டிக் டம்ளரில் பியரை ஊற்றி அதைக் குடிக்கும்படியாகச் சொன்னான். நான் குடித்துவிட்டு அவனுடைய அறையிலிருந்து எதையெல்லாம் திருடிச் சென்றேன் என்பதைப் பற்றி விரிவாகச் சொன்னேன்.

அவன் நம்பவில்லை. பொய் சொல்லாதே என்றபடியே என்னுடைய தாடையில் ஒரு குத்துவிட்டான். நான் கத்தவில்லை. அவனுக்குப் பிடிக்காது என்று எனக்குத் தெரியும். பார்த்தாவும் அவனும் அறையின் கதவை மூடிக் கொண்டு என்னை எலியைத் துரத்தியடிப்பது போன்று அடித்தார்கள். நெற்றியில் காயம் பட்டபிறகு என்னை அறையை விட்டு வெளியே தூக்கிப் போட்டார்கள். அன்றி ரவு நான் கழிப்பறையில் சுத்தம் செய்து வீசி எறியப்பட்ட காகிதம் போலக் கிடந்தேன். யாரும் என் அருகில் வரவேயில்லை. லாண்டரி வண்டி அடியில் இரவெல்லாம் படுத்துக் கிடந்தேன்.

அவன் மறுநாள் என்னைச் சந்தித்து பார்த்தாவைப் பற்றி யாரிடமாவது சொன்னால் திரும்பவும் அடிவிழும் என்றான். நான் ஐந்து ரூபாய் சாப்பிடுவதற்காக வேண்டும் என்றதும் பர்சிலிருந்து

எஸ்.ராமகிருஷ்ணன்

இருபது ரூபாய் தந்துவிட்டுச் சென்றான். அதன்பிறகு அவன் அறைக்குப் போகவில்லை. ஆனால் இப்போதும் அவன் சாம்பல் கிண்ணமாக பிளாஸ் டிக் டம்ளர்களைத்தான் உபயோகித்துக் கொண்டிருப்பான் என்பதுதான் எனக்குச் சங்கடம் தருவதாக உள்ளது.

இந்தக் கதையில் வராத இன்னொருவன்

இவன் பெயருக்குப் பதிலாக கோக் என்று வைத்துக் கொள்ளுங்கள். அவன் ஒரு நாளைக்கு ஆறு குளிர்பானங்கள் குடிப்பான். பிறகு அந்த பாட்டில்களைத் திருப்பித் தர மாட்டான். பெட்டிக்கடைக்காரன் ஒவ்வொரு முறையும் இவன் அறைக்கு வந்து காலிபாட்டில்கள் கேட்கும்போது அதைத் தான் உடைத்து விட்டதாகப் பொய் சொல்வது அவனது வழக்கம். அவனுக்குக் காலி பாட்டில்கள் பிடிக்கும். பல்வேறு விதமான குளிர்பானங்களின் காலி பாட்டில்கள் நூற்றுக்கணக்கில் தனது படுக்கையின் அடியில் வைத் திருக்கிறான்.

அவனுடைய அறையில் என்னைக் கொண்டு போய் விட்டவன் விஜயசேகரன். கோக்கும் விஜயசேகரனும் ஒரே மின்சார வண்டியில் பயணம் செய்யும்போது நண்பர்கள் ஆனவர்கள். எனக்குப் பிடிக்காத ஒரு விஷயம் நண்ப ராவது, நான் இதுவரை யாரிடமும் நண்பர் ஆனது கிடையாது. நண்பன் ஆவது என்றால் என்வரையில் ஓசியில் தின்பது என்றுதான் பொருள். நல்ல நண்பர்கள் உயிரைக் கொடுப்பார்கள் என்று விஜய பாஸ்கரன் பலமுறை சொல்லியிருக்கிறான். ஆனால் இதுவரை ஒருவன்கூட உயிரைக் கொடுத்து நான் பார்த்ததில்லை.

விஜயபாஸ்கரனுக்கு நிறைய நண்பர்கள். அதாவது நிறைய பொறுக்கித் தின்பவர்கள். அவர்களில் ஒருவன்தான் கோக். விஜய பாஸ்கரனும் கோக்கும் பேசத் துவங்கினால் உலகில் உள்ள எல்லா விஷயங்களைப் பற்றியும் பேசுவார்கள். சில நேரங்களில் கோக் அமெரிக்காவில் என்ன மாற்றங்கள் செய்ய வேண்டும் என்று தனது டயரியைத் திறந்து வைத்துக் கொண்டு குறிப்புகளைக் காட்டுவான். எனக்கு கோக்கை ரொம்பவும் பிடிக்கும். அவனுக்கும் என்னைப் போலவே திருடும் பழக்கமிருந்தது.

ஆனால் அவன் பெட்டிக்கடைகளில் மட்டுமே திருடுவான். அதுவும் சாக்லெட், கடலைமிட்டாய், வார இதழ்கள், வாழைப்பழம் போன்றவைதான். இதனால் அவன் திருடும் சாகசத்தைக்

காட்டுவதற்காக என்னை அழைத்துக்கொண்டு போவான். நான் அவனோடு நின்றபடியே அந்த சாகசத்தைப் பார்த்து ரசிக்க வேண்டும். கோக் ஒரு நாள் என்னைத் தெருவில் கிடக்கும் வாழைப்பழத் தோல்களாக நூறு பொறுக்கிக்கொண்டு வந்தால் பத்து ரூபாய் பணம் தருவதாகச் சொன்னான்.

நான் எக்மோர் பகுதி முழுவதும் சுற்றியும் முப்பது வாழைப்பழத் தோல்களுக்கு மேல் கிடைக்கவில்லை. கோக் இதை எதிர்பார்த்திருக்க வேண்டும். நகரில் வாழைப்பழம் தின்பவர்கள் மிகவும் குறைந்து போய்விட்டார்கள் என்ற கருத்தை முன்வைத்து அவன் ஆங்கில நாளிதழ் ஒன்றிற்குக் கடிதம் எழுதத் துவங்கினான். நான் இப்போது பழம் சாப்பிடுகின்றவர்கள் தோலையும் சேர்த்துச் சாப்பிட்டு இருந்தால் என்ற சந்தேகத்தை எழுப்பினேன். அவன் காலி புட்டியொன்றை எடுத்து என் முழங்காலோடு அடித்தபடியே சொல்ற வேலையை மட்டும் செய்யுடா மசிரே என்று கத்தினான். அவன் அறையிலிருந்து தப்பி வரும்நாள் வரை நான் அதற்குப் பிறகு வாழைப்பழம் பற்றிப் பேச்சே எடுக்கவில்லை.

இவர்களுக்குத் தெரிந்த டெய்லர்கடைப் பெண்

அவன், இவன், கோக், அவர்கள் என எல்லோருக்கும் தெரிந்த பெண் அந்த டெய்லர் கடையில் வேலை செய்பவள். பகலில் கடையில் வேலை செய்யும்போது அவளைப் பார்த்தால் இவளா இப்படி நடந்துகொள்கிறாள் என்று கேட்கத் தோன்றும். அமைதியாக அவள் காஜா போட்டுக் கொண்டிருப்பாள். மதிய நேரங்களில் அவளை யாராவது அழைப்பார்கள். அப்போது மட்டும் தனது சுடிதாரை சரி செய்துகொண்டு அமைதியாக வெளியே வருவாள். அவளை அழைத்து வரும் வேலை என்னுடையது. நான் இதற்காக டெய்லர் கடையின் முன்பாகப் போய் நின்றபடியே டெய்லரிடம் பேச்சு கொடுப்பேன். அவள் என்னைக் கடைக்கண்ணால் பார்த்தபடியே இருப்பாள்.

வெட்டுத்துணிகளைக் குனிந்து எடுப்பது போல அவளிடம் அவன் வரச்சொல்கிறான் என்று சொல்வேன். காசு தந்திருக்கிறானா என்று கேட்பாள். ஒருத்தனும் என்னிடம் காசு தருவதில்லை. நான் இல்லை என்றதும் அவள் எழுந்து தன்னுடைய கூந்தலை அங்கிருந்த கண்ணாடியில் சரி செய்துகொள்வாள். பிறகு என்னிடம் நீ போய் வாட்டர் பாக்கெட் வாங்கிக்கொண்டு வா என்று சொல்வாள். நான் வாட்டர் பாக்கெட் வாங்கிக்கொண்டு அங்கேயே நின்றுகொண்டிருப்பேன்.

அவள் தன்னை அழைத்தவனுடன் கொஞ்ச நேரம் படுக்கையைப் பகிர்ந்துவிட்டு வெளியே வரும்போது நான் வாங்கி வைத்திருந்த வாட்டர் பாக்கெட்டால் முகம் கழுவிவிட்டு, தலைவலி மாத்திரை ஒன்றும் டீயும் வாங்கிக் கொண்டு வரச் சொல்வாள். இதற்குப் பதிலாக அவள் செருப்பால் அடித்திருந்தால் கூட எனக்குப் பெரிதாகத் தோன்றியிருக்காது. அவள் என்னைப் பற்றி எவ்வளவு இழிவாக நினைத்துக்கொண்டிருக்கிறாள் என்று ஆத்திரமாக வரும்.

அதற்காக நான் தலைவலி மாத்திரை வாங்கித் தராமல் இருக்க மாட்டேன். மருந்துக்கடைக்குச் சென்று மாத்திரை வாங்கிக் கொண்டு கையோடு டீ வாங்கி வருவேன். எனக்கு அவளை ரொம்பவும் பிடிக்கும். எதற்காக என்று தெரியவில்லை. இந்த அவன், இவன், கோக்கு எல்லாமும் ஒழிந்து போனால் அவள் ஒழுங்காக டெய்லர் வேலை மட்டும் பார்ப்பாள் இல்லையா என்று கோபமாக வரும். அவள் மாலை நேரங்களில் தவறாமல் அருகில் உள்ள கோவிலுக்குப் போய்விட்டுத்தான் வீட்டிற்குக் கிளம்புவாள். நிறைய கஷ் டங்கள் உள்ள குடும்பமாக இருக்கும். அவள் யாரோடாவது கல்யாணம் பண்ணிக்கொண்டு போய்விட மாட்டாளா என்று நிறைய நேரம் யோசித்திருக்கிறேன். நான் நினைப்பது எல்லாம் நடந்துவிடுமா என்ன?

நான் சந்தித்த சிறு சிறு குற்றங்கள்

மின்சார ரயிலில் போகும்போது நேற்று ஒரு ஆளைப் பார்த் தேன். கையில் சிறிய ஆக்சா பிளேடு வைத்திருந்தான். அலுவலகம் போய் விட்டுத் திரும்பும் ஒரு அரசு அதிகாரி போன்றிருந்த ஆளின் பின்புறத்தில் தன் ஆக்சா பிளேடால் சொருகிவிட்டுஓடும் ரயிலில் இருந்து குதித்து ஓடிவிட்டான். மின்சார வண்டியில் இருந்தவர்களில் எல்லோரும் ரத்தத்தைக் கண்டு பயந்து அலறினார்கள். ஒரு ஆள் அதைக் கவனிக்காமல் மாலை முரசு படித்துக்கொண்டிருந்தான். எனக்கு அவனை அப்படியே ரயிலை விட்டுத் தள்ளிவிட வேண்டும் போலிருந்தது. ஆனால் நான் அப்படிச் செய்யவில்லை.ஓடும் ரயிலில் எப்படித் தாவிக் குதிக்கிறார்கள் என்று ஆச்சரியமாக இருந்தது. அதைக் கற்றுக்கொள்ளத் தவறிய குற்றவுணர்ச்சி எனக்கு அதிகமாக இருந்தது.

பிரபலமான ஜவுளிக்கடை ஒன்றில் கடையை மூடும் சமயம் அங்கிருந்த தலையில்லாத பெண் பொம்மை ஒன்றிற்குக் கடையில் வேலை செய்யும் பையன் ஒருவன் ரகசியமாக முத்தமிட்டதை

கேஷியர் கவனித்துவிட்டார். அவனிடம் அந்த விளம்பரப் பெண் பொம்மையின் விலை இருபதாயிரம் ரூபாய். அதைத் தொட்டுப் பார்க்கிறாயா என்று சொல்லி மாறிமாறி அறைந்ததோடு அரிப்பு எடுத்தால் கழுதையைத் தேடிக்கொண்டு போ என்றார். கழுதை கிடைப்பது அவ்வளவு எளிதில்லை சார் என்று சொல்லியபடியே தனது செருப்பைத் தேடி அணிந்துகொண்டு போனாள் மூன்றாவது தளத்தில் வேலை செய்யும் பெண். அந்தப் பையன் அன்றிரவு கட்டாயம் குடிப்பான் என்பது எனக்கு வருத்தமாக இருந்தது. இன்னொரு பக்கம் அந்தப் பையனுக்கு இருந்த ஆசை போல எனக்கும் அதே பொம் மையை முத்தமிட ஆசையிருந்திருக்கிறது. அதை நிறைவேற்ற தைரியமில்லையே என்று கோபமாக வந்தது.

அய்யப்பன்தாங்கல் பேருந்து நிறுத்தத்தில் உள்ள பழ வண்டிக் காரனிடம் ஐம்பது வயதான ஒரு ஆள் ஆப்பிள் பேரம்பேசி வாங்கிக் கொண்டிருந்தார். அவராகவே தேர்வு செய்த ஆறு ஆப்பிள்களை வாங்கிக்கொண்டு நூறு ரூபாய்த் தாளைக் கொடுத்து மீதம் வாங்கிக்கொண்டு பேருந்தில் ஏறினார். நானும் அதே பேருந்தில் ஏறினேன். அவரோடு வந்திருந்த மகளிடம் ஒரு ஆப்பிளைத் தின்பதற்காகத் தந்துவிட்டு, செல்லாத நூறு ரூபாய் நோட்டை மாற்றி விட்டேன் என்று சொல்லிச் சிரித்தார். அந்தப் பெண் தன்னிடம் ஒரு கிழிந்த பத்து ரூபாய் இருப்பதாகச் சொன்னாள். அது எம்மாத்திரம் என்றபடியே கிழிந்த நோட்டை எடுத்துப் போய் இரண்டு பயணச்சீட்டு வாங்கி வந்தார். அப்பாவும் மகளும் சிரித்துக்கொண்டார்கள். எனக்கு அந்த ஆளை அடிவயிற்றோடு உதைக்க வேண்டும் போலிருந்தது. ஆனால் அவர் எண்பது கிலோவிற்கும் மேல் எடை உள்ளவராக இருந்ததால் நான் கண்ணை மூடிக்கொண்டு அடுத்த நிறுத்தத்தில் இறங்கிவிட்டேன்

இரவுக்காட்சி முடிந்து திரும்பி வரும்போது பார்த்தேன். ஒரு ஆட்டோவில் வந்த மூன்று பேர் ஒரு பெண்ணோடு பேரம் பேசிக் கொண்டிருந்தார்கள். அந்தப் பெண், இரண்டு பேர் என்றால் மட்டுமே தான் வருவதாகச் சொல்லிக்கொண்டிருந்தாள். மறுநிமிடம் ஆட்டோவில் இருந்த ஒரு ஆளைக் கீழே இறக்கிவிட்டு அந்தப் பெண்ணை ஏற்றிக்கொண்டார்கள். சாலையில் இறக்கிவிடப்பட்ட அந்த ஆள் பரிதாபமாக ஆட்டோவைப் பார்த்துக்கொண்டிருந்தான். நானாக நடந்து போய் அவனுக்கு சிகரெட் வேண்டுமா என்று கேட்டேன். அவன் சலித்துக்கொண்டபடியே ஆட்டோ திரும்பி வரும் வரை அங்கேயே காத்திருக்க வேண்டும் என்றான். எனக்கு

அவன் மீதும் கவலையாக இருந்தது. இதற்குப் பதிலாக அவன் அவர்களோடு சண்டையிட்டு அந்தப் பெண்ணைத் தூக்கிக்கொண்டு போயிருக்கலாம் என்று கற்பனை செய்தபடியே யாருடைய அறைக்குப் போவது என்று தெரியாமல் நடந்துகொண்டிருந்தேன்.

நான் சொன்ன பொய்கள்

என்னைப் பற்றி இப்படி இஷ்டம் போலக் கற்பனை செய்துகொள்வதில் பெரிய சௌகரியம் உள்ளது. இதில் எது பொய், எது நிஜம் என்று நீங்களாகக் கற்பனை செய்து கொள்வதற்கு நிறைய சாத்தியங்கள் உள்ளன. நான் நிறைய பொய்களைச் சொல்லியிருக்கிறேன். ஆனால் பொய்கள் தானே உருவாகக் கூடியதில்லை. அவை பெரிய கண்டுபிடிப்புகள். நான் இந்த நகரத்தின் ஒரு கோடிப் பேர்களில் ஒருவனாக இருக்கிறேன். எனக்கென எந்த அடையாளமும் இல்லை. என் பொய்கள் என்னை வாழ வைத்துக்கொண்டிருக்கின்றன. இந்தப் பொய்கள் எதிலும் நீங்கள் உங்கள் பெயர்களைப் பொறுத்திப் பார்த்து உண்மையாக்கிக் கொள்ளலாம். அப்படி நீங்கள் முயற்சிப்பீர்கள் என்பது எனக்குத் தெரியும். அதுதான் கதையின் நோக்கமும் இல்லையா?

◄ ● ►

நற்குடும்பம்

அன்றைக்கு அப்பாவின் சம்பள நாள். நானும் சித்தியும் டவுன் பஸ்ஸில் வந்து இறங்கி பேருந்து நிலையத்தினுள் நடந்தபோது வெயில் தாரை தாரையாக வழிந்துகொண்டிருந்தது. வழக்கமாகத் தென்படும் வெள்ளரிக்காய் விற்பவர்களைக்கூட அன்று காண முடியவில்லை. மதியவேளை என்பதால் பேருந்துகள் காலியாக நின்றிருந்தன.

சக்கர வண்டியில் தள்ளித் தள்ளி ஊர்ந்தபடியே பிச்சையெடுக்கும் குள்ளமான ஆள் மூத்திர சந்தை நோக்கிச் சென்றுகொண்டிருந்தான். பேருந்து நிலையத்தின் நடுவிலிருந்த சேர்மன் சிலை மட்டும் வெயிலுக்கு தன்னை ஒப்புக் கொடுத்தது போல சலனமின்றி உறைந்து போயிருந்தது.

அப்பா வந்து எங்களை அழைத்துபோகும் வரை பேருந்து நிலையத்தின் பயணியர் அறையில் காத்துக்கொண்டிருப்பது என்று சித்தியும் நானும் முடிவு செய்தபடியே அதை நோக்கி நடந்து சென்றோம். நடைமேடையில் ஊதா நிறத்தில் கட்டம் போட்ட சேலை கட்டிய ஒரு பெண் தரையில் உதிரி மல்லிகைப் பூக்களைக் கொட்டி நாரில் பூக்கட்டிக்கொண்டிருந்தாள். அவள் அருகிலிருந்த டீக்கடையின் ஓரமாக ஒரு முண்டா பனியன் அணிந்த ஆள் வேகவேகமாக பல்லாரி வெங்காயம் வெட்டிக்கொண்டிருந்தான். அவன் முன்னால் ஒரு சிவப்பு பிளாஸ்டிக் வாளி நிறைய வெட்டிய வெங்காயங்கள் நிரம்பியிருந்தன. சித்தி எதையும்

கண்டு கொள்ளாதவளைப் போல பயணியர் அறையின் உள்ளே எட்டிப் பார்த்தாள்.

அந்த அறை பழுப்பேறி, சுவரில் காரைகள் உதிர்ந்து திட்டு திட்டாகயிருந்தது. தரையில் மூக்குசளியும் வெற்றிலை எச்சமுமாக இருந்தது. பகலில் கூட அங்கு வெளிச்சம் வரவேயில்லை. அறையினுள் இரண்டு சிமெண்ட் பெஞ்சுகளிருந்தன. ஒன்றில் வயதான பெண் ஒருத்தி சுருண்டு படுத்துக்கிடந்தாள். அவளது பித்தவெடிப்பேறிய பாதம் மட்டும் தனியே தெரிந்தது. இன்னொரு பெஞ்சில் யாரோ வாந்தியெடுத்து வைத்திருந்தார்கள். அதன் மீது ஈக்கள் மொய்த்தபடியே இருந்தன.

சித்தி தயங்கித் தயங்கி அந்த அறையினுள் கால் வைத்து நடந்தாள். பிறகு உத்திரத்தைப் பார்த்தபடியே ஃபேன் கிடையாதா என்று கேட்டாள். கிழக்கே உள்ள ஜன்னலைத் திறந்து வைத்தால் வேப்ப மரத்தின் காற்று வரும் என்று சொன்னேன். சித்தி அந்த அறையை அசூயையாகப் பார்த்தபடியே வெளியே இருந்த பெஞ்சில் உட்கார்ந்திருக்கலாமா என்று கேட்டாள். இந்த அறையில்தான் நானும் அம்மாவும் பல முறை அப்பாவிற்காகக் காத்துக் கொண்டிருந்திருக்கிறோம். இந்த அறையில் அம்மாவின் தலையில் இருந்து சொட்டிய ரத்தக்கறை படிந்திருக்கிறது. எதற்காக வேறு இடத்திற்குப் போக வேண்டும்?

சித்தி பதிலற்ற என்னைத் தாண்டி வெளியே கிடந்த பெஞ்சில் போய் உட்கார்ந்துகொண்டாள். இந்த அறையில் இல்லாவிட்டால் அப்பா நம்மைத் தேடுவது சிரமமாகிவிடும் என்று சொல்லலாம் என்று நினைத்தேன். ஆனால் சொல்லவில்லை. எவ்வளவோ முறை பேருந்து நிலையத்தின் வடக்கு வாசல் பக்கமிருந்த தியேட்டர் முன்னால் நிற்கலாம் என்று சொன்னபோதெல்லாம் அம்மா அங்கே நின்றால் அப்பாவால் நம்மைத் தேட முடியாது என்று மறுத்திருக்கிறாள்.

நானும் அம்மாவும் ஒவ்வொரு மாதமும் அப்பாவின் சம்பள நாள் அன்று கிராமத்திலிருந்து பனிரெண்டு மணி டவுன்பஸ் பிடித்து கிளம்புவோம். என்னுடைய கையில் வயலட் நிற பிளாஸ்டிக் வாளி நிறைய கோதுமையிருக்கும். அம்மா காலியான இரண்டு பத்து லிட்டர் மண்ணெண் ணெய் கேன்களைத் தூக்கிக்கொண்டு வருவாள்.

வழக்கமாக நகருக்கு வந்ததும் தியேட்டரின் பின்புறமிருந்த ரைஸ் மில்லில் கோதுமையை அரைக்கக் கொடுத்துவிட்டு அப்பாவிற்காகக்

காத்திருக்கத் துவங்குவோம். பேருந்து நிலையத்திற்குள் கறுப்பு பேண்ட் அணிந்து யார் நடந்து வருவது தெரிந்தாலும் ஓடிப்போய்ப் பார்ப்பேன். ஒரு மாதம்கூட அப்பா சொன்ன நேரத்திற்கு வந்ததே யில்லை. சில நாட்கள் நாங்கள் காத்திருந்து காத்திருந்து இரவு மணி ஒன்பதரையாகி கடைசிப் பேருந்து புறப்படும் வரை அப்பா வர மாட்டார்.

நானும் அம்மாவும் பேருந்துகளின் இடைவிடாத சப்தத்தைக் கேட்டபடியே காலி மண்ணெண்ணெய் கேனை கையில் வைத்துக்கொண்டு பசியோடு அப்பாவின் வருகைக் காகக் காத்திருப்போம். எத்தனையோ மனிதர்கள் கடந்து போவார்கள். அப்பா மட்டும் வரவே மாட்டார். இந்த இரவில்கூட அப்பா என்ன செய்வார் என்று தோன்றும்.

கடைசிப் பேருந்து கிளம்பும்போது அப்பா எங்கிருந்தோ வந்து சேருவார். அவர் பாதி இருட்டுப் படிந்த பயணியர் அறைக்குள் வந்து அழைக்கும் வரை அம்மா அதை விட்டு வெளியே வரவே மாட்டாள். அப்பா அவசரமான குரலில், 'அடுத்த வாரம் சாமான் வாங்கிக்கொள்ளலாம் பஸ் கிளம்பப் போகுது ஏறு' என்று சொல்வார். அம்மா மறுப்பு ஏதும் சொல்லாமல் வந்து பேருந்தில் ஏறிக் கொள்வாள்.

அப்பா ஏன் தாமதமாக வந்தார். எதற்காக எங்களை இப்படி பேருந்து நிலையத்தில் நாள் முழுவதும் காக்க விடுகிறார் என்று ஒருபோதும் கேட்டுக்கொண்டதேயில்லை. அடுத்தவாரமும் இது போல மதியம் வந்து நாள் முழுவதும் காத்துக்கொண்டிருப்போம். அன்றைக்கும் அப்பா அவர் நினைத்த நேரத்தில்தான் வந்து சேருவார். ஒரு முறைகூட தான் ஏன் தாமதமாக வருகிறார் என்று அப்பா சொன்னதேயில்லை.

வெயில் வடியத்துவங்கியிருந்தது. சித்தி ஆங்காங்கே சிதறிக் கிடந்த பலாப்பழத்தின் தோலை மொய்ப்பதற்காக அலையும் ஈக்கள் தன் மீது ஒட்டுவதை விரும்பாதவள் போல கைகளால் விரட்டிக்கொண்டேயிருந்தாள். பிறகு என்னை அருகில் அழைத்து உட்காரச் சொன்னாள். அந்த பெஞ்சில் எப்போதும் ஆண்கள் மட்டுமே உட்கார்ந்திருப்பார்கள். அன்றைக்கும் அந்த பெஞ்சில் ஒரு ஆண் உட்கார்ந்திருந்தார். சித்தி அதைப் பற்றிக் கவலைப்படாமல் எப்படி அருகில் உட்கார்ந்திருக்கிறாள் என்று ஆச்சரியமாக இருந்தது. ஏனோ அன்றைக்கும் நிச்சயம் இரவாகும் வரை அப்பா வர மாட்டார் என்றே தோணியது.

எஸ்.ராமகிருஷ்ணன்

அம்மாவும் நானும் பேருந்துநிலையத்தினை முழுமையாக அறிந்திருந்தோம். பேருந்து நிலைய கேண்டியனில் வேலை செய்யும் சிறுவர்கள், முறுக்கு சமோசா விற்பவர்கள், சலூனில் வேலை செய்யும் ஆள், பஸ்ஏஜெண்டுகள், ஒரு கை சூம்பிப்போன பிச்சைக் காரப் பெண், உள்ளிட்ட யாவரது பெயர்களும் எங்களுக்குப் பரிச்சயமாகியிருந்தது. கை சூம்பிப்போன பெண் சில நேரங்களில் அம்மாவிடம் தனது கைக்குழந்தையைப் பார்த்துக்கொள்ளும்படி சொல்லி விட்டு பேருந்தில் ஏறி பிச்சை எடுத்துக்கொண்டிருப்பாள். அம்மா யாருடனும் பேசுவதுமில்லை. அவள் வீட்டிலிருந்து கிளம்பி திரும்ப வீடு வந்து சேரும்வரை அதிகபட்சம் பத்து வார்த்தைகள் பேசுவாள். அப்பாவின் சம்பள நாள் அன்று மட்டும் நான் பள்ளிக்கு லீவு போட்டுவிடுவேன். சில நேரங்களில் டீச்சர்கள் கூட என்னிடம் பஜாரில் லக்ஸ் சோப் வாங்கி வரச் சொல்லி அனுப்புவார்கள். அந்த சோப் வாசனையாக இருக்கும். இதுபோன்ற வாசனை சோப்புகளை அம்மா ஏன் வாங்க மாட்டேன் என்கிறாள் என்று கோபமாக இருக்கும்.

சிலவேளைகளில் அப்பா பலசரக்கு வாங்கி முடித்ததும் ஹோட்டலுக்கு சாப்பிட அழைத்துச் செல்வார். ஒருமுறை ஹோட்டலில் நாங்கள் நுழைந்தபோது எல்லாமேஜைகளிலும் ஆட்கள் உட்கார்ந்து சாப்பிட்டுக்கொண்டிருந்தார்கள். நிறைய கூட்டம் இருக்கு. வீட்டுக்குப் போயிரலாம் என்று சொல்லியபடியே வெளியே அழைத்து வந்து விட்டார் அப்பா, பசியோடு நடந்து வரும்போது ஊரில் எத்தனையோ ஹோட்டல் இருக்கிறது. வேறு எங்காவது போகலாம் என்று ஏன் அம்மா சொல்வதேயில்லை என்று அவள் மீது ஆத்திரமாக வந்தது. அம்மா எதற்குமே விருப்பப் படாதவளாக இருந்தாள்.

சித்தி எழுந்து நின்று சோம்பல் முறித்தபடியே தனது ஹேண்ட் பேக்கினைத் திறந்து சில்லறைகளைக் கையில் எடுத்தாள். ஒவ்வொன்றாக எண்ணிப்பார்த்தபடியே என்னிடம் நீட்டி ஒரு ராணிமுத்து வாங்கி வரும்படியாகச் சொன்னாள். அம்மாவிற்குப் படிக்கத் தெரியும். ஆனால் அவள் ஒருபோதும் பேருந்து நிலையக் கடையில் புத்தகம் வாங்கியதேயில்லை. எப்போதாவது அவள் அபிராமி அந்தாதியிலிருந்து சில பாடல்களைப் பாடுவதைக் கேட்டிருக்கிறேன். அம்மா ஏன் புத்தகங்களை வாங்கிப் படிக்கவேயில்லை என்று அப்போதுதான் தோணியது.

பேருந்து நிலையத்தின் தண்ணீர்த்தொட்டியை ஒட்டியிருந்த புத்தகக்கடையில் காசை நீட்டியபடியே வெளியே தொங்கிக்

கொண்டிருந்த காமிக்ஸ் புத்தகங்களைப் பார்த்துக் கொண்டிருந்தேன். ராணி முத்தை என் கையில் கொடுத்தபடியே கடைக்காரன் மக்காச் சோளம் தின்றுகொண்டிருந்தான்.

சித்தி பெஞ்சில் சாய்ந்து உட்கார்ந்தபடியே ராணி முத்துவை வாசிக்கத் துவங்கியிருந்தாள். சித்தி என்ன படித்திருக்கிறாள் என்று எனக்குத் தெரியாது. ஆனால் அவளாகவே ஒரு நாள் தன்னிடம் வீட்டுப்பாடம் தொடர்பாக சந்தேகமிருந்தால் கேட்கலாம் என்று சொன்னாள். உடனே தங்கை வாசுகி அவளிடம் ஆங்கில இலக்கண நோட்டைத் திருத்தித் தரும்படி சொன்னதும் அவள் தன்னுடைய ஹேண்ட்பேக்கில் இருந்து ஒரு சிவப்பு மை பேனாவை எடுத்துத் திருத்தித் தந்தாள். சித்தி எதற்காக சிவப்பு மை பேனா வைத்திருக்கிறாள். அவள் ஒருவேளை டீச்சராக வேலை பார்த்தவளா? அன்றே அவளிடம் கேட்க வேண்டும் போலிருந்தது. ஆனால் கேட்கவேயில்லை.

அன்றிரவு பாயில் படுத்தபடியே வாசுகி என்னிடம், 'சித்தி ரொம்ப நல்லவங்கடா. அம்மா ஒரு நா கூட என் நோட்டைத் திருத்திக் கொடுத்ததேயில்லை' என்று சொன்னாள். எனக்கு ஏனோ சித்தியைப் பிடிக்காமலேயிருந்தது. சித்தி ஏமாற்றுகிறாள். நோட்டைத் திருத்திக் கொடுப்பது ஒன்றும் பெரிய வேலையில்லை. அம்மாவிடம் சிவப்புப் பேனா இல்லை. ஒரு வேளை இருந்திருந்தால் நிச்சயம் அதைத் திருத்திக் கொடுத்திருப்பாள் என்று சொன்னேன். வாசுகி அதில் சமாதானம் அடையவில்லை. அன்றிரவெல்லாம் சித்தி சிவப்புப் பேனா வைத்திருக்கிறாள் என்று திரும்பத் திரும்ப சொல்லிக்கொண்டேயிருந்தாள்.

சித்தி ராணிமுத்தைப் புரட்டியபடியே என்னிடம் 'உங்க அப்பா ஆபீஸ் எங்கேயிருக்குனு உனக்குத் தெரியுமா மோகன்' என்று கேட்டாள். நான் தலையசைத்தேன். பிறகு ராணிமுத்தைத் தனது ஹேண்ட்பேக்கில் வைத்து விட்டு 'உங்க அப்பா ஆபீஸிற்குப் போகலாமா' என்று கேட்டாள்.

'வேண்டாம். அப்பாவிற்கு அது பிடிக்காது' என்று சொன்னேன். சித்தி காற்றில் அலைபடும் தனது கூந்தலை ஒதுக்கிவிட்டபடியே நீயும் உங்க அம்மாவும் இப்படியே உட்கார்ந்துகிட்டுதான் இருப்பீங்களா' என்று கேட்டாள். நான் இறுக்கமான குரலில் 'எங்கம்மா ரொம்ப நல்லவங்க. அப்பா ஆபீஸ்க்கு எல்லாம் போக மாட்டாங்க' என்று சொன்னேன். சித்தி அதைப் பெரியதாக எடுத்துக்கொள்ளாதவளாக திரும்பவும் கேட்டாள். 'உங்க அம்மா

அடிக்கடி கோவிச்சிகிட்டு போயிருவாங்களா? நான் பதில் பேசாமலிருந்தேன். சித்தி என்னை முறைத்தபடியே மோகன் உன்னைத் தான்டா கேட்குறேன். உங்கம்மா கோவிச்சிகிட்டு போவாங்களா' என்று திரும்பவும் கேட்டாள்.

ஆமாம் என்று தலையாட்டினேன். நீயும் கூடப் போவியா' என்று சித்தி கேட்டாள். நான் பதில் பேசவேயில்லை. உங்கப்பா அடிப்பாரா' என்று கேட்டாள். நான் தொலைவில் பேருந்து திரும்புவதற்காக விசில் அடித்தபடியே இருந்த நடத்துனரைப் பார்த்தபடியே இருந்தேன். சித்தி என்னை உலுக்கியபடியே 'உங்கப்பா அடிப்பாரா' என்று கேட்டார். எனக்கு ஆத்திரமாக வந்தது. 'அடியா அடிப்பாரு' என்று சொன்னேன்.

சித்தி சிரித்தபடியே 'உங்கம்மா அழுவாங்களா' என்று கேட்டாள். 'அம்மா அழவே மாட்டார்கள்' என்று சொன்னேன். சித்தி வேறு எதையும் கேட்டுக்கொள்ளாமல் அங்கு மிங்கும் நடந்துகொண்டிருந்தாள். பிறகு தன் கையில் கட்டியிருந்த வாட்சைப் பார்த்துக்கொண்டாள். பெஞ்சைப் பிடித்தபடியே நின்றுகொண்டிருந்த என்னிடம் 'உங்க அப்பா ஆபீஸ் போன் நம்பர் தெரியுமா என்று கேட்டாள். தெரியாது என்று தலையசைத்தேன்.

அப்பா அம்மாவை அடிக்கும் நாளில் அம்மா அழுவதேயில்லை. மாறாக அவள் கோவித்துக்கொண்டு தலைவிரி கோலமாக தங்கையைத் தூக்கி இடுப்பில் வைத்தபடியே ஆவேசமாக என் பள்ளிக்கூடத்திற்கு வந்து வகுப்பறையில் இருந்த என்னை பாதியில் வெளியே அழைத்துக் கூட்டிக் கொண்டு தாத்தா ஊருக்குப் போய்விடுவாள்.

தாத்தாவின் ஊர் கிழக்கேயிருந்தது. டவுன் பஸ்ஸில் போய் முக்குரோட்டில் இறங்கி நடந்துபோக வேண்டும். அம்மா அந்த முக்குரோட்டில் போய் இறங்கும் வரை தலையை முடிந்துகொள்ளவே மாட்டாள். அவளது சிவந்த முகமும் ஆவேசமும் அப்படியே இருக்கும்.

முக்குரோட்டில் போய் இறங்கியதும் அவள் தலையை முடிந்து கொண்டையிட்டுக் கொள்வாள். முகத்தை முந்தானையால் துடைத்துக் கொள்வாள். என்னை அருகில் அழைத்து என் முகத்தையும் துடைத்து விடுவாள், பிறகு தன்வீட்டை நோக்கி மெதுவாக நடந்து செல்வாள். இரண்டு நாளோ ஒரு வாரமோ தாத்தா வீட்டிலிருப்போம்.

அப்போது அம்மாவைக் காண்பதற்கு மிக அழகாக இருக்கும். காலையிலே குளித்து கூந்தலில் மருக்கொழுந்தும் கனகாம்பரப் பூக்களும் சூடியபடியிருப்பாள். மதிய வேளையில் தரையில் கோடு கிழித்து அடுத்த வீட்டுப் பெண்ணோடு சொக்கட்டான் ஆடிக் கொண்டிருப்பாள். பின்பு ஒரு நாளின் இரவில் அப்பா வந்து சேருவார்.

தாத்தாவும் அவரும் நெடுநேரம் பேசிக்கொண்டேயிருப்பார்கள். விடிகாலையில் முதல் பேருந்தில் ஏற்றிவிடுவதற்காக தாத்தா எங்களோடு முக்குரோடு வரை வருவார். சில நேரம் பேருந்து கிளம்பும்போது தாத்தா கண்களைத் துடைத்துக்கொள்வதைக் கண்டிருக்கிறேன். வீடு திரும்பும் வரை அப்பாவும் அம்மாவும் ஒரு வார்த்தைகூட பேசிக் கொண்டதில்லை. ஆனால் அன்று மதியமே அம்மா மீன் குழம்பும் ஈரல் வறுத்ததும் டிபன் கேரியரில் வைத்து டவுன்பஸ்ஸின் டிரைவரிடம் அப்பாவிற்காகக் கொடுத்து அனுப்புவாள். அம்மாவிற்கு அடிவாங்கிய வலி மறந்து போயிருக்குமா ?

நீண்ட ஹார்ன் சப்தத்தோடு ஒரு பேருந்து உள்ளே நுழைந்தது. சித்தி எரிச்சலோடு அங்குமிங்கும் நடந்துகொண்டிருந்தாள். பேருந்து நிலையத்தின் மாலைநேர இயக்கம் பரபரப்பாக இருந்தது. பள்ளி மாணவர்கள் ஆங்காங்கே பேருந்தில் இடம் பிடிப்பதற்காக ஓடிக்கொண்டிருந்தார்கள். ஒரு பையனின் டிபன் பாக்ஸ் தரையில் விழுந்து உருண்டு ஓடியது. சித்தி உதட்டைக் கடித்தபடியே ஏதோ யோசனை செய்தபடி நின்றிருந்தாள்.

பேருந்து நிலையத்திற்குள் எப்போதும் தென்படும் வால் வெட்டப்பட்ட நாயைக் காணவில்லையே என்று அப்போது தான் எனக்குத் தோன்றியது. அது எங்காவது தென்படுகிறதா என்று கண்களால் தேடிக்கொண்டிருந்தேன்.

சித்தி என்னிடம் 'உங்க அப்பா ஆபீஸுக்கு போகலாம் வா' என்று சொல்லியபடியே கையைப் பிடித்துக் கூட்டிக் கொண்டாள். காலி மண்ணெண்ணெய் கேனைத் தூக்கிக் கொண்டு சித்தி பின்னாடியே சென்றேன்.

சித்தி பேருந்து நிலைய வாசலில் இருந்த ஒரு ரிக்ஷாவைப் பேரம் பேசிப் பிடித்தாள். நானும் சித்தியும் ரிக்ஷாவில் ஏறி உட்கார்ந்து கொண்டோம். நான் அதற்கு முன்பு இரண்டு முறைதான் ரிக்ஷாவில் போயிருக்கிறேன். இரண்டுமே மருத்துவமனைக்குத்தான். ஒரு முறை அம்மாவின் மண்டை உடைந்துபோய் ரத்தம் ஒழுகிக்கொண்டிருந்த

எஸ்.ராமகிருஷ்ணன் 37

போது காப்பிப் பொடியைக் காயத்தில் வைத்து அழுத்தியபடியே பஸ் பிடித்து நகரில் வந்து இறங்கி பொது மருத்துவமனைக்குப் போவதற்காக ரிக்‌ஷாவில் கூடவே சென்றிருக்கிறேன்.

அம்மாவின் மண்டையை உடைத்த அப்பா சாவகாசமாக இரவில் பொது மருத்துவமனைக்கு அம்மாவைப் பார்க்க வந்தபோது தான் சாப்பிடுவதற்காக ஒரு கொத்து பரோட்டா பொட்டலம் வாங்கிக் கையில் வைத்திருந்ததுகூட எனக்கு நினைவிருக்கிறது. இன்னொரு முறை வாசுகிக்குக் காய்ச்சல் கண்டிருந்தபோது அம்மாவும் நானும் வாசுகியும் இது போல ரிக்‌ஷாவில் போயிருக்கிறோம்.

இன்றைக்கு சித்தியோடு அப்பா ஆபீஸை நோக்கி ரிக்‌ஷாவில் போவது சந்தோஷமாக இருந்தது. ஏன் அம்மா ஒரு நாளும் இப்படி யோசிக்காமலே போனாள். ரிக்‌ஷா பஜாரின் உள்ளே போனபோது தெருவில் நடந்து போய்க் கொண்டிருந்தவர்களில் யாராவது தெரிந்தவர்களிருந்து என்னைப் பார்க்க மாட்டார்களா என்று ஆசையாக இருந்தது.

அப்பாவின் அலுவலகம் ரெண்டாவது கேட்டைத் தாண்டியிருந்தது. அப்பா நெடுஞ்சாலைத்துறையில் வேலை செய்துகொண்டிருந்தார். மஞ்சள் வெளிறிப்போன பழைய கட்டிடம் அது ரயில்வே தண்டவாளத்தை ஒட்டியிருந்தது. ரிக்‌ஷாவை வாசலில் நிறுத்திவிட்டு சித்தி என்னை மட்டும் இறங்கிப் போய் அப்பாவை அழைத்து வரும்படியாகச் சொன்னாள்.

நான் வேகவேகமாக அலுவலகத்தின் மாடிக்கு ஓடினேன். வரிசை வரிசையாக மர மேஜைகளிருந்தன. பைல்களும் காகிதங்களும் நிரம்பியிருந்த அந்த அலுவலகத்தில் ரூல் தடியை வைத்துக் கோடு போட்டபடியே அப்பா ஏதோ வொரு கணக்குப் பதிவேட்டைப் பார்த்துக்கொண்டிருந்தார். நான் அப்பாவின் முன்னால் போய் நின்றதும் அவரது முகம் கோபத்தில் சிவந்து போனது. மிரட்டும் குரலில் இங்கே எதுக்குடா வந்தே' என்று கேட்டார்.

சித்தியும் வந்திருப்பதாகச் சொன்னேன். அப்பாவின் முகம் உடனே மாறியது. "சித்தி எங்கேயிருக்காங்க' என்று கேட்டார். வெளியே ரிக்‌ஷாவில் இருப்பதாகச் சொன்னதும் அப்பா எழுந்து வந்து பால்கனியில் நின்றபடியே சாலையை எட்டிப் பார்த்தார். ரிக்‌ஷா தெரிந்தது. சித்தி தெரியவில்லை. அப்பா என்னை காலியாகக் கிடந்த ஒரு மரநாற்காலியில் உட்காரச் சொல்லிவிட்டு பதிவேட்டை எடுத்து வைக்கத் துவங்கினார்.

அப்பாவும் நானும் சித்தியும் அதே ரிக்ஷாவில் பலசரக்கு வாங்கும் கடைக்குப் போனோம். சாமான்களை ஆர்டர் கொடுத்துவிட்டு கணேஷ்பவனில் போய் குளோப்ஜாமூன் சாப்பிட்டோம். சித்ரா ஸ்டோரில் எனக்கு ஒரு மை பாட்டிலும் இங்க் பில்லரும் வாங்கிக் கொடுத்தாள் சித்தி. அப்பா எதுவுமே சொல்லவில்லை. பேருந்து நிலையத்திற்கு சாமான்களை ஏற்றிக்கொண்டு ரிக்ஷாவிலே வந்தோம். அப்பாவின் முகம் சாந்தமாகவே இருந்தது. எப்படி அப்பா இவ்வளவு மாறிப்போனார் என்று ஆச்சரியமாக இருந்தது.

பேருந்தில் அப்பாவும் சித்தியும் ஒரே இருக்கையில் உட்கார்ந்து கொண்டார்கள். நான் மண்ணெண்ணெய் சிந்தாமல் கேனைப் பிடித்தபடியே இன்னொரு இருக்கையில் உட்கார்ந்திருந்தேன்.

சித்தி அப்பாவின் தோளில் கைபோட்டபடியே உட்கார்ந் திருந்தாள். எனக்கு அது ஏனோ பிடிக்காமலிருந்தது. பேருந்து கிளம்பி நகரை விட்டு வெளியேறத் துவங்கியபோது சித்தி அப்பாவின் தோளில் சாய்ந்துகொண்டாள். அவளது தலைமயிர் காற்றில் பறந்து கொண்டேயிருந்தது. அப்பா தன் விரலால் சித்தியின் முகத்தில் கிடந்த கேசத்தை ஒதுக்கிவிட்டபடியே வந்தார்.

அம்மா ஏன் ஒரு நாள்கூட இப்படி அப்பாவின் தோளில் சாய்ந்துகொள்ளவேயில்லை. அப்பா எதற்காக அம்மாவின் கூந்தலை இப்படி ஒதுக்கிவிடவில்லை. எனக்கு அம்மாவின் மீது ஆத்திரமாக வந்தது. சித்தி மை பாட்டில் வாங்கித் தந்ததால் மட்டும் பெரிய ஆள் ஆகிவிடுவாளா என்ன?

அம்மா எத்தனை நாட்கள் இதே பேருந்து நிலையத்தில் நாள் முழுவதும் மூத்திரம் போவதற்குக்கூட பயந்து பயணியர் அறையில் காத்துக் கிடந்திருக்கிறாள். ஏன் அப்பா அதையெல்லாம் மறந்து போனார்.

வீடு வரும் வரை கோபமும் ஆத்திரமும் பொங்கிக் கொண்டே வந்தது. வீட்டிற்கு வந்ததும் சித்தி வாசுகிக்கு வாங்கி வந்த ஜாமண்டரி பாக்ஸைக் காட்டிக்கொண்டிருந்தாள். வாசுகி ஆசையோடு என்னிடம் நீங்கள் ரிக்ஷாவில் போனிர்களா' என்று கேட்டுக்கொண்டிருந்தாள். நான் பதில் சொல்லவேயில்லை. அவள் 'உனக்குச் சித்தியைப் பிடிக்கலையா. எனக்கு ரொம்ப பிடிச்சிருக்கு' என்று சொன்னாள். அப்பா சித்தியிடம் சம்பளப் பணத்தைத் தந்துகொண்டிருந்தார்.

அன்றிரவு என் அருகில் படுத்திருந்த வாசுகியிடம் அப்பா சித்தியை அடிப்பாரா என்று கேட்டேன். வாசுகி அதெல்லாம் அடிக்கவே மாட்டாரு' என்று சொன்னாள். எனக்கு ஆத்திரமாக வந்தது. நான் சப்தமாக அதெல்லாம் அடிப்பாரு. அப்போ பாரு சித்தி, நம்மளை விட்டுட்டு அவ மட்டும் அவங்க வீட்டுக்குப் போயிருவா. என்று கத்தினேன். சில நிமிஷங்களுக்குப் பிறகு வாசுகி அழும் சப்தம் மெதுவாகக் கேட்டது. உள் அறையில் சித்தி மெதுவான குரலில் கண்ணன் ஒரு கைக்குழந்தை என்ற சினிமா பாட்டைப் பாடிக்கொண்டிருந்ததும் கேட்டது. ஏனோ வாசுகியோடு சேர்ந்து எனக்கும் அழ வேண்டும் போலிருந்தது.

இவை எல்லாம் அப்பாவோடு சண்டை போட்டு அடி வாங்கிய வலி தாங்கமுடியாத ஒரு நாளில் என் அம்மா பூச்சிமருந்தைக் குடித்து தற்கொலை செய்து கொண்டு விடவே, குடும்பத்தையும் குழந்தைகளையும் காப்பாற்ற வேண்டும் என்பதற்காக அப்பா எங்கிருந்தோ மகேஸ்வரியை இரண்டாம் திருமணம் செய்து கூட்டி வந்த முதல் மாதத்தின் சம்பள நாள் அன்று நடந்தேறியது.

◂ ● ▸

சௌந்திரவல்லியின் மீசை

சௌந்திரவல்லிக்கு மீசை முளைத்திருக்கிறது என்று ஏழாம் வகுப்பு மாணவர்களில் ஒருவன் எழுந்து சொன்ன போது, அவளுக்கு ஆத்திர ஆத்திரமாக வந்தது. சயின்ஸ் வாத்தியாரும் அவன் சொன்னதைக் கேட்டுக்கொண்டு அவளை எழுந்து நிற்கச் சொன்னார். அவளருகில் இருந்த மாணவிகள் வாயை மூடிக்கொண்டு சிரித்தார்கள். சௌந்திர வல்லி தலையைக் கவிழ்ந்துகொண்டு உட்கார்ந்துகொண்டாள். சயின்ஸ் வாத்தியார் சப்தமாக 'ஏ. இந்திராணி. அவளுக்கு மீசையிருக்கா இல்லையானு நீ பாத்து சொல்லுப்பா' என்று சொன்னதும் வகுப்பில் சிரிப்பு பலமாக வெடித்தது.

சௌந்திரவல்லியிருந்த பெஞ்சில்தான் இந்திராணி உட்கார்ந் திருந்தாள். இதுபோன்ற சந்தர்ப்பத்திற்காகவே காத்துக்கிடந்தவள் போல அவள் சௌந்திரவல்லியின் தலையைப் பிடித்து மேலே தூக்க முயன்றாள். குனிந்தபடியே பெஞ்சைப் பிடித்த கையை சௌந்திரவல்லி விடவேயில்லை. இந்திராணி வேண்டுமென்றே பெஞ்சின் அடியில் குனிந்து அவள் முகத்தைப் பார்க்க முயற்சித்தாள். சௌந்தரவல்லி நறநறவெனப் பற்களைக் கடிக்கத் துவங்கினாள். அப்படியே இந்திராணியைச் செவுளோடு சேர்த்து அடிக்க வேண்டும் போலிருந்தது.

'சார் பல்லைக் கடிச்சிகிட்டு தலையை நிமிரவே மாட் டேங்கா. ரெண்டு பிள்ளைக ஒண்ணா சேந்து இழுக்கட்டும்மா?' என்று இந்திராணி கேட்டதும் சயின்ஸ் வாத்தியார் உற்சாகமாகி 'என்ன செய்வீங்களோ எனக்குத் தெரியாது, உண்மை தெரிஞ்சாகணும்' என்றார்.

உடனே சௌந்திரவல்லியின் பெஞ்சின் பின்னால் இருந்த சங்கரி அவள் ஜடையைப் பிடித்து பின்னால் இழுக்க ஆரம்பித்தாள். பிடரியில் வலியான போதும் சௌந்திரவல்லி தலையை நிமிர்த்தவேயில்லை. உடனே அவளுக்கு இடது பக்கம் உட்கார்ந்திருந்த மாரிக்கனி அவளது இடுப்பில் கிச்சலம் காட்டத் துவங்கினாள். உடம்பை நெளித்துக் கொண்டபோதும் சௌந்திர வல்லியின் முகம் வெளிப்பட வேயில்லை.

அவளது முன் பெஞ்சில் இருந்த நிர்மலா மட்டும் 'ஏய் விடுங்கடி... அதெல்லாம் சௌந்திரவல்லிக்கு மீசை கிடையாது' என்று ஆதங்கத்துடன் சொன்னாள். அதை யாரும் பெரிதாக எடுத்துக்கொள்ளவில்லை. வகுப்பு லீடராக இருந்த ஆவுடையப்பன் மிகுந்த ஆவலோடு 'நான் வேணும்னா தலையை இழுத்துப் பாக்கட்டுமா சார்' என்று கேட்டான். இங்கே என்னடா ஜல்லிக் கட்டா நடக்குது. ஆளுக்கு ஆள் இறங்குறீங்க. இருங்கடா. பாக்கலாம்' என்று அவர்களைக் கட்டுப்படுத்தினார் வாத்தியார். மாணவர்கள் தங்களுக்குள் குசுகுசுவெனப் பேசிக்கொண்டார்கள்.

பெஞ்சிற்கு அடியில் குனிந்து உட்கார்ந்து இந்திராணி கையைக் கொடுத்து சௌந்திரவல்லியின் தாடையைப் பிடித்துவிட்டாள். நகத்தால் அவள் கையில் கிள்ளியபோதும் பிடியை விடவேயில்லை. தாடையைப் பிடித்து மேலே தூக்கத் துவங்கினாள். சௌந்தரவல்லி திமிரவும் பின்னால் இருந்த சொர்ணம் ஜடையைச் சுண்டி இழுக்கவும் முகம் வெளியே வந்தது. முகத்தை எப்படி மூடிக் கொள்வது என்று தெரியாமல் அவசரமாக தன் கைகளால் முகத்தைப் பொத்திக்கொண்டாள். இந்திராணி அப்படியும் விடவில்லை. சௌந்திர வல்லியின் கைகளைப் பிரித்து முகத்தைக் காட்டினாள்.

மொத்த வகுப்பும் சௌந்தரவல்லியின் முகத்தையே பார்த்தது. சயின்ஸ் வாத்தியார் அவள் அருகில் வந்து நின்று உற்று நோக்கினார். பிறகு பலத்த சிரிப்போடு 'ஆமான்டா. சௌந்திரவல்லிக்கு மீசையிருக்கு' என்று சொன்னார். மாணவர்கள் பெஞ்சைத் தட்டிக் கொண்டு சிரித்தார்கள். சௌந்திரவல்லி அவமானத்தைத் தாங்க முடியாமல் உதட்டைக் கடித்துக்கொண்டிருந்தாள். கண்களில் அழுகை முட்டிக்கொண்டு நின்றது.

வாத்தியார் அவளிடம், 'உம் முகரையை ஒரு தடவையாவது கண்ணாடியில் பாத்திருக்கியா' என்று கேட்டார். அவளால் பதில் சொல்லமுடியவில்லை. தொண்டையில் யாரோ கையால் நெருக்கிப் பிடித்து அழுத்துவது போல இருந்தது.

‘தினம்தினம் குளிப்பியா’ என்று மறுபடியும் கேட்டார். அவள் தலையாட்டினாள். எங்கே என்று கேட்டதும் அவள் தயங்கித்தயங்கி ‘கல்கிடங்கிலே சார்’ என்று கைகளைக் கட்டிக்கொண்டு சொன்னாள். உடனே ஒரு பையன் எழுந்து பொய்யி சார். கல்கிடங்கில பொம்பளைப் பிள்ளைக யாரும் குளிக்க வர்றது கிடையாது. அது ரெண்டு ஆளு ஆழம்’ என்றான்.

‘அதான் இவ லட்சணம் முகரையில தெரியுதே... பிறகு நீ வேற சொல்லணுமாக்கும்’ என்றபடியே இந்த வருசத்தில் என்னைக்குக் குளிச்சே’ என்று கேட்டார். அவளுக்கு ஆத்திரமாக வந்தது. பதில் சொல்லாமல் நின்றுகொண்டிருந்தாள். வாத்தியார் அவள் பாவாடை மீது பிரம்பால் ஒரு அடி கொடுத்தபடியே சொன்னார்,

‘நல்லா சண்டியரு மாதிரி மீசையை ஏத்திவிட்டு வளத் துட்டு வா... அப்போதான் கெத்தா இருக்கும். நம்ம வகுப்பில பயக ஒருத்தனுக்கும் மீசை முளைக்கவேயில்லை. ஆனா அதுக்குள்ள இந்தப் பொம்பளைப் பிள்ளைக்கு மீசை வந்துருச்சி பாருங்கடா.

மாணவிகளும் இதைக் கேட்டுச் சிரித்தார்கள். இந்திராணி மட்டும் நல்லபிள்ளை போல ‘சார் நான் எல்லாம் தினம் மஞ்ச தேய்ச்சிக் குளிப்பேன். எனக்கெல்லாம் மீசை வரவே வராது’ என்றாள். சயின்ஸ் வாத்தியார் ‘அதான் பொம் பளைப் பிள்ளைக்கு அழகு’ என்று நற்சான்றிதழ் தந்தார். வகுப்பு முடியும் வரை அந்தக் கேலிப்பேச்சு ஓடிக்கொண்டேயிருந்தது.

மதிய சாப்பாட்டிற்காக மணி அடித்த போது சயின்ஸ் வாத்தியார் வகுப்பை விட்டு வெளியேறத் துவங்கினார். அவரது தலைமறைந்த மறுநிமிசம் செளந்திரவல்லி ஆவேசமாகப் பாய்ந்து பெஞ்சிலிருந்த இந்திராணியைக் கீழே தள்ளிவிட்டு அவள் மீது ஏறி உட்கார்ந்துகொண்டு மாறிமாறி அடித்தாள். அவளும் விடவில்லை. செளந்திர வல்லியின் தலைமயிரைப் பிடித்து உலுக்கினாள். இருவரும் கட்டி உருண்டார்கள்.

இந்திராணி அவள் பாவாடையை உருவிவிடுவதற்காக நாடாவைப் பிடித்து இழுத்தாள். செளந்திரவல்லி அப்படியே அவள் கையைப் பிடித்து இறுக்கமாகக் கடித்து வைத்தாள். கையில் ரத்தம் வரத் துவங்கியது. இந்திராணி பெருங்குரல் எடுத்து அழத்துவங்கினாள். செளந்திரவல்லி தன் பையைக் கூட எடுக்காமல் பள்ளிக்கூடத்தை விட்டு வெளியே ஓடத்துவங்கினாள்.

டீச்சர்ஸ் ரூமில் போய் இரண்டு பையன்கள் செளந்திர வல்லி கடிச்சு வைத்த விஷயத்தைச் சொல்லிக்கொண்டிருந்தார்கள்.

கையில் பிரம்போடு நாரம்பூ சார் வந்தபோது இந்திராணி தன் கையில் பதிந்து போயிருந்த பல் தடத்தைக் காட்டினாள். நாளைக்கு வரட்டும் அவ பாத்துக்கிடலாம்' என்றபடியே இந்திராணி கையில் குப்பை மேனியை அரைத் துத் தடவும்படியாகச் சொல்லிவிட்டுச் சென்றார். மதிய வகுப்புகள் துவங்கியபோது சௌந்திரவல்லி வரவேயில்லை. நிர்மலாவும் சி. முருகேஸ்வரியும் மட்டும் அவளுக்காக வருத்தப்பட்டுக்கொண்டார்கள். மாணவர்களில் ஒருவன் கூட அவளைக் கேலி செய்யாமலில்லை.

சௌந்திரவல்லிக்கு பள்ளியிலிருந்து வெளியேறி வந்த போதும் உடம்பெல்லாம் எறும்பு அப்பிக்கொண்டிருப்பது போன்று அவர்களின் கேலி ஒட்டிக்கொண்டிருந்தது. அப்படியே ஏதாவது ஒரு பாங்கிணற்றில் விழுந்து செத்துப் போய்விடலாமா என்றுகூடத் தோணியது. அவள் வழியில் தென்பட்டதும்பைச் செடிகளை ஒடித்துத் தள்ளியபடியே தனியே நடந்து போய்க்கொண்டிருந்தாள்.

காட்டுமுனியம்மன் கோவில் இருந்த பாறையருகே வந்த போது ஆள் நடமாட்டமேயில்லை. ஒரேயொரு வேப்ப மரமும் வெளிறிப்போன சில மேகங்களும் விரிந்த ஆகாசமும் மட்டுமேயிருந்தது. கோவில் முன்பாக நாலைந்து துருப் பிடித்துப் போன மணிகள் மட்டும் இரண்டு கல்தூண்களுக்கு நடுவில் தொங்கிக்கொண்டிருந்தன. வெயிலேறிக் கிடந்த பாறையின் மீது உட்கார்ந்துகொண்டபோது தன்முகத்தை ஒருமுறையாவது பார்த்துக்கொள்ள வேண்டும் போலிருந்தது.

கண்களைக் கூர்மையாக்கிக்கொண்டு மூக்கின் நுனியைப் பார்க்கத் துவங்கினாள். மீசையிருக்கிறதா இல்லையா என்று தெரியவேயில்லை. இந்தக் கண்ணு எழுவு எம்புட்டோ தூரத்தில இருக்கிற நிலாவைக் கூடப் பாக்குது. உதட்டுக்கு மேல இருக்கிற மீசையைப் பாக்க முடியலை' என்று கண்களின் மீது ஆத்திரமாக வந்தது. தலையை அந்தப் பக்கம் இந்தப் பக்கம் திருப்பி எப்படியாவது மீசையிருக்கிறதா என்று பார்க்க முயற்சித்தாள். தென்படவேயில்லை. அவர்கள் வீட்டில் இருந்த கண்ணாடியில் ரசம் போயிருந்தது. கலங்கலாகத் தண்ணீரில் தெரிவதுபோலத்தான் முகம் தெரியும். பொட்டு வைப்பதற்கு மட்டும்தான் அந்தக் கண்ணாடியை சௌந்திரவல்லி உபயோகப்படுத்திக் கொண்டிருந்தாள். இன்றைக்கு எப்படியாவது மீசையிருக்கிறதா என்று கண்ணாடியில் பார்க்காவிட்டால் மனசு ஆறாது என்றாகியிருந்தது.

மாலையடங்கும் வரை அவள் அந்தப் பாறையிலே உட்கார்ந்திருந்தாள். கிணற்று வெட்டிற்குப் போனவர்கள் திரும்பி வரத் துவங்கியிருந்தார்கள். இனியும் கிளம்பாவிட்டால் வீட்டில் தேட ஆரம்பித்துவிடுவார்கள் என்று புரிந்தது. ஏகாந்தமான காற்றில் அலைபடும் தலை மயிரோடு அவள் மெதுவாக வீட்டை நோக்கி நடக்கத் துவங்கினாள்.

வீட்டில் கேட்டால் என்ன சொல்வது என்று தெரியவில்லை. அம்மாவிடம் இதைப்பற்றிச் சொன்னால் அடிக்கும். பெரிய அண்ணன்கள் யாரும் அவளைப் பற்றி எல்லாம் அக்கறை கொள்வதே யில்லை. அய்யா வீட்டிற்கு வருவதற்கே இரவாகிவிடுகிறது. என்ன செய்வது என்று புரியாத யோசனைகளோடு, எதற்கும் சி. முருகேஸ்வரியைப் பார்த்துவிட்டு வீட்டுக்குப் போகலாம் என்று அவள் வீட்டினை நோக்கி நடந்தாள்.

சி.முருகேஸ்வரி திண்ணையில் உட்கார்ந்து தீப்பெட்டி ஒட்டிக் கொண்டிருந்தாள். அவள் பள்ளிக்கூடம் விட்டு வந்தபிறகு தினமும் நாலு கட்டாவது ஒட்டிவிடுவாள். அவளைப் போலவே பள்ளிப் பிள்ளைகளில் பாதிக்கும் மேலாக தெருவிளக்கடியில் உட்கார்ந்து தீப்பெட்டி ஒட்டு வதை வழக்கமாகக் கொண்டிருந்தார்கள். சௌந்திரவல்லி அடிக்கட்டை ஒட்டுவதில் தேர்ச்சி பெற்றவள். அவளால் வேகவேகமாக ஒட்ட முடியும்.

திண்ணையில் சிதறிக் கிடந்த தீப்பெட்டிகளை ஒதுக்கித் தள்ளி விட்டு சௌந்திரவல்லி ஏறி உட்கார்ந்துகொண்டாள். சி.முருகேஸ்வரி தீப்பெட்டி ஒட்டியபடியே சௌந்திரவல்லியின் பையை ஹெட் மாஸ்டர் ரூமில் கொண்டுபோய் ஆவுடையப்பன் ஒப்படைத்துவிட்டதாகவும் மறுநாள் அவள் பள்ளிக்கு வரும்போது நாரம்பூ சார் வகையாக பிரம்படி சாத்துவார் என்றும் சொன்னாள்.

'அவிங்க கிடக்காங்க. பொண்டுக பயலுக... எல்லாம் அந்த இந்திராணி குரங்காலே வந்த வெனை. அவளை சங்கைக் கடிச்சி வச்சிருக்கணும் தப்பிச்சிட்டா... அவ பவுசு எனக்குத் தெரியாதா' என்று சௌந்திரவல்லி குறைபட்டுக்கொண்டாள். சி.முருகேஸ்வரி ஆதங்கத்துடன் 'கோதண்டராமன், சின்னமுத்து, வௌவாலு இந்த மூணு பயகளும்தான் இத்தனைக்கும் காரணம். அவிங்கதான் உன்னைப் பத்தியே நோண்டிகிட்டுக் கிடப்பாய்ங்க' என்றாள். சௌந்திரவல்லிக்கு அவளிடமே கேட்கலாமா என்றிருந்தது. தயங்கித் தயங்கிக் கேட்டாள்.

'அவிங்க எல்லாம் சொல்றது நிஜமா... என் மூஞ்சியில மீசையா முளைச்சியிருக்கு?'

சி.முருகேஸ்வரி கண்ணில் விழுந்த தூசியை எடுப்பவள் போல மிக அருகில் பார்த்துவிட்டு ‘எம்புட்டு ரோமம் முளைச்சிருக்கு. என்று சிரிக்காமல் சொன்னாள். அவர்கள் வீட்டில் கண்ணாடியிருக்கிறதா என்று பயத்தோடு சௌந்தர வல்லி கேட்டதும் முருகேஸ்வரி உள்ளே ஜன்னலில் மாட்டி வைத்திருப்பதாகச் சொன்னாள்.

திண்ணையில் இருந்து குதித்து சௌந்திரவல்லி வேகமாக உள்ளே போனாள். முருகேஸ்வரியின் வீட்டுக் கண்ணாடியிலும் ரசம் போயிருந்தது. அவள் மிக நெருக்கமாகக் கண்ணாடியை முகத்திற்கு அருகில் வைத்துக்கொண்டு பார்த்தாள். அந்தப் பையன்கள் சொன்னது போல லேசாக மீசைரோமங்கள் அரும்பத் துவங்கியிருந்தன.

இது என்ன இழவிற்கு எனக்குப் போய் முளைக்கிறது என்றபடியே அவள் விரல் நுனியால் தடவிப் பார்க்கத் துவங்கினாள். பூனை ரோமம் போன்றிருந்தது. பார்க்க அசிங்கமாக இருக்கிறதோ என்று கண்ணாடியைச் சற்றுத் தொலைவில் வைத்துப் பார்த்தாள். அவளது கழுத்து எலும்புகள் புடைத்துக்கொண்டு கண்கள் உள்ளோடிப்போய் முகமே பிதுங்கிக்கொண்டிருப்பது போலத்தான் இருந்தது.

இந்திராணிக்கு எல்லாம் அப்படியில்லை. கன்னங்கள் நன்றாக உப்பிப் போயிருக்கின்றன. காதோரம் வேறு முடி சுருள் சுருளாகப் பறக்கிறது. அவள் தினமும் புருவத்திற்குக்கூட மை போட்டுக் கொள்கிறாள். அவளது அப்பா பஞ்சாயத்து போர்டில் வேலை செய்கிறார். அவர்கள் வீட்டில் பெரிய பவுடர் டப்பாகூட இருக்கிறது.

சௌந்திரவல்லி வீட்டில் ஒரேயொரு சாந்துப் பொட்டு மட்டுமே யிருக்கிறது. கண்மை டப்பா இல்லை. அம்மாவிடம் சொல்லி அனுப்பினால்கூட அவள் வாங்கி வரமாட்டாள். ‘பள்ளிக்கூடம் போற கழுதைக்கு எதுக்குக் கண் மை காதுமைனு... இருக்கிற அழகு போதும். இன்னும் ரெண்டு வருசத்தில் எவனாவது கிணறு வெட்டுக்குப் போறவன்கிட்டே புடுச்சிக் குடுத்திர போறம். அதுக்கு இம்புட்டு அழகு போதும்’ என்பாள்.

கண்ணாடியில் திரும்ப திரும்பப் பார்த்தபோது மீசை அரும்பி யிருப்பது அசூயையாக இருந்தது. அவள் ஒவ்வொரு ரோமமாகப் பிடுங்கிப் போட்டுவிடலாமா என்பதுபோல விரல் நுனியால் ஒரு ரோமத்தைப் பிடித்துப் பார்த்தாள். விரலால் பிடிக்கவே முடியவில்லை. கறுப்புப் பென்சிலால் கோடு போட்டது போன்று லேசாகத் துவங்கியிருக்கிறது.

அவளுக்கு அழுகையாக வந்தது. கண்ணாடியை ஜன்ன லில் மாட்டிவிட்டு வாயைப் பொத்திக்கொண்டு அழுதாள். எப்படி இந்த மீசையை அழிப்பது என்று தெரியவில்லையே என்ற வலி அவளுக்குள் பீறிட்டது. கண்ணைத் துடைத்துக் கொண்டு முருகேஸ்வரி அருகில் உட்கார்ந்துகொண்டு வருத்தமான குரலில் 'நான் இப்போ என்னடி செய்றது' என்று கேட்டாள்.

தனக்கும் தெரியவில்லை என்றபடியே முருகேஸ்வரி 'எதுக்கும் நல்லா மஞ்சளை அரைச்சிப் போடு. நாலைஞ்சி நாள்ல மறைஞ்சி போயிரும்' என்றாள். அப்போ நாலைந்து நாட்களுக்குப் பள்ளிக் கூடம் போகக்கூடாது என்று மனதிற்குள்ளாகவே முடிவு செய்து கொண்டபடியே செளந்திர வல்லி வீட்டிற்கு நடக்க ஆரம்பித்தாள்.

தெருவில் தென்படும் ஒவ்வொரு பெண்ணின் முகத்தையும் அவள் பார்வை உற்று நோக்கத் துவங்கியது. ஒன்றிரண்டு பெண்களுக்கு மீசை ரோமங்கள் இருப்பது கண்ணில் தென்படத்தான் செய்தது. அவர்களும் தன்னைப் போல அவமானப்பட்டிருப்பார்களா என்று யோசனையாக இருந்தது.

அவள் வீட்டிற்குப் போன போது அம்மா அடுப்பில் மிளகாய் வத்தலை வறுத்துக்கொண்டிருந்தாள். புகை மண்டியிருந்தது. உள்ளே எட்டிபார்த்தவுடனே அம்மா கரண்டியை அவள் மீது வீசி எறிந்தபடியே 'எதுக்குடி அந்த இந்திராணியைக் கடிச்சி வச்சே... நீ என்ன கடி நாயா... இல்லை கறிக்கு ஏமாந்து போயி அலையுறயா...' என்று கேட்டாள். செளந்திரவல்லி முறைத்தபடியே நான் ஒண்ணும் சும்மா அடிக்கலை' என்றாள்.

அம்மா சேலைநுனியால் இரும்புச்சட்டியைப் பிடித்து இறக்கி வைத்துவிட்டு 'அவங்க அம்மாவும் அய்யாவும் வழியில் என்னைப் பிடிச்சிநிறுத்தி நாற வசவு வஞ்சாங்க. அந்நேரம் என் கையில கிடைச்சிருந்தா... உன்னை நரம்பு நரம்பா எண்ணியிருப்பேன். எங்கடி போய்த் தொலைஞ்சே' என்றாள்.

செளந்திரவல்லிக்கு பள்ளியில் நடந்தது எதையும் அம்மாவிடம் சொல்ல வேண்டாம் போலிருந்தது. வழக்கம் போல தான் ஒட்ட வேண்டிய தீப்பெட்டியின் அடிக்கட்டைகளுக்கான பொருட்களை அள்ளிக்கொண்டு தெருமுனைக்குப் போய் உட்கார்ந்துகொண்டாள். அவளால் கவனமாக ஒட்டவே முடியவில்லை. மனதில் வலி அதிகமாகிக் கொண்டேயிருந்தது.

வீட்டில் அம்மா சமையலை முடித்துவிட்டு வாசலுக்கு வரட்டும் என்று காத்திருந்தவள் போல அவள் மிக மெதுவாக

வீட்டினுள் நடந்து போய் அடுப்படியில் இருந்த மஞ்சள் கிழங்கைத் தேடினாள். உரசி உரசி மஞ்சள் கிழங்கு தேய்ந்து போயிருந்தது. வீட்டின் பின்புறம் இருந்த படலினுள் போய் நின்றுகொண்டு மஞ் சள் கிழங்கைக் கல்லில் வேகவேகமாக உரசி உதட்டுக்கு மேலாக அப்பிக் கொண்டாள். கையெல்லாம் மஞ்சளாகியது.

அம்மா வீட்டிற்குள் வரும் சப்தம் கேட்டதும் தலையைக் கவிழ்ந்தபடியே வெளியே நடந்து போனாள். அன்றைக்குப் பார்த்து அவளோடு பெட்டி ஒட்டுவதற்கு அம்மாவும் வந்து சேர்ந்தாள். அருகில் வந்து உட்கார்ந்தவுடனே சௌந்திரவல்லியின் முகத்தைப் பார்த்துவிட்டு 'என்னடி இது வேஷம் என்று கேட்டாள். முகத்தில் எரிச்சல் இருக்கிறது என்று சௌந்திரவல்லி பொய் சொன்னாள். அம்மா முறைத்தபடியே 'அதுக்கு இப்பிடியா மஞ்சளைப் பூசிகிட்டு வர்றது' என்றபடியே தீப்பெட்டி ஒட்டத் துவங்கினாள்.

அம்மாவின் முகத்திலும் அவளுக்கு இருப்பது போல பூனை ரோமங்கள் இருக்கத்தான் செய்கின்றன. அதைப்பற்றி அய்யாவோ, அண்ணன்களோ எதுவுமே சொன்னதேயில்லை. அவள் முகத்தை உற்றுப்பார்த்துக்கொண்டேயிருந்தாள். அம்மா அதைக் கவனிக்கவேயில்லை. அவளால் தனது வலியை அடக்கிக் கொள்ளவே முடியவில்லை. தயங்கி தயங்கி அம்மாவிடம் தனக்கு மீசை வளர்வதாகச் சொன்னாள். அம்மா அவளை அருகில் அழைத்து முகத்தை உற்றுப் பார்த்துவிட்டு 'அது தானா போயிரும். அதுக்குப் போயா இப்படி மஞ்சளைப் பூசிகிட்டு இருக்கே என்றாள். சௌந்திரவல்லிக்கு அந்த பதில் போதுமானதாகயில்லை.

அவள் முகத்தை இறுக்கமாக வைத்துக்கொண்டு 'நம்ம வீட்ல புதுசா ஒரு கண்ணாடி வாங்கணும்' என்றாள். அம்மா தானும் பதிலுக்கு முறைத்தபடியே 'அதெல்லாம் உன்னைக் கட்டிக் கொடுக்குற அன்னைக்கு வாங்கிக்கிடலாம் என்றாள். சௌந்திர வல்லிக்குக் கோபம் உச்சத்தைத் தொட்டது. அதுவரைக்கு நான் கருகருனு மீசையை வளத்துகிட்டு அசிங்கமா அலையனுமா... ஆம்பளைப் பயக எம்புட்டு கேலி செய்றாங்ன்னு உனக்கு எப்படித் தெரியும்' என்றாள். 'அதுக்கு நான் என்னடி செய்யே. இருக்கிற பாட்டையே பாக்க முடியலை. இதுல உனக்கு மீசை முளைக்கிறதுதான் பெரிய பிரச்சினையாக்கும்' என்றாள் அம்மா. இனி அம்மாவோடு எதைப் பற்றியும் பேசவே கூடாது என்று தோணியது.

அதற்குள் வீட்டிலிருந்து அம்மாவைத் தேடி அண்ணன் வந்திருந்தான். அவர்கள் இருவரும் பேசியபடியே நடந்து

போனார்கள். ஐந்தாம் வகுப்பு படிக்கும் வரை அவளுக்கு இது போன்ற தொல்லைகள் எதுவுமே கிடையாது. ஆறாம் வகுப்பு படிக்கப் போகும்போது கால் தெரியாமல் பாவாடை கட்ட வேண்டும். ஆம்பளைப் பிள்ளைகள் சட்டை போடக் கூடாது என்று பள்ளிக்கூடத்தில் நிறைய கெடுபிடிகள் கொண்டுவந்துவிட்டார்கள். அப்போதிருந்துதான் அவள் உடலில் ஏதேதோ மாற்றங்களும் உருவாகத் துவங்கியது. அதைவிடவும் அம்மா எடுத்ததற்கெல்லாம் அவளைக் கட்டிக் கொடுப்பதைப் பற்றியே பேசத் துவங்கியது வேறு எரிச்சலை உண்டு பண்ணிக் கொண்டிருந்தது.

அன்றிரவு தூக்கம் கண்ணைக் கட்டிக்கொண்டு அழுத்தும் வரைக்கும் அவள் தீப்பெட்டி ஒட்டினாள். தனக்கு உதவி செய்வதற்கு யாருமேயில்லை என்பது வருத்தம் தருவதாக இருந்தது. பேசாமல் அந்த இந்திராணியிடமே போய் மீசை முளைக்காமல் இருக்க என்ன செய்வது என்று கேட்டுவிடலாம் போலிருந்தது. அன்றைக்கு அவள் சாப்பிடாமலே உறங்கினாள்.

அதன் மறுநாளில் இருந்து மூன்று நாட்களுக்கு அவள் நினைத்த நேரம் எல்லாம் மஞ்சள் கிழங்கை உரசி உரசி முகத்தில் பூசினாள். ஆனால் அந்த மீசை ரோமங்கள் மறையவேயில்லை. மாறாக முகத்தில் மஞ்சள் படிந்து போய் காமாலை கண்டவள் போலாகியிருந்தது. விஷயம் அய்யா காதிற்கும் போய் பொம்பளைப் பிள்ளையை உருப்படியா வளர்க்கத் தெரியலை. கோவில் மாடு மாதிரி அலைய விட்டா மீசையும் முளைக்கும் தாடியும் முளைக்கும் என்று அவர் அம்மாவைப் போட்டு நாலு அடி அடித்தார்.

அன்றிரவு அம்மா யாரிடமோ ஆலோசனை கேட்டு அவளுக்காக மஞ்சளோடு பச்சிலைகளைச் சேர்த்து அரைத் துப் பூசியது. ஆனாலும் ரோமம் மட்டுப்படவேயில்லை. யாரும் அறியாமல் கழுதை மூத்திரத்தைக்கூட பிடித்துக் கொண்டுவந்து அம்மா அவள் முகத்தில் தேய்த்துக்கூடப் பார்த்தது. அவளால் அந்த நெடியைத் தாங்க முடியவில்லை.

அதன்பிறகு 'எம்பிள்ளைய யாரு கட்டிக்கிட்டுப் போவான். இப்பிடி ஆகிப்போச்சே' என்று அம்மா தெருவில் போகின்ற வருகின்ற பெண்களிடம் எல்லாம் சொல்லி அழுதது. சௌந்திரவல்லி அதற்குப் பிறகு பள்ளிக்கூடத்திற்குப் போகவேயில்லை. நாலைந்து நாட்களுக்குப் பிறகு அவளும் அம்மாவோடு கட்டிட வேலை செய்வதற்குச் செல்லத் துவங்கினாள். கட்டிட வேலையில் யாரும் யாரையும் நின்று கவனிப்பதற்கோ கேலி செய்வதற்கோ நேரமே யில்லை. அவளும் அம்மாவும் கடுமையாக வேலை செய்தார்கள்.

ஒவ்வொரு நாளும் வேலைக்குச் செல்லும்போது சௌந்திரவல்லி பள்ளியைக் கடந்து செல்வாள். தூரத்திலிருந்தே வகுப்பில் மாணவர்கள் படிக்கும் சப்தம் கேட்டுக் கொண்டிருக்கும். அவள் தலைகுனிந்தபடியே கடந்து போய்விடுவாள்.

தன்னுடைய பையையும் புத்தகங்களையும் மட்டுமாவது பள்ளிக்கூடத்திலிருந்து கேட்டு எடுத்துக்கொண்டு வந்துவிட வேண்டும் என்று எப்போதாவது தோன்றும். ஆனால் திரும்பவும் தன்னோடு படித்த மாணவர்களை நேர்கொண்டு பார்ப்பதற்குக் கூச்சப்பட்டுக்கொண்டு அவள் போகவேயில்லை.

நீண்ட நாட்களுக்குப் பிறகு ஒரு இரவு அம்மா அவளுக்காக டவுனிலிருந்த மருந்துக்கடையில் கேட்டு முகத்துக்குப் பூசிக் கொள்கின்ற கிரீம் ஒன்றை வாங்கிக் கொண்டு வந்து தந்தாள். இனிமேல் அதெல்லாம் எதற்கு என்று தோணியது போல கிணற்றுவெட்டுக்காரனைக் கட்டிக்கிடுறதுக்கு இதுவே போதும்மா' என்று சௌந்திரவல்லி அதை வாங்க மறுத்தாள்.

'நம்ம வீட்ல வந்து எதுக்குடி பிறந்தே என்னாலே யாருக்குனு பாக்க முடியுது.' என்று சொல்லியபடியே தலையில் தலையில் அடித்தபடியே அம்மா குலுங்கி அழத்துவங்கினாள். அவளுக்கும் அழ வேண்டும் போலிருந்தது. இருவரும் ஒருவரையொருவர் கட்டிக்கொண்டு அழுதார்கள். அந்த அழுகை சௌந்திரவல்லியின் மீசை முளைத்ததற்காக மட்டும் இல்லை என்பது இருவருக்கும் தெரிந்தேயிருந்தது.

◆ ● ◆

ஆண்கள் தெருவில் ஒரு வீடு

வீட்டில் விளக்கு எரியவில்லை. லைட்டைப் போடக்கூட மறந்து அம்மா இருட்டிற்குள்ளாக இருக்கிறாள் போலும். வெளிச்சம் தேவையில்லை என்ற நிலைக்கு அம்மா வந்து விட்டிருக்கிறாள். யாராவது நினைவூட்டும்போது ஒரேயொரு மஞ்சள் ஒளி வீசும் நாற்பது வாட்ஸ் பல்பைப் போட்டு வைப்பாள். வேறு விளக்குகள் வீட்டில் எரிவதில்லை. யார் இருக்கிறார்கள் அவளைத் தவிர.

வீடு முழுவதும் ஆட்களாக இருந்தது போய் இன்று அம்மாவைத் தவிர வீட்டில் யாருமில்லை. சிற்றூரில் வசிப்பதற்கு யாருக்கு விருப்பமிருக்கிறது. அம்மாவிற்கு வீட்டைப் பிரிந்து வருவதில் இஷ்டமில்லை. உத்திரத்தை ஒட்டிக்கொண்டு வாழும் பல்லியைப் போல அவள் வீட்டோடு ஒட்டிக்கிடக்கிறாள். வயது எழுபத்தி ரண்டு கடந்து விட்டது. கண் பார்வை ஒரு பக்கம் மங்கிப் போய்விட்டிருக்கிறது. ஆனாலும் ஆள் துணையில்லாமல் நடமாடுமளவு உடலைத் தன் கட்டிற்குள் வைத்திருக்கிறாள்.

நான் அமெரிக்காவிலிருந்து வரும் நாட்களில் அவளோடு மட்டுமே தங்கிக்கொள்கிறேன். ஊருக்குப் புறப்படும் இரண்டு நாட்கள் முன்னதாக அண்ணன் களையும் அக்காக்களையும் சந்திப்பதுண்டு. ஆனால் அம்மாவோடு கழியும் எனது தினங்கள் மிகுந்த அர்த்த பூர்வமானவை. அவள் என்னை நடத்தும் விதம் மட்டுமே எனக்கு இன்னமும் ஊர் திரும்பி வருவதற்கான

எஸ்.ராமகிருஷ்ணன் | 51

காரணமாகவிருக்கிறது. இதற்காகவே இந்த முறையும் ஊருக்கு வந்திருக்கிறேன்.

அவளோடு பேசிக்கொண்டேயிருந்த பகலிரவுகள், அவளது நினைவுகள் பெருகியோடும் பொழுதுகள் எனக்கு மட்டுமே உரித்தானவை. முதுமை அவள் உடலை ஒடுக்கிய போதும் மனதில் அவள் இயங்கிக்கொண்டேயிருக்கிறாள். வீட்டின் சமையலறையைத் தவிர மற்றவை பூட்டியே இருக்கின்றன. எப்போதாவது மழை பெய்யும்போது அம்மா உள் அறைக்கு வருகிறாள். மற்ற நேரங்களில் சமையலறையில்தான் உறக்கம். விழிப்பு. சமையல் எல்லாமே.

அம்மாவிற்குப் பாடத்தெரியும். ஆனால் வருடத்தின் மார்கழி மாதம் மட்டுமே பாடுவாள். அதுவும் யாரும் அறியாமல் விடிகாலையில் பனிபடர்ந்த வீதியில் நடந்து செல்லும்போது மெல்லிய குரலில் திருப்பாவை பாடுவாள். அவள் அழைக்கும் குரலைக் கேட்டு ஆண்டாளே வந்துவிடு வாள் என்பது போன்றிருக்கும். மார்கழி மாதத்தின் எல்லா நாட்களிலும் தவறாமல் அம்மா விடிகாலை பஜனைக்குப் போய்வருவாள். யாரையும் துணைக்கு அழைத்துச் சென்றதில்லை. அப்பாவின் மரணத்திற்குப் பிறகு அதுவும் நின்று போனது. அவள் வெளியே செல்வதேயில்லை.

நாளெல்லாம் அம்மாவின் அருகில் படுத்தபடியே எதையாவது கேட்டுக்கொண்டிருப்பேன். எனக்கு எதுக்கும்மா ஜெயந்தினு பேரு வச்சே, நம்ம வீட்ல அந்தப் பேரோட யாராவது இருந்தாங்களா? என்று கேட்கத் துவங்கியதும் அம்மாவின் முகம் மாறிவிடும். பலமுறை இந்தச் சம்பவத்தை நினைவுபடுத்தியபோதும் அதைத் திரும்பத் திரும்பக் கேட்பதில் எனக்கு விருப்பமிருந்தது.

அம்மா என் உள்ளங்கை ரேகையை வருடியபடியே என்கூட ஜெயந்தினு ஒரு பொண்ணு படிச்சா. தேவாங்கர் வீட்டுப் பொண்ணு. என் தோள்ல கையைப்போட்டுக்கிட்டு ஒண்ணா திரிவா. அவங்க நெசவுக்காரங்க. நானும் அவ வீட்டுக்குப் போவேன். சாப்பிடுவேன்.

அவளுக்கு எப்பவும் கல்யாணத்தைப் பத்தித்தான் பேச்சு. அப்போ எங்களுக்குப் பத்து வயசுகூட முடியலை. ஆனா அவ அதுக்குள்ளே கல்யாணம் பண்ணிக்கிட்டுப் போறதைப் பத்திக் கனவு கண்டுகிட்டே இருப்பா. என் காதுக்குள்ளே ரகசியமாக நாம ரெண்டு பேரும் ஒரே ஆளைக் கட்டிக்கிடுவமானுகூடக் கேட்டு இருக்கா. நான் ஊமைக்குரங்காட்டம் பதிலே சொல்லமாட்டேன். ஒரு நாள் ராத்திரி தெருவில ஒரே கூச்சல், என்னனு போய்ப்

பாத்தா ஜெயந்தியைத் தேள் கடிச்சிருச்சினு தெருவே கூடிப் போயிருந்துச்சி. எங்க வீட்டுக்குக் கூடச் சுண்ணாம்பு கேட்டு வந்தாங்க. கருந்தேளுனு சொல்லிக் கிட்டாங்க.

அவளைப் பாக்குறதுக்காக வீட்டுக்குள்ளே போறேன். ஒரே கூட்டம். அரிக்கேன் விளக்கைத் தூக்கிப்பிடிச்சிக்கிட்டு ஒரு ஆள் நிக்குறான். அவங்க அம்மா அழுதுகிட்டு இருக்கா. அவங்க அப்பா நாட்டு வைத்தியரைக் கூட்டிக்கிட்டு வந்தாரு. ஆனா தும்முற நேரத்தில எல்லாம் முடிஞ்சி போச்சி. அவ கல்யாணம் பண்ணிக் கிடாமலே செத்துப் போயிட்டா.

எனக்கு மார்ல அடிச்சது மாதிரி வலி. நாலு நாள் தெருவுக்கே வரலை. அவளை மறக்கவே முடியலை. அதான் அவ பேரை உனக்கு வச்சேன். உங்கப்பாவுக்கு இந்தப் பேரு பிடிக்கவேயில்லை ஆனா உன்னைத் தவிர எல்லாப் பிள்ளைகள் பேரும் அவரு வச்சதுங்கிறதாலே என்னமோ இதுக்கு ஒண்ணுமே சொல்லலே. உன்னை ஜெயந்தி ஜெயந்தினு கூப்பிடும்போதெல்லாம் அவ நினைப்பு வரும். நம்ம கையில என்ன இருக்கு. ஆண்டவன் அவளை சீக்கிரமே அழைச்சிக்கிட்டான், என்னை ஆறு பெத்து எடுத்து அவதிப்படனும்னு எழுதி வச்சிருக்கான்.

பேச்சு வடியும்போது அம்மாவின் கண்களிலிருந்து கண்ணீர் பெருகியோடத் துவங்கும். புறங்கையால் ரகசியமா கத் துடைத்துக் கொள்வாள். நினைவு அறுபட்டுவிடும். நீண்ட நேரம் மௌனமாக இருப்பாள். அதுபோன்ற வேளைகளில் அவளது முகத்தைக் காணும் போது எதற்காக இவ்வளவு துக்கங்களைத் தனக்குள் புதைத்துக் கொண்டிருக்கிறாள் என்று திட்டத் தோன்றும்.

அம்மா வெந்நீர் அண்டா வைக்குமிடத்தருகே சிறிய மரப் பலகையைத் தலைக்கு வைத்துக்கொண்டு கண்ணை அசந்து கிடப்பாள். உறங்குகிறாளா என்று தெரியாது. ஒரு அணில் ஜன்னலை விட்டுத் தரையிறங்கினால் கூட விழித்துக் கொண்டுவிடுவாள். உறக்கத்திற்கும் விழிப்பிற்கும் இடையில் ஊஞ் சலாடிக்கொண்டிருக்கிறாளோ என்னமோ?

எங்கள் தெருவில் இருந்த நிறைய குடும்பங்கள் இடம் மாறிப் போய்விட்டன. சிலர் இறந்தும் போய்விட்டார்கள். ஆனால் அம்மாவின் நினைவிலிருந்து எவரும் மறையவேயில்லை. இப்போது தான் குதிரை வண்டி வந்து நின்று அதிலிருந்து திலகர் வீட்டுக்கு மருமகள் கிளிப்பச்சையில் பட்டு உடுத்தி குஞ்சலம் முடித்த சடையோடு வந்து இறங்கினாள் என்று சொல்வாள். ஆனால்

திலகர் வீட்டுக்கு மருமகள் வந்து இருபத்தியெட்டு வருசங்கள் முடிந்துவிட்டது அவள் நினைவில் இல்லை.

டேபிள் வெயிட்டாக உள்ள கண்ணாடிக் கோளத்திற்குள்ளிருந்த மரங்கள் அசையாமலும் இலை உதிர்க்காமலும் இருப்பதுபோல அம்மாவின் நினைவுகள் வளரவும் இல்லை. தேயவும் இல்லை போலும், எதற்காக இத்தனை விஷயங்களை நினைவில் வைத்திருக் கிறாள். எதற்காக அவர்களின் துயரங்களுக்காகக் கண்ணீர் விடுகிறாள்.

எனக்கு ஆறு வயதாக இருந்தபோது ஒரு நாள் அம்மா விடம் கேட்டேன். ஏன்மா நீ தொட்டதுக்கு எல்லாம் அழுதுடறே என்று. அம்மா என் கைகளைப் பிடித்துக் கொண்டு 'ஜெயந்தி... நான் என்னடி செய்றது மனசு கேட்க மாட்டேங்குது. வாழையிலையில் தண்ணீர் விட்டா எவ்வளவு நாழி நிக்கும். தானா உருண்டு போயிடும் இல்லையா. அப்படித்தான். என் மனசில யாருடைய கஷ்டமாவது வந்து விழுந்துட்டா கண்ணீர் தானே வந்துடுது. நானும் சரி பண்ணிக்கிடணும்னு நினைக்கிறது உண்டு. ஆனா மாறமாட்டேங்குது' என்றாள்.

அதுதான் அம்மா. அவளால் அழுகையைக் கட்டுப்படுத்த முடியாது. வீட்டில் நான்தான் கடைசி. எனக்கு முன்னால் மூன்று சகோதரிகளும் இரண்டு சகோதரர்களுமிருந்தார்கள். அப்பா இறக்கும் வரை அம்மா அவரைக் கேட்காமல் வீட்டை விட்டுக் காலடி எடுத்து வைத்ததே கிடையாது.

தலைக்குப் பூ வைத்துக்கொள்வது என்றால்கூட அப்பா விடம் கேட்டுத்தான் பூ வாங்கிக்கொள்வாள். அப்பாவிற்குப் பிச்சிபூ மட்டும்தான் பிடிக்கும் என்பதால் மல்லிகைப் பூக்கள் தந்தால் கூட அம்மா தலையில் சூடிக்கொள்வதில்லை. சாமி படத்திற்குப் போட்டுவிடுவாள். ஆனால் அவளுக்கு மல்லிகையை ரொம்பவும் பிடிக்கும். அதுவும் மொக்காக வாங்கிக் கட்டி வைத்துக்கொள்ள ஆசைப்பட்டிருக்கிறாள். ஆனால் அவள் சூடியதில்லை. சில நாட்கள் அக்காவிற்குத் தலை நிறைய மல்லிகைப் பூவைச் சூடி விட்டபடியே தழைய தழையத் தொங்கும் சரங்களைத் தன் விரலால் தொட்டபடியே நல்ல வாசமா இருக்கில்லடி என்று சொல்வாள்.

அக்காக்கள் எவரும் அம்மாவோடு இணக்கமாக இருந்ததில்லை. அவர்கள் அப்பாவின் கட்சி. நான் ஒருத்தி மட்டும்தான் அம்மாவின் ஆள். அவளே சொல் வாள். 'உன் ஒருத்திக்குத்தான்டி ஆஸ்பத்திரியில போய் பிரசவம் பாத்தோம். மத்தவங்க எல்லாம்

வீட்லதான். நீதான் என்னைப்படுத்தி எடுத்தே. முத்துக்காமாட்சினு ஒரு லேடி டாக்டர். அவள் என் வயிற்றைப் பாத்தவுடனே சொல்லிட்டா. இந்தப் பிரசவம் உன் உசிரைக் கேட்குறது. கடவுளை பிரார்த்தனை பண்ணிக்கோனு.'

நான் யாருக்கும் தெரியாம ஒரு மஞ்சள் துணியில் ஒத்தை ரூபா காசை முடிஞ்சி வச்சி சாமி, பிள்ளையை எப்படியாவது நல்லபடியா காப்பாற்று. நான் செத்தாக்கூடப் பரவாயில்லைனு வேண்டிக்கிட்டு நெத்தி நிறைய திருநீறு பூசிக்கிட்டேன். முத்துக் காமாட்சி வந்து பாத்துட்டு எப்படியும் ராத்திரி தாண்டட்டும் இல்லைன்னா கத்திரி போட வேண்டியதுதானு சொல்லிட்டுப் போயிட்டா.

நான் வேண்டாத தெய்வமில்லை. வீட்ல நிறைசூலியாகச் செத்துப்போன வள்ளியம்மையைக்கூட வேண்டிக்கிட்டேன். ராப்பொழுது போய்க்கிட்டே இருக்கு வலி வரலே. கண்ணீர் விட்டு அழுதேன். அப்போ யாரோ என் தலைமாட்டில வந்து நின்னு சங்கரி எதுக்குடி அழுகுறே... எல்லாம் சொகமா முடியும்னு சொல்ற சப்தம் கேட்டது. யாருனு திரும்பிப் பார்த்தா எங்கம்மை நிக்குறா.

நான் பன்னிரண்டு வயசு இருக்குறப்போ செத்துச் சுண்ணாம் பாகிப் போனவ. என் தலைமாட்டில வந்து நின்னு வாக்கு சொல்றாளேனு மனசுல நினைச்சிட்டு அவளைக் கையெடுத்துக் கும்பிட்டேன். ரெண்டு நிமிசத்தில வலி வந்துருச்சி. ஆனா குழந்தையோட தலை பிரண்டு கிடுச்சினு முத்துக்காமாட்சி போராடினா.

எவ்வளவு ரத்தம். எவ்வளவு வலி. என் கையில ரத்தப் பிசுபிசுப்பு பட்டுச்சி. கண்ணைக் கட்டிக்கிட்டு வருது. முத்துக்காமாட்சி பிள்ளையை வெளியே எடுத்துக் காட்டுற சப்தம் கேட்டுச்சி. அப்புறம் மயங்கிட்டேன். அப்படி என்னைப் பாடாப்படுத்திப் பிறந்தவ இல்லைடி நீ. என் ரத்தத்தில பாதியைக் குடிச்சி வளர்ந்த உடம்பு அதான் எல்லாத்துக்கும் எடுத்து எறிஞ்சி பேசுது என்பாள்.

ஒவ்வொரு முறையும் அம்மா இந்த சம்பவத்தைச் சொல்லும்போது என் கைகளில் அந்தப் பிசுபிசுப்பும் நிறைமாத கர்ப்பிணியின் கண்ணீர் தோய்ந்த முகமும் என் நினைவில் குற்றவுணர்வை ஏற்படுத்தும்.

பல முறை அம்மாவின் கையைப் பிடித்து அழுத்திக் கொண்டு பேசாமல் இருப்பேன். அம்மாவோ இப்போ நீ வருத்தப்பட்டு என்னடி ஆகப்போது. உங்களை எல்லாம் பெத்து வளர்த்து

ஆளாக்கிவிடணும்னு என் தலையில் எழுதியிருக்கு. படைச்சவன் எழுதினதை நீயும் நானும் மாத்தவா முடியும் என்று ஆறுதல் சொல் வாள்.

கடைசியாகப் பிறந்ததால்தானோ என்னவோ வீட்டில் எனக்கென்று எல்லா சுதந்திரமும் இருந்தன. வீட்டில் மூன்று அக்காக்களும் நடந்து போய்ப் படித்து வந்தபோது எனக்கு மட்டும்தான் முதலில் சைக்கிள் வாங்கித் தந்தார்கள். மற்றவர்கள் எல்லாம் உள்ளூர்ப் பள்ளியில் படித்தபோது நான் மட்டும் போர்டிங் ஸ்கூலில் படிப்பதற்கு ஏற்காடு அனுப்பி வைக்கப்பட்டேன்.

பதினெட்டு வயது முடிவதற்குள் அக்கா மூவரும் திருமணம் செய்து வைக்கப்பட்டார்கள். எனக்கோ முப்பத்தி யோரு வயது முடியப் போகிறது இன்று வரை என்னிடம் யாரும் அதைப் பற்றி ஒரு வார்த்தைகூடப் பேசவேயில்லை. இவ்வளவு ஏன் எங்கள் வீட்டில் கடல் கடந்துபோன ஒரே பெண் நான்தான்.

அமெரிக்காவில் உள்ள பல்கலைக்கழகத்தில் படிப்பதற்காகச் சென்றபோது அம்மாவையும் உடன் அழைத்துக் கொண்டு போய் விடலாமா என்று யோசனையாக இருந்தது. அம்மா, 'எனக்கு எதுக்கு அமெரிக்காவும் ஆப்பிரிக்காவும். உங்கப்பா இருந்தப்போ, இந்தா இருக்கிற அழகர்கோவிலுக்குக் கூட்டிட்டுப் போங்கனு நான் கேட்டதில்லை. நீ போயிட்டு வாடி. என் பிள்ளை அமெரிக்கா போயி படிக்குதுனு தெரிஞ்ச நாலு பேர்கிட்டே சொல்லிக்கிடுறேன். அது போதும்' என்றாள்.

உண்மையில் அம்மாவிற்கு வீட்டு விஷயங்களை யாரிடமும் பேசுவது பிடிக்காது. எல்லாவற்றையும் மனதிற்குள்ளாகவே போட்டு வைத்துக்கொண்டிருப்பாள். எப்போதாவது அழுகை மீறும்போது தனக்குத்தானே அதைச் சொல்லிக் கொள்வாளே அன்றி வெளியே விவாதிப்பதேயில்லை.

அவள் உலகம் அப்பாவால் நிரம்பியது. எனக்குப் பத்து வயதான போது ஒரு நாள் அம்மாவிடம் "உனக்குத்தான் நல்லா இங்கிலீஸ் படிக்க வருதே, எதுக்குமா நீ மேலே படிக்கவேயில்லை' என்று கேட்டேன். அம்மா பெருமையாக 'எங்கப்பா என்னை டீச்சர் வேலைக்கு அனுப்பணும்னு ஆசைப்பட்டார். வெள்ளைக்கார துரைகிட்டே தனியா டியூசன் படிச்சேன். துரை நல்ல சிவப்பா துடைச்சி வச்ச கண்ணாடி மாதிரி இருப்பார். எல்லீஸ்னு பேரு. அப்போ எங்க வீட்ல நான் ஒருத்திதான் பள்ளிக்கூடத்துல போயி படிச்சேன். அதுக்கே எங்க பெரியம்மா என்னடி சதிர் கச்சேரிக்குப் போறவ மாதிரி சிங்காரம் பண்ணிக்கிட்டுப் போறேனு திட்டும்.

அப்பாவுக்கு ஆசை எப்படியாவது நான் டீச்சர் ஆகி டணும்னு அப்போதான் உங்கப்பா பொண்ணு கேட்டு வந்தாரு. ஒரு வார்த்தை மறுப்பு சொல்லலை. உடனே படிப்பை நிறுத்திட்டாங்க. ரெண்டு மாசத்தில கல்யாணம் முடிவாகிருச்சி கல்யாணம்னா பெரிய தடபுடல் கிடையாது.

சிவன்கோவில்ல கல்யாணம். வீட்ல சாப்பாடு. தெரிஞ்ச வங்க முப்பது நாப்பது பேர் அவ்வளவுதான். கல்யாணம் ஆன கையோட திருச்செந்தூருக்குப் போயிருந்தோம். அங்கே ஒரு வெள்ளைக்காரன் கோவிலுக்கு எப்படிப் போறதுணு வழிகேட்டுக்கிட்டு இருந்தான். நான் அவன்கிட்டே இங்கிலீஸ்ல பேசி வழி சொன்னேன். உங்கப்பா முகம் கடுகடுனு ஆகிப் போயிருச்சி. கோவில் வர்றவரைக்கும் என் கூட பேசவேயில்லை.

திரும்பி வரும்போது என்னடி, படிச்சிருக்கேனு திமிரானு கேட்டார். நான் பதிலே பேசலை. அன்னைக்கு ராத்திரி இனிமே இங்கிலீஸ்ல பேச மாட்டேன். படிச்சதை எல்லாம் மறந்துட்டு வீட்டுக்கு அடங்கினவளா இருப்பேனு சத்தியம் பண்ணச் சொன்னார். கால்ல விழுந்து சத்தியம் பண்ணினேன். அது அப்படியே முடிஞ்சி போச்சு. ஆனா உங்கப்பா நல்லவர். என்னை அடிக்க மாட்டார்.

என் மேல கோவம் வந்தா அதை சாப்பாட்டுல காட்டு வார். ஒரு நாள் ஒரு மரவை உப்பையும் அள்ளி சாம்பார்ல போட்டு அதை சாதத்தில ஊற்றி என்னை சாப்பிடுஷீ. அப்போதான் உனக்கு புத்தி வரும்னு சொன்னார். நானும் சாப்பிட்டேன். இப்போ நினைச்சாலும் குமட்டுது. வாயே உப்புக் கரிச்சிப் போச்சி. அன்னைக்குப் புருஷன் சொல்லிட்டாரேனு வீம்புக்காவது சாப்பிட்டு வச்சேன். ரெண்டு நாள் வாயாலே வயிற்றாலே போனதுதான் மிச்சம்.

ஆனா உங்கப்பா சம்பாத்தியம் பண்றதில கில்லாடி. வருசம் எனக்கு ஒரு பட்டுப்புடவையும் ரெண்டு பவுன் சங்கிலியும் வாங்கித் தருவார். நானா கடைக்குப் போய் புடவை பார்த்தது கிடையாது. ஜவுளிக்கடையில் இருந்து ஒரு கணக்குப்பிள்ளை வீட்டுக்குக் கொண்டுவருவான். அதிலிருந்து ஒண்ணை எடுத்துக்கிடணும் அவ்வளவுதான். நகைக்கடைக்கு நூல்ல அளவு குடுத்துவிட்டா போதும் தானா சங்கிலி வந்துரும்.

அந்தக் காலத்தில ஏது இவ்வளவு டிசைன். மாங்கா மாதிரி இருக்கும். இல்லைன்னா காசுமாலை மாதிரியிருக்கும். உங்க அக்கா போட்டு இருக்காளே அது ஐம்பத்தி எட்ல வாங்கினது.

இன்னைக்கும் கறுத்துப் போகாம இருக்கு பாத்தியா. அதில எல்லாம் உங்கப்பா கில்லாடி உரசிப் பார்த்துதான் தங்கம் வாங்குவார்.

உன்னைத்தான் என்ன செய்றதுணு அவருக்குப் பெரிய கவலை. மத்ததுகள் நல்லது கெட்டதைக் கூட இருந்து பாத்துட்டார். ஆனா உன் கல்யாணத்தைப் பாக்க அவருக்குக் கொடுத்து வைக்கலை. உண்மையைச் சொல்லணும்னா. அவருக்கு உன்னைப் பிடிக்காதுடி, அதான் காரணமோ என்னமோ.

உனக்கு ஞாபகமிருக்கா திருவாதிரைக்கு மறுநாள் வாசல்ல விளையாடிக்கிட்டு இருந்த நீ காசை முழுங்கிட்டேனு உன்னை நாட்டுவைத்தியர் கிட்டே தூக்கிட்டு ஓடினோம். காசு தொண்டையில போயி அடைச்சிக்கிடுச்சி. வழியிலயே உனக்குக் கண்ணு முழி பிதுங்கிப் போச்சி. நான் அய்யோ அம்மானு கூப்பாடு போடுறேன். உங்கப்பா ஏது காசு. அது எப்படி உன் கைக்கு வந்துச்சினு ஆராய்ச்சி பண்ணிக்கிட்டு இருந்தார்.

உன்னைத் தூக்கிட்டுப் போய் நாட்டு வைத்தியர்கிட்டே காட்டுனதும் அவன் உச்சந்தலையோட்ட சேத்து ஒரு தட்டு தட்டினான். இருமலோட சேர்ந்து காசு வெளியே வந்துச்சி. அன்னைக்கு ராத்திரி உங்கப்பா யார்கிட்டேயோ சொல்லிக்கிட்டு இருக்காரு. பிள்ளை செத்துபோயிரும்னு நினைச்சேன். பிழைச்சிக் கிடுச்சினு.

அப்படியுமா ஒரு மனுசன் நினைப்பாரு. எதுக்கு உன்னைப் பிடிக்கலைனு தெரியவேயில்லை. எல்லாப் பிள்ளைகளையும் மாதிரித்தான நீயும் இருக்கே ஒரு வேளை கடைசியா நீ பிறந்ததுதான் பிடிக்கலையோ என்னவோ. ஆனா உன்னைப் படிக்க வைக்கணும்னு காசைத் தண்ணியா செலவு செஞ்சிருக்காரு. அதுவும் அதே மனசுதானே. அவருக்கு நேரத்துக்கு ஒரு மனசு, உனக்குத்தான் தெரியுமே.

உங்கப்பாவு உன் ஒருத்திக்குத்தான் லெட்டர் போட்டதேயில்லை. உங்க அக்காவைக் கட்டிக் கொடுத்துட்டு வாரம் ரெண்டு தபால் போட்ருவாரு மாதத்துக்கு ஒரு தடவை போயி பாத்துட்டு வந்துருவாரு அவருக்கு மூத்தவ மீனாட்சி மேலதான் ப்ரியம். அப்பாவும் மகளும் எந்நேரமும் ரகசியமா ஏதாவது பேசிக்கிட்டு இருப்பாக.

என் வயிற்றில பிறந்ததுதானே. ஆனா அதுக்கு என்கிட்டே ஒட்டுதலே இல்லை. இவ்வளவு ஏன் உங்க அண்ணன்க என் முந்தானையைப் பிடிச்சிக்கிட்டே சுத்திக்கிட்டு இருப் பானுக.

அவங்களே மீசை முளைக்க ஆரம்பிச்ச பிறகு என்னைத் திரும்பிக்கூடப் பாக்குறதில்லை. அதுலயும் கல்யாணம் ஆகிட்ட பின்னாலே சுத்தமா மறந்துட்டாங்க.

நானும்கூடத்தான் எங்கப்பாவை, கல்யாணம் ஆன பிறகு மறந்துட்டேன். எப்பாவது கோவில்ல யாராவது தேவாரம் பாடுற சப்தம் கேட்கும்போது எங்கப்பா ஞாபகம் வரும். ஆனா காட்டிக்கிட மாட்டேன். எங்கம்மா அப்படித் தான் இருந்தாள். நானும் அப்படித் தான் இருப்பேன். உனக்கு எப்படி விதிச்சிருக்கோ.

ஆனா ஜெயந்தி, நீ இப்படி வருவேனு எனக்கு உள்ளுக்குள்ளே ஏதோவொரு நினைப்பு நாலு வயசில உண்டாகிருச் சிடி ஒரு நாள் நீ தெருவில் விளையாடிக்கிட்டு இருந்தவ, ஓடி வந்து பொம்பளைங்க மட்டும் ஏன்மா தெருவில நடந்து போகும்போது முக்காடு போட்டுக்கிட்டு நடந்து போறாங்க. ஆம்பளைங்க ஏன் அப்படிச் செய்றதில்லைனு கேட்டே அதைக் கேட்டு சுப்ரமணியம் வீட்டு சிவத்தாச்சி கூடச் சிரிச்சிக்கிட்டே உங்கப்பாவை நாளையில இருந்து முக்காடு போட்டுட்டு வரச் சொல்வோம் போதுமாடி என்றது.

எனக்கு உன் ஞானம் அப்பவே தெரிஞ்சி போச்சிடி, உனக்கு எதுனாலும் அதை ஏன் எதுக்குனு காரணம் தெரிஞ்சிக்கிடணும். ஆராய்ச்சில மனசு போறது. பொம் பளைக்கு ஆராய்ச்சில மனசு போகக் கூடாதுனு சொல்லிச் சொல்லி எங்களை வளர்த்தாங்க. ஆனா நான் அப்படி உன்னை வளர்க்கலே, எனக்குத் தெரிஞ்சதை உனக்குச் சொல்லி வச்சேன். கற்பூரம் மாதிரி நீ பத்திக்கிட்டே.

உன்கிட்டே சொல்றதுக்கு என்ன? உங்கண்ணன் உன் முன்னாடி நின்னு பேச பயப்படுறான். அது எனக்கு எவ்வளவு பெருமையா இருக்கு தெரியுமா? உனக்கு ஞாபகம் இருக்குமானு தெரியலைடி. திருக்கார்த்திகை அதுவுமா உங்க அண்ணன் ஒருக்க வந்திருந்தான்.

அப்போ நீ ஹாஸ்டல்ல இருந்து படிக்கிறதுக்காக வீட்டுக்கு வந்திருந்தே. இதே இடத்திலதான் நான் விளக்கு வச்சிக்கிட்டு இருந்தேன். உங்க அண்ணன் உன்னைப் பாத்து ரொம்ப அதிகாரமா வாசல்ல ஏண்டி விளக்கு வைக்கலைனு கேட்டான். அந்தா இருக்கு நீ எடுத்து வையுடானு சொல்லிட்டு நீ ஊஞ்சல் ஆடிக்கிட்டு இருந்தே. அவன் மூஞ்சி போன போக்க பாக்கனுமே. என்ன கோபம் என்கிட்டே வந்து கத்தினான்.

அவனும் உங்கப்பாவும் ஒண்ணு. கோபம் வந்துட்டா பேசத் தெரியாது. அஞ்சு நிமிசம் என்னென்னமோ கத்தினான். அவளைக்

கண்டிக்கிறதா இருந்தா நேர்ல சொல்லு டானு சொன்னேன். அதுக்கு அவன் சொல்றான் அவ முகத்தைப் பாத்துப் பேச முடியாதும்மானு. அப்போ நான் காட்டிக்கிடலை, ஆனா எனக்கு ரொம்ப சந்தோஷமா இருந்துச்சி. இப்படி எல்லாம் நான் ஒரு நாள் இருந்தது கிடையாதுனு மனசு அடிச்சிக்கிச்சி.

ஆனா அதை உன்கிட்டேகூடக் காட்டிக்கிடலை, ஆனா உனக்கு அன்னைக்கு மருதாணி வச்சிவிட்டேன். விடியுற வரைக்கும் விட்டா ரொம்ப கறுத்துப் போயிரும்னு ராத்திரி நாம தூங்காம உட்கார்ந்து பேசிக்கிட்டே இருந்தோம். அப்போ உன்னைப் பாக்கும்போது மனசில என்னமோ கற்பனை வந்துச்சி. இப்போ மறந்து போச்சி. ஆனா நீ வேறடி நம்ம வீட்ல உன் தைரியம் யாருக்கும் கிடையாது.

அம்மாவின் பேச்சு இப்படி நீண்டுகொண்டே போய் சில நேரம் அப்படியே புதைகுழியில் புதையுண்டது போல ஒடுங்கிவிடும். நானாக அதை மறுபடியும் நோண்டத் துவங்குவேன். வேறு ஏதாவது பேச்சு புரளும்.

எப்போதும் நான் அமெரிக்கா புறப்பட வேண்டிய நாளுக்கு முதல் நாளே அவளது பேச்சு நின்று போகத் துவங்கிவிடும். நானாக எதையாவது கேட்டால்கூட அவள் தேவையான அளவு மட்டும்தான் பதில் சொல் வாள். அம்மா நீயும் ஊருக்கு வருகிறாயா என்று எப்போதும் போலக் கேட்பேன். அவள் பதிலும் சொல்வதில்லை.

ஒவ்வொரு முறையும் ஊருக்குப் புறப்படுவதற்கு முன்னால் அவளுக்குத் தேவையான மருந்து மாத்திரைகள், போர்த்திக் கொள்வதற்கான போர்வை, ஸ்வெட்டர், வீட்டில் போட்டு நடப்பதற்கான செருப்பு யாவும் வாங்கித் தந்து விட்டுக் கிளம்புவேன். நான் சென்ற சில நாட்களிலே அதை அருகாமையில் உள்ள வீட்டில் இருப்பவர்களுக்குத் தந்துவிடுவாள் என்று தெரியும்.

ஊருக்குப் புறப்படும் நாளின் காலையில் அவள் என்னை அழைத்துத் திருநீறு பூசிவிடுவாள். பிறகு என் கைகளை அமைதியாகச் சில நிமிசங்கள் பிடித்துக்கொண்டிருப்பாள். பிறகு என்னிடம் பேசுவதேயில்லை. அவளிடமிருந்து என் கையை உருவிக்கொண்டு பிரியும் அந்த வலி அமெரிக்கா சென்ற சில மாதங்களுக்கும் இருந்துகொண்டேயிருக்கும். அந்த வலிதான் என்னை மறுமுறையும் அவளைக் காண வர வைக்கிறதோ என்னவோ.

இந்த முறை வந்தபோது அம்மா என்னிடம் அதிகம் பேசவே யில்லை. அவள் மிகுந்த சோர்வோடு இருந்தாள். ஏதாவது கேட்டால் பதில் சொல்வதற்கு முன்னால் பலமாக யோசித்தாள். சில நேரம் அவள் தனக்குத்தானே பேசிக் கொண்டிருப்பதைக் கண்டேன்.

இரண்டு மூன்று நாட்களுக்குப் பிறகு என்னை ஒரு போட்டோ எடுத்துக் குடுத்துட்டுப் போடி என்று சொன்னாள். எதற்காக என்று கேட்டபோது, செத்துப் போன பிறகு ஞாபகமா வச்சிக்கிடுறதுக்கு வேணும்னு பக்கத்துவீட்டு மாரியம்மாள் கேட்குறா. நான் கல்யாணமானதில இருந்து தனியா போட்டோ எடுத்ததேயில்லை. அவ ஆசைப்படுறா. ஒரு போட்டோ எடுத்துத் தர்றயா என்று கேட்டாள்.

நான் அம்மாவை எவ்வளவோ புகைப்படங்கள் எடுத்திருக்கிறேன். அவளிடம் எதையும் தந்ததில்லை. அவளும் கேட்டதில்லை. இப்படிக் கேட்பது எனக்குக் கோபத்தை உண்டாக்கியது. நான் அந்தப் பொண்ணையா கூட வச்சிக்கிட்டு இருக்கே என்று சப்தமிட்டேன்.

அம்மாவோ, பாவம்டி அவ. ரெண்டு பிள்ளைகள் வச்சிருக்கா. புருஷன் சரியில்லை. ஆச்சி... ஆச்சினு இங்கேயே கிடக்கிறா என்னாலே ஆனது ஒரு வேளை சாப்பாடு. அதைப் போடுறேன். போகட்டும். நீ அவளை எதுவும் கேட்காதே என்றாள்.

அம்மா ஆசைப்பட்டபடியே அவளைத் தனியே புகைப் படம் எடுத்துத் தந்துவிட்டு நீ சாகுறதைப் பத்தியே நினைச் சிக்கிட்டு இருக்காதே என்று சொன்னேன். அம்மா என்னை உற்றுப் பார்த்தபடியே என் மனசில இருக்கிற வலிக்கு சாகுறதுனு முடிவு எடுத்திருந்தா இருபது வயசுக்குள்ளே செத்துப் போயிருப்பேன். ஆனா முடியலை. எப்போ போகணும்னு முடிவு இருக்கோ, அப்போ போய்க்கிடுறேன் என்றபடியே மௌனமாகிவிட்டாள்.

என்னை மீறி வந்த துக்கத்தை நான் வெளிப்படுத்தவேயில்லை. அவளை வெறித்துப் பார்த்தபடியே இருந்தேன். அம்மாவிற்கு அது தெரிந்திருந்தது போல என் கையைப் பிடித்தபடியே அழுகை வந்தா அழுதுரு... நம்மாலே வேற என்னடி செய்ய முடியும் என்றாள்.

நான் அம்மாவோடு எதையும் பேசவில்லை. அவளைப் போல ஒரு நாள் இருந்து பார்ப்போம் என்பது போல விளக்குகளை அணைத்துவிட்டு இருளுக்குள்ளாகவே இருந்தேன். இருட்டின் கதகதப்பு எங்களைத் தழுவிக்கொண்டது. அம்மா யாரோ

எஸ்.ராமகிருஷ்ணன்

தெரிந்தவரிடம் பேசிக்கொண்டிருப்பது போல இருட்டிடம் பேசிக்கொண்டிருந்தாள். அவளது குரல் தனியே கேட்டுக்கொண்டே யிருந்தது.

ஊர் கிளம்பும் வரை அம்மாவோடு நான் பேசவேயில்லை. ஊருக்குப் புறப்படும்போது அம்மா வழக்கம் போலத் திருநீறு பூசிவிட்டு உனக்கு மட்டும் அப்படி என்கிட்டே என்னடி அக்கறை. நீ எதுக்காக இப்படி அலைஞ்சிகிட்டு இருக்கே என்று கேட்டாள். நான் பதில் பேசவில்லை. பிறகு அம்மா தன் இடத்திற்குப் போய்ப் படுத்துக்கொண்டாள்.

எனக்குக் கோபமாக வந்தது. பிணக்கோடு அன்று மாலையே கிளம்பிவிட்டேன். அதுதான் அம்மாவோடு நான் இருந்த கடைசி நாள். அதன் பிறகு அம்மாவை நான் உயிரோடு பார்க்கவேயில்லை. எதற்காக அவள் என்னோட சண்டையிட விரும்பினாள். ஏன் தீர்க்கப்படாத பிணக்கோடு என்னை விட்டுச் சென்றாள் என்ற கேள்விகள் என்னைத் துரத்திக்கொண்டேயிருக்கின்றன.

இன்றைக்கும் ஊரில் எங்கள் வீடு அப்படியே இருக்கிறது. போவதற்குத்தான் பயமாக இருக்கிறது.

◀ ● ▶

மஞ்சள் கொக்கு

பல மாதங்களாக வேலையற்றுப்போனதால் சகாதேவன் மிகுந்த மனச்சோர்வு கொண்டிருந்தான். நண்பர்களும் உறவும் கசந்து போயிருந்தார்கள். வெளிஉலகின் இரைச்சலும் பரபரப்பும் அவனைத் தொந்தரவு செய்தது. சாப்பிடுவதற்குக் கூட அவன் தயக்கம் கொள்ளத் துவங்கினான். உலகின் மீது தீராத வன்மமும் ஆத்திரமும் மட்டுமே அவனுக்குள் இருந்தது.

யாரையும் பார்க்கப் பிடிக்காமல் அறைக்கதவைச் சாத்திக் கொண்டு செய்வதறியாமல் தன்னிடமிருந்த தீப்பெட்டியிலிருந்து குச்சியை எடுத்து விளையாட்டாக உரசி உரசி போட்டபடியே இருந்தான். அது ஒன்றுதான் அவனது ஒரே பொழுது போக்காக இருந்தது. அதற்காக தினம் ஒரு தீப்பெட்டி வாங்கினான்.

சுவர் ஓரமாக உட்கார்ந்தபடியே தீப்பெட்டியிலிருந்து ஒரு குச்சியை எடுத்து உரசுவான். அதில் நெருப்பு எவ்வளவு நேரம் எரிகிறது என்று உற்றுக் கவனித்தபடியே இருப்பான். சில குச்சிகளில் நெருப்பு எரியத் துவங்கும்போது மிகப் பிரகாசமாக இருக்கிறது. ஆனால் பாதியில் பிரகாசம் வடிந்து நெருப்பு மெலிந்து போய்விடுகிறது.

சில தீக்குச்சிகளில் நெருப்பு அணைவது மிக அவசர அவசரமானதாக இருக்கிறது. வேறு சில குச்சிகளிலோ நெருப்பு குமிழ் போலத் தோன்றி நிமிஷத்தில் மறைந்து போய்விடுகின்றது. இப்படித் தீக்குச்சிகளின் வழியே அவன் நெருப்பை உன்னிப்பாக அறியத் துவங்கியிருந்தான்.

உலகில் மிகவும் வியப்பானவை தீக்குச்சிகள் என்று அவனுக்குத் தோணியது. அத்தோடு நெருப்பை நம் கண்ணால் அறிந்துகொள்ள முடியாது என்ற எண்ணமும் உருவானது. எதையோ சொல்ல நினைத்து வார்த்தை தடுமாறும் மனிதனைப் போல நெருப்பு அவசரமாக சப்தமிட்டு ஒடுங்கிவிடுவது வியப்பாக இருக்கும்.

நெருப்பிற்குள் ஒன்றிற்கும் மற்றதிற்கும் வித்யாசமிருக்கிறதா? நேற்றைய நெருப்பு இன்றைய நெருப்பு என்று ஏதாவது உண்டா? இல்லை கற்பூரத்தில் எரியும் நெருப்பு கல்லில் எரியும் நெருப்பு என்று பேதமிருக்கிறதா?

நெருப்பு உலகின் தொன்மையான சாட்சி போல அவனுக்குள் தோன்றியது. விசித்திரமான ஆதிமிருகம் ஒன்றின் கண்களை நினைவுபடுத்துவது போலவே நெருப்பு அவன் கண்முன்னே நடனமாடி மறைந்தது.

அப்படியொரு வெறுமை படிந்த மாலைப்பொழுதில் தன்னிடமிருந்த தீப்பெட்டியிலிருந்து ஒரு குச்சியை எடுத்து உரசும்போது தற்செயலாக நெருப்பின் உள்ளே ஒரு மஞ்சள் நிறக் கொக்கு ஒன்று பறந்துகொண்டிருப்பதைக் கண்டான். அவனால் நம்ப முடியவில்லை. அது கொக்குதானா என்று உற்றுப் பார்த்தான்.

கொக்கு தான், ஆனால் மிகச் சிறியதாக இருந்தது. சில வேளைகளில் இரவில் வழிதவறி அலையும் இதுபோன்ற கொக்கைத் தொலைதூர வானத்தில் பார்த்திருக்கிறான். அது போன்றதொரு கொக்குதான் அது. ஆனால் மஞ்சள் நிற இறக்கை கொண்டிருக்கிறது.

அவன் உற்றுப்பார்த்தான். கொக்கு தன் சிறகை விரித்தபடியே பறந்துபோய் விருட்டென மறைந்தது. நம்ப முடியாமல் அடுத்த தீக்குச்சியை உரசிப் பார்த்தான். அதிலும் அதே கொக்கு பறந்து கொண்டிருந்தது. நம்பமுடியாத திகைப்புடன் அவன் ஒவ்வொரு தீக்குச்சியாக உரசி உரசிப் பார்த்தான். எல்லா குச்சிகளிலும் சிறகசைக்கும் சப்தமின்றி அந்தக் கொக்கு பேரழகுடன் பறந்துகொண்டிருந்தது.

அன்றைய இரவிற்குள் அவன் தீப்பெட்டியிலிருந்த குச்சிகள் தீருமளவு எரித்து மகிழ்ந்தான். எங்கிருந்து இந்தக் கொக்கு எங்கு பறக்கிறது. இதுவரை உலகில் கண்ட கொக்குகளில் இல்லாத வசீகரம் இதற்கு எப்படி வந்தது என்று அவனது கண்டுபிடிப்பைச் சுற்றியே மனது ஏதேதோ கற்பனைகளை நெய்துகொண்டிருந்தது.

உண்மையில் தான் கனவு காண்கிறோமோ எனும் சந்தேகம் உருவாகும்போது திரும்பவும் ஒரு குச்சியை உரசி உற்றுப் பார்ப்பான், சலனமற்று கொக்கு பறந்து செல்லும். அதைப் பார்க்கையில் தன்னை மீறிய பரவசம் ஏற்படுவதை அவன் உணரத் துவங்கினான்.

அந்தக் கொக்கு எங்கே பறந்துகொண்டிருக்கிறது. அது ஏன் திரும்பிப் பார்ப்பதேயில்லை என்று யோசனை செய்தபடியே படுத்துக் கிடந்தான்.

இந்த விந்தையின் பிறகு அறையில் தான் முன்பு உணரும் வெறுமை மெல்ல கரைந்து போவதை உணரத் துவங்கினான்.

தன்னிடமிருந்த கடைசித் தீக்குச்சியை உரசினான்.

நெருப்பு பற்றிக்கொண்டவுடன் சுடரினுள் பறந்து கொண்டிருந்த மஞ்சள் கொக்கு மெல்ல நெருப்பிலிருந்து வெளியேறி அவன் அருகில் வந்து அரைவட்டமடித்து விட்டுத் திரும்பவும் அதே நெருப்பிற்குள் சென்று மறைந்தது.

அவன் வியப்போடு தன்னைக் கடந்துசென்ற கொக்கைப் பார்த்துக்கொண்டிருந்தான்.

தீக்குச்சி எரிந்து முடிந்து புகை எழுந்தது. அவன் தன்னை மீறிய சந்தோஷமும் துக்கமும் கொண்டபடியே அறையை விட்டு வெளியேறி ஓடினான். அதன்பிறகு அந்த நகரத்திற்குத் திரும்பி வரவேயில்லை. எப்போதும் மலர்ந்த முகத்துடன் அவன் ஒரு நாடோடியாக ஹரித்துவாரில் அலைந்து கொண்டிருந்ததைப் பார்த்ததாகச் சொல்லிக் கொள்கிறார்கள்.

◂ ● ▸

வீட்டு ஆணி

நன்மாறன் எப்போதும் போல வீடு திரும்பி, உடை மாற்றிக் கொண்டு முகம் கழுவச் சென்றபோது ஆணியில் மாட்டப்பட்ட அவனது சட்டை நழுவிக் கீழே விழுந்தது. அதைக் கவனிக்காமல் பின்வாசலுக்குச் சென்றான்.

தொட்டியில் இருந்த நீரில் ஆகாசம் விழுந்து கிடந்தது. அவன் தன் கைகளால் ஆகாசத்தை தண்ணீரை விட்டு விலக்கிவிட்டு முகத்தில் அடித்துக்கொண்டான். திரும்பும் போது தரையில் விழுந்து கிடந்த தனது சட்டையை ஆணியில் எடுத்து மாட்ட வேண்டும் என்று தோன்றியது. நெருங்கிச் சென்று ஆணியில் மாட்டும்போது ஆணியை உற்றுப் பார்த்தான்.

துருவேறிய ஆணியின் தலை நெளிந்துபோயிருந்தது. யார் அதைச் சுவரில் அடித்தது என்ற கேள்வி அவனுக்குள் உண்டானது.

அவனுக்கு நினைவு தெரிந்த நாளில் இருந்து அந்த ஆணி அதே இடத்தில்தானிருக்கிறது. அதில் பையோ சட்டையோ எதுவோ ஒன்று தொங்கிக்கொண்டுதானிருக்கிறது. ஆனால் ஆணியை அதுவரை ஒருமுறைகூட உற்றுக் கவனித்ததேயில்லை.

இதுவரை பார்த்திராத பொருளைக் கவனிப்பதுபோல ஆர்வத்துடன் ஆணியைப் பார்க்கத் துவங்கினான். எதற்காக ஆணிகள் இப்படி ஒரே சுவரில் பலவருடமாக எவ்விதமான முணுமுணுப்பும் இன்றி தன்னை ஒப்புக் கொடுத்துக் கொண்டிருக்கின்றன.

ஒரே சுவரில் இருந்தபோதும் ஒரு ஆணியும் மற்றொரு ஆணியும் ஒன்றோடு ஒன்று ஏன் பேசிக்கொள்வதில்லை. சுவரிலிருந்து விடுபடுவதற்கு ஆணிகள் ஏதாவது முயற்சி எடுக்குமா இல்லையா என்று ஏதேதோ தோணியது.

சட்டென தானும் அந்த ஆணியைப் போல ஒரே வீட்டில் இருபத்தைந்து வருடமாக வாழ்ந்துகொண்டிருக்கிறோமோ, ஒரு வேளை இது போலவே நமது வாழ்வும் முடிந்துவிடுமா? என்ற அச்சம் உருவாகத் துவங்கியது. தன் விரலால் ஆணியைத் தடவிப் பார்த்தான். அதன் இறுக்கம் குற்றவுணர்ச்சியை உள்ளாக்கியது.

எந்த ஆணியும் தன்னைச் சுவரில் அடிப்பதற்கு ஒரு போதும் சம்மதித்து இருக்காது. எதற்காக ஆணிகள் இப்படித் தங்களை யாருடைய கையிலோ ஒப்படைத்துவிட்டு இயக்க மற்றுப் போகின்றன என்று ஆத்திரமாக வந்தது.

ஆணியாகவே இருந்தாலும் ஏதாவது ஒரு கப்பலின் அடிப்பகுதியில் அடிக்கப்பட்டிருந்தால் கடல்கடந்து போய்க் கொண்டிருந் திருக்கலாம். அல்லது ஒரு பியானோவின் கால்கட்டையில் அடிக்கப்பட்டிருந்தால் இசையை ரசித் திருக்கலாம். அப்படியின்றி ஏன் இப்படி ஒரு காரைச் சுவரில் வந்து மாட்டிக்கொண்டது.

பார்க்கப் பார்க்க ஆணி யாரையோ நினைவுபடுத்துவது போலிருந்தது. ஆமாம் அது அம்மாவை நினைவுபடுத்துகிறது. அம்மா இந்த ஆணியைப் போல இதே வீட்டில் நாற்பது வருடத்திற்கும் மேலாக இருந்தாள். அவளிடம் சலிப்போ, முணுமுணுப்போ இல்லை. தலையிருந்து ஆணிகள் பேசாமலிருப்பதற்கு காரணம் அவை மனித ரகசியங்கள் அறிந்தவை என்பதால்தானோ என்று தோணியது.

திடீரென ஆணி அவனுக்கு மனச்சோர்வையும் துக்கத்தையும் வலியையும் உருவாக்குவதாக இருந்தது. ஆணியைப் பற்றி நினைக்கா மலிருக்க ஒரே வழி அதை மறைத்துவிடுவது மட்டும்தான் என்றபடியே தனது சட்டையை எடுத்து அவசரமாக ஆணியில் மாட்டிவிட்டு தொலைக்காட்சி பார்க்கத் துவங்கினான். ஆணியிலிருந்த சட்டை காற்றில் ஆடிக்கொண்டிருந்தது.

ஏன் இந்த ஆணி தன் வீட்டில் வந்து மாட்டிக்கொண்டது என்ற குற்றவுணர்ச்சி அவனுக்குள் மெல்லப் பீறிடத் துவங்கி இரவெல்லாம் தூக்கமறச் செய்தது. மறுநாளில் இருந்து அவன் ஆணியை நிமிர்ந்து பார்க்காமல் வீட்டில் வாழத் துவங்கினான். அதைத் தவிர அவனுக்கு வேறு வழிகள் எதுவும் தெரியவில்லை.

◂ ● ▸

நம்மில் ஒருவன்

என்னுடைய பெயர் கே.எல்.மகாதேவன், சென்ற வாரம் ஞாயிற்றுக் கிழமை வரை ஆங்கில தினசரி ஒன்றின் செய்திப் பிரிவில் செய்தியாளராக வேலை செய்து கொண்டிருந்தேன். கடந்த மூன்று நாட்களில் என் வாழ்க்கையில் ஏற்பட்ட எதிர்பாராத நிகழ்வுகளும் மன நெருக்கடியும் என்னை வேலையை விட்டுமல்லாது இந்த நகரத்தை விட்டே வெளியேறிப் போகும்படியாக மாற்றியிருக்கின்றன.

தற்போது ஜார்கண்ட் மாநிலத்தின் பெயர் தெரியாத கிராமம் ஒன்றில் இறங்கி, சாலையோரம் உள்ள தாமரைக் குளம் ஒன்றின் அருகில் அமர்ந்திருக்கிறேன். சென்னையிலிருந்து எவ்வளவோ தூரம் விலகி வந்த பிறகும் மனது அந்த ஊரை விட்டு வர மறுத்து அங்கேயே ஒட்டிக்கிடக்கிறது. காற்றில் அலையும் தாமரை இலைகளை விடவும் கடந்த காலத்தின் நினைவுகள் வேகமாக எனக்குள் அசைந்து கொண்டிருக்கின்றன.

துர்சொப்பனத்திலிருந்து திடுக்கிட்டு விழித்தெழுவது போலத்தான் மாநகரங்களில் அன்றாட வாழ்வு சாத்தியமாகிறது. செய்திப் பிரிவில் பணியாற்றுவதற்காகச் சேர்ந்த நாட்களில் செய்தி என்பது நடந்து முடிந்துவிட்ட ஒரு தகவல் என்பதை மீறி அது என்னை பாதிக்கவில்லை. விபத்து பற்றிய புகைப்படங்களும், வன்கொலை பற்றிய குறிப்புகளும்கூட உள்ளூரக் கிளர்ச்சியை ஏற்படுத்திக் கொண்டிருந்ததேயன்றி அதிர்ச்சி தரவேயில்லை.

கடந்த ஞாயிறு அன்று காலையில் சிட்டிநியூஸ் என்ற இலவச விளம்பர இதழின் பன்னிரண்டாம் பக்கத்தில் அந்த விளம்பரம் வந்திருந்தது. நான்கு வரிகளுக்குள் அடங்கிய விளம்பரமது.

பெயர் நாவுக்கரசு. மாநிறம், முப்பத்திரண்டு வயது திருமண மாகாதவர். படிப்பு எஸ்எஸ்எல்சி, சைவ உணவுப் பழக்கமுடை யவர். தன்னை விற்றுக்கொள்ள விரும்புகிறார். தேவைப்படுவோர் அணுக வேண்டிய முகவரி: 89/3 வடவராயன் தெரு முதல் சந்து, கில் நகர், சென்னை. பி.பி.98443 35941.

இந்த விளம்பரம் நிஜமானதுதானா, இல்லை யாரோ கேலி செய்தவற்காக விளம்பரம் தந்திருக்கிறார்களா என்று குழப்பமாக விருந்தது. விளம்பரத்தில் குறிப்பிடப்பட்ட தொலைபேசி எண்ணிற்குத் தொடர்பு கொண்டபோதுதில்லை என்பவர் பேசினார். தனக்கு நாவுக்கரசைப் பத்து வருசமாகத் தெரியும் என்றும், காலையில் இருந்து இதுவரை மூன்று பேர் வந்து பார்த்துப் போய்விட்டார்கள் என்றும் வருவதாக இருந்தால் உடனே வந்து பார்க்கவும் என்றும் சொன்னார்.

வடவராயன் தெருவிற்கு நான் சென்றபோது மிகக் குறுகிய சந்தாகவிருந்தது. எருமைமாடுகளை வீதியிலே கட்டியிருந்தார்கள். சாலையின் நடுவில் ஒரு எல்லையம்மன் கோவிலிருந்தது. இன்னமும் அடுக்குமாடிக் குடியிருப்புகள் வராத வீதியாகவிருந்தது. கம்பளிப் பூச்சிகள் உதிர்ந்து கொண்டிருந்த முருங்கை மரத்தை ஒட்டிய வீடு ஒன்றின் ஆஸ்பெஸ்டாஸ் இடப்பட்ட மாடியறையில் நாவுக்கரசு குடியிருந்தான்.

மாடியேறிப் போகையில் என்னைக் கடந்து அரக்கு நிற சபாரி அணிந்த ஐம்பது வயது ஆளும் சுடிதார் அணிந்த அவரது மகளும் தள்ளிக்கொண்டு மேலே ஏறிப் போனார்கள்.

நாவுக்கரசு கையைக்கட்டிக் கொண்டு தலைகவிழ்ந்து நின்று கொண்டிருந்தான். மெலிந்த உடல், அகலமான பாதங்கள். வெளிரிய நீலத்தில் சட்டையணிந்திருந்தான். காலையில்தான் சவரம் செய்திருக் கக்கூடும் போலிருந்த முகம்.

அறையின் மூலையில் ஒரு பாய் சுருட்டி வைக்கப்பட்டிருந்தது. நியூஸ் பேப்பரின் மீது கரிப்பிடித்த மண்ணெண் ணெய் ஸ்டவ் ஒன்றும் அலுமினியப் பாத்திரம் ஒன்றுமிருந்தது. சிவப்பு நிற பிளாஸ்டிக் வாளியும், நெளிந்துபோன அலுமினியக் குவளை ஒன்றும் கவிழ்ந்து கிடந்தன.

அறையின் கொடியில் அழுக்கேறிய உள்ளாடையொன்று மொட மொடத்தபடியே காய்ந்துகொண்டிருந்தது. ஜன்னலில் படிந்திருந்த தூசி பல வருசமாக சுத்தம் செய்யப்படாததாகவிருக்க வேண்டும். அறைக் கதவில்கூடக் கம்பளிப் பூச்சிகள் ஊர்ந்துகொண்டிருந்தன.

தில்லை பரபரப்பாக செல்போனில் தெலுங்கில் பேசியபடியே நாவுக்கரசின் வீடு உள்ள முகவரியை விளக்கிச் சொல்லிக் கொண்டிருந்தான். சபாரி அணிந்த மனிதரும் அவரது மகளும் நாவுக்கரசை உன்னிப்பாகக் கவனித்துக் கொண்டிருந்தார்கள். சபாரி அணிந்தவர் அவன் வயது முப்பத்திரண்டுதான் என்பதற்கு ஏதாவது சான்று இருக்கின்றதா, பார்த்தால் நாற்பது போலத் தெரிகிறதே என்று கேட்டார்.

தில்லை தன் கைப்பையைத் திறந்து அதிலிருந்து நாவுக் கரசின் பள்ளியிறுதிச் சான்றிதழின் நகலை எடுத்துக் காட்டினார். பிறகு அப்பாவும் மகளும் ரகசியமாக ஏதோ பேசிக் கொண்டார்கள். சபாரி அணிந்தவர்தில்லையைத் தனியே அழைத்துக்கொண்டு போய் ஏதோ பேசிக்கொண்டிருந்தார்.

நாவுக்கரசு தரையில் அங்குமிங்கும் ஊர்ந்து சென்று கொண்டிருக்கும் கம்பளிப் பூச்சிகளைப் பார்த்தபடியே இருந்தான். அவன் கண்கள் வேறு எங்கும் திரும்பவேயில்லை.

தில்லை சப்தமாக லீகல் பிராப்ளம் எதுவும் கிடையாது. சிங்கிள் ஓனர். நீங்கள் ஏன் அதைப் பற்றி யோசிக்கிறீர்கள். தன்னை விற்றுக்கொள்வதற்கு எதற்கு யாரையும் கேட்க வேண்டும். ஒரு பிரச்சினையும் வராது என்று உறுதியாகச் சொல்லிக் கொண்டிருந்தான். அதற்குள் அந்தப் பெண் தனது செல்போனில் நாவுக்கரசைப் படம்பிடித்து, தன் அம்மாவிற்கு அனுப்பிவைத்தாள்.

நாவுக்கரசின் முன்னால் ஊர்ந்துகொண்டிருந்த கம்பளிப் பூச்சிகளில் ஒன்று மற்றதன் மீது உரசிக்கொண்டு புரண்டது. பிறகு ஒரு கம்பளிப் பூச்சி தன் உடலை இழுத்து இழுத்து முன்னால் போய்க்கொண்டிருந்தது. நடுங்கும் கைகளை இறுக்கமாகக் கட்டிக்கொண்டபடியே அவன் கம்பளிப் பூச்சிகளின் மீதே கவனம் கொண்டிருந்தான்.

தில்லை, விலையைக் குறைக்க முடியாது என்றும் ஏற்கனவே காலையில் அண்ணா நகர் பி பிளாக்கிலிருந்து ஒருவர் வந்து வாங்கிக்கொள்வதாகச் சொல்லியிருப்பதாகவும் அவர் சொன்ன விலையைவிட அதிகமாக இருந்தால் மட்டுமே முடிக்கலாம் என்றும் சொன்னான்.

வேலைக்காரர்களை வைத்தால் மாதச்சம்பளம், லீவு என்று ஆயிரம் பிரச்சினை ஏற்படுகிறது. அதனால்தான் இப்படி ஒரு ஆளை விலைக்கு வாங்கிவிடலாம் என்று நினைத்தாகவும் தொகை படிந்துவிட்டால் தான் முழுவதும் ரொக்கமாகத் தந்து முடித்துக்கொள்வதாகவும் சபாரி அணிந்தவர் சொன்னார்.தில்லை அவரது முகவரியைத் தன்னிடமிருந்த நோட்டில் எழுதச் சொல்லி மாலையில் தானே அழைப்பதாகச் சொன்னான்.

வீட்டுவேலைகள், தோட்ட வேலைகள், டெலிபோன் பில் கட்டுவது, மின்சாரக் கட்டணம் செலுத்துவது, நாயைக் கவனித்துக் கொள்வது இப்படி ஆயிரம் வேலையிருக்கிறது. பேரம் பேச வேண்டாம் என்ன விலையாக இருந்தாலும் வாங்கிவிடுங்கள் என்று மகள் திரும்பவும் சொன்னாள்.

சபாரி அணிந்தவர், நாம விட்டுப்பிடிச்சாதான் விலை குறையும் என்று ரகசியமான குரலில் சொன்னபடியே ஆளை விலைக்கு வாங்கிட்டுப் போய் நம்ம வீட்டுல வச்சிப் பழக்கினா, சரியா வந்துரும் என்று சொன்னார்.தில்லை, மாலையில் மட்டுமே தன்னால் முடிவு செய்ய முடியும் என்றபடியே அவரை அனுப்பி வைத்தான்.

நாவுக்கரசின் முன்னால் ஊர்ந்து கொண்டிருந்த கம்பளிப் பூச்சி எச்சில் போல எதையோ உமிழ்ந்தது. பிறகு அதைத் தானே முகர்ந்தபடியே தலையை அசைத்துக்கொண்டிருந்தது. கம்பளிப் பூச்சியின் ரோமங்கள் சிலிர்த்துக்கொண்டிருந்தன.

அதற்குள் வாசலில் ஒரு பைக் வந்து நின்றது. அதிலிருந்து ஹெல்மெட்டுடன் ஒரு இளைஞன் மேலேறி வந்தான். அவன் நாவுக்கரசின் முன்னால் வந்து நின்றபடியே தலையை உயர்த்திப் பார்த்தான். கைகால்களை ஆட்டிப் பார்த்தான். குனிந்து நிமிரச் சொன்னான். பிறகு அவர் ஒரு நாளைக்கு என்ன சாப்பிடுவார். எவ்வளவு தண்ணீர் குடிப்பார் என்று கேட்டுக் குறித்துக்கொண்டான்.

தனது விசிட்டிங்கார்டைத் தந்து இவரைப் போல நூறு பேர் தங்கள் கம்பெனிக்கு விலைக்குத் தேவை என்றும், ஒரு ஆளைத் தனியே வாங்கி என்ன செய்வது என்று உயரதிகாரியிடம் கேட்டு வருவதாகச் சொல்லியபடியே அவன் கிளம்பிச் சென்றான்.

மாடியை விட்டு அந்த இளைஞன் கீழே இறங்கிய பிறகுதில்லை அவனை மிகக் கேவலமான வசையொன்றில் திட்டியபடியே என்னிடம் வந்து என்ன விலைக்கு வாங்கிக் கொள்ள முடியும் என்று கேட்டான்.

நான் அதற்காக வரவில்லை. பத்திரிகையில் வேலை செய்வதால் அந்தச் செய்தி நிஜமா என்று பார்த்துப் போக வந்திருப்பதாகத் தயங்கித் தயங்கிச் சொன்னேன்.தில்லை என் காதருகே வந்து இது மாதிரி நானே நாலைந்து பேர் விற்பதற்கு உதவி செய்திருக்கிறேன். நாவுக்கரசு ரொம்ப நாளா சொல்லிக்கிட்டே இருந்துச்சி. நான் தான் விளம்பரம் குடுத்து நல்ல விலையா பேசி முடிச்சிவிடலாம்னு ஏற்பாடு பண்ணிக்கிட்டு இருக்கேன் என்றான்.

எதற்காக நாவுக்கரசு தன்னை விற்றுக்கொள்கிறான் என்று கேட்டதும்தில்லையின் முகம் மாறியது. சற்றே எரிச்சலான குரலில் அதைத் தெரிஞ்சி என்ன செய்யப் போறே. அவன் கஷ்டம் அவனுக்கு. உனக்கு இன்னா வேணுமோ அதை அவன் கிட்டயே கேட்டு எழுதிக்கோ என்று முறைத்தபடியே திரும்பிக்கொண்டான்.

அதற்குள் தில்லைக்கு இன்னொரு போன் வந்தது. அவன் சிரிப்போடு நீ வா சார். நான் முடிச்சிவிடுறேன் என்று சப்தமாகப் பேசிக்கொண்டிருந்தான்.

நாவுக்கரசின் அருகே நான் குனிந்து பார்த்தவுடன் ஒரு இயந்திரம் போலக் கையை வலது இடதாக ஆட்டிக் காட்டினான். பல்லைத் திறந்து காட்டினான். தலையை அங்குமிங்கும் அசைத்தான். இரண்டு அடி தாவிக் குதித் தான். இரண்டு நிமிசங்களுக்குப் பிறகு எதுவும் நடக்காதது போல அமைதியாகிவிட்டான். அவனது செய்கை எனக்கு ஆத்திரமாக வந்தது.

எதற்காக இப்படியிருக்கிறாய். உனக்கு என்ன பிரச்சினை என்று கேட்டேன். அவன் அந்தக் கேள்விகளை எதிர்கொண்டது போலவே தெரியவில்லை. சுவரில் ஏற முயன்று கீழே விழுந்துகொண்டிருந்த கம்பளிப் பூச்சியின் மீதே அவன் கவனமிருந்தது.

அதற்குள் நாவுக்கரசை விலைக்கு வாங்குவதற்காக ஆட்டோவி லிருந்தும் கால்டாக்சியிலிருந்தும் நாலைந்து பேர் வந்து நிரம்பி யிருந்தார்கள். அதில் ஒரு ஆள்தில்லையிடம், நாவுக்கரசு ஏதாவது வங்கிகளில் கடன் வாங்கியிருக்கிறானா? அல்லது தனிநபர் அடமானம் ஏதாவது இருக்கிறதா என்று தனக்குத் தெரிய வேண்டும் என்றும் வில்லங்கம் சரிபார்க்காமல் எதையும் வாங்குவ தில்லை என்றும் சொன்னார்.

அப்படி எந்தக் கடனுமில்லை. வங்கிக் கணக்கே நாவுக் கரசிற்குக் கிடையாது. டீக்கடைகளில் வாங்கிய கடனும்கூட ஐம்பது ரூபாய்க்குக் குறைவாகத்தானிருக்கும் என்றுதில்லை சொன்னான்.

இன்னொரு ஆள் அவன் உடல் உறுப்புகளில் எதையாவது விற்றிருந்தால் என்ன செய்வது. அதை மருத்துவப் பரி சோதனை செய்து சரிபார்க்காமல் தன்னால் வாங்க முடியாது. ஆகவே அரசு பதிவு பெற்ற மருத்துவரிடம் சான்றிதழ் வாங்கி வைத்திருந்தால் மட்டுமே தன்னால் அவனை வாங்கிக்கொள்ள முடியும் என்றார்.

கூட்டத்திலிருந்த பருமனான பெண்மணி அந்தக் காலத்தில் எங்கள் தாத்தா வீட்டில் ஒரு குடும்பத்தையே பதினைந்து ரூபாய் குடுத்து விலைக்கு வாங்கி வைத்திருந்தோம். அவர்கள் வீட்டுவேலை சமையல் வேலை எல்லாம் பார்த்துக் கொண்டு, விவசாயப் பணியும் செய்தார்கள். இப்போது ஒரு ஆளை வாங்குவதற்கு எவ்வளவு பணம் தர வேண்டியிருக்கிறது. பணத்தின் மதிப்பு இப்போது யாருக்கும் புரிவதேயில்லை என்று அலுத்துக்கொண்டாள்.

ஒவ்வொரு முறையும் சாவி கொடுக்கப்பட்ட பொம்மையைப்போல அவன் தன் உடலை அசைத்துக் காட்டுவதும் ஒடுங்குவதுமாக இருந்தான். எவரது கேள்விக்கும் அவன் ஒரு வார்த்தை பதில் பேசவில்லை.

அவனுக்கு ஏதாவது தீராத நோய் இருக்கிறதா? எவ்வளவு இட்லி சாப்பிடுவான். எவ்வளவு நேரம் உறங்குவான். குடிப்பழக்க மிருக்கிறதா? சிகரெட் புகைக்கக்கூடியவனா? அம்மை தடுப்பு ஊசி போட்டிருக்கிறானா? வாக்காளர் அடையாள அட்டை வைத்திருக்கிறானா? ஏதாவது கட்சியில் உறுப்பினரா? என்று அடுக்கடுக்காக சந்தேகங்களும் கேள்விகளும் அவனை உலுக்கிக் கொண்டேயிருந்தன. நாவுக்கரசிடம் சலனமேயில்லை.

விளக்குமாற்றுக் குச்சி ஒன்றில் இரண்டு கம்பளிப் பூச்சிகள் ஒன்றன் பின் ஒன்றாக நடந்துகொண்டிருந்தன. காகம் ஒன்று முருங்கை மரத்திலிருந்து கத்திக்கொண்டிருந்தது. அணில் ஒன்று ஆஸ்பெஸ்டாஸில் குதித்துஓடும் சப்தம் கேட்டது. ஒரு நிமிசம் நாவுக்கரசின் முகம் மாறியது. அவன் கண்கள் அணிலைப் பார்க்க விரும்பியது போலத் திரும்பின. அதற்குள் அணில் மரத்திலேறித் தாவிப் போய் விட்டிருந்தது.

அரசு ஊழியர்கள், வணிகம் செய்பவர்கள், நடுத்தர் வர்க்க மனிதர்கள் என்று சகலரும் ஒரு மனிதனை விலைக்கு வாங்கும் ஆசையிருக்கிறது என்பதைக் கண்கூடாகக் காண முடிந்தது. வந்தவர்களில் எவரும் அவனது கடந்த காலத்தையோ, சொந்த வாழ்வின் துயரையோ கேட்டுக்கொள்ளவேயில்லை. சிரிப்பும் சந்தேகமும் கேலியும் உரிமையாக்கிக் கொள்ள வேண்டும் என்ற வெறியுமே நிரம்பி வழிந்தன.

எஸ்.ராமகிருஷ்ணன்

மதியம் மூன்று மணியளவில்தில்லை அருகாமையிலிருந்த டீக்கடையிலிருந்து நாவுக்கரசுக்கு ஒரு தேநீரும் இரண்டு பிஸ்கட்டும் வாங்கிக்கொண்டு வந்து தந்தான்.

அந்த பிஸ்கட்டுகளை டீயில் போட்டு ஊற வைத்த நாவுக்கரசு அதை அப்படியே ஒரு பழச்சாற்றைப் பருகுவது போல மெதுவாகப் பருகத் துவங்கினான்.

தில்லை என்னிடம் இதுதான் இவனோட மதியச் சாப் பாடு. ஆறு வருசமா இவ்வளவுதான் சாப்பிடுவான். தூங்குறதுசுவட உட்கார்ந்து காலைக் குத்துக்கால் வச்சிக்கிட்டுத்தான் தூங்குவான். காலை நீட்டிப் படுக்கக்கூடக் கூச்சம் என்று சொல்லியபடியே கீழே இறங்கிச் சென்றான்.

நானும் நாவுக்கரசும் மட்டுமே இருந்தோம். அவன் இதற்கு முன்பாக என்ன வேலை செய்து கொண்டிருந்தான் என்று கேட்டேன். அவன் பதில் சொல்லவேயில்லை. பதிலாக, கதவில் ஏற முயன்று கீழே விழுந்த கம்பளிப் பூச்சியைக் கையில் எடுத்து கதவின் மீது விட்டான். அது மேலே போக முயற்சிப்பதும் கீழே விழுவதுமாகவே இருந்தது. அன்று ஒரு நாள் முழுவதும் அங்கேயே இருந்த போதும் ஒரு வார்த்தை கூட அவன் என்னோடு பேசவேயில்லை.

இரவில் வீடு திரும்பிய போது யாரோ ஒருவன் தன்னை விற்றுக் கொள்வது எனக்கு ஏன் ஆத்திரமாக இருக்கிறது என்று என்மீதே கோபமாக வந்தது. தொலைக்காட்சியில் அமிழ்ந்தபடியே அதை மறக்க முயற்சித்தேன். ஆனால் மொழியற்ற அவன் பார்வைகள், உறைந்துபோன கண்கள், வீடெங்கும் ஊர்ந்து திரியும் கம்பளிப் பூச்சிகள் என் உறக்கத்தைக் கெடுத்தன.

அடுத்த நாளும் அவனைக் காண்பதற்காகச் சென்றேன். அன்றைக்குப் பன்னிரண்டு பேர் வந்திருந்தார்கள். வேலைக் குச் செல்லும் பெண்ணொருத்தி அவனுக்கு ஆங்கிலம் தெரியாமலிருப்பதால் அவனை வாங்கி பிரயோசனமில்லை என்று கோவித்துக்கொண்டு வெளியேறிப் போனாள். அன்றைய மாலை வரைதில்லை யார் யாரையோ அழைத்து வந்து காட்டியபடியே இருந்தான்.

அன்றுவரை நூற்றி நாற்பத்தாறு பேர் நாவுக்கரசை விலைக்கு வாங்கிக்கொள்வதற்காக முகவரியைப் பதிவு செய்து போயிருந்தார்கள். தில்லை அந்த முகவரிகளிலிருந்து சிலரைத் தனியே எடுத்து வேறு பக்கத்தில் எழுதிக்கொண்டபடியே

இன்னும் ஒரு நாள் பார்க்கலாம் இல்லாவிட்டால் அண்ணா நகர் ஆளுக்கே முடித்துவிடலாம். ரொக்கமா தர்றேன்கிறான். நீயும் பிரச்சினையில்லாம இருக்கலாம் எனறான்.

நாவுக்கரசு தலையாட்டிக்கொண்டான்.தில்லை என்னிடம் ஐம்பது ரூபாய் வாங்கிக்கொண்டு போட்டோ எடுக்கிறதா இருந்தா இன்னும் நூறு ரூபாய் தனியாகத் தர வேண்டும் என்றான். ஆத்திரமாக வந்தது. முறைத்தபடியே நின்றுகொண்டிருந்தேன்.

தில்லை தெருவிலிருந்த டீக்கடைக்காரனிடம் நாவுக்கரசு தன்னை விற்றுக்கொள்ளப் போவதைப் பற்றிப் பேசிக்கொண்டிருந்தான். அந்த ஆளும் நல்ல யோசனைதான் எத்தனை நாளைக்குத்தான் இப்படி லோல்படுறது என்று சொன்னான். அவர்கள் பேசிக்கொண்டே நடந்து போனார்கள்.

சொல்லித் தீர்க்கமுடியாத மனவேதனையும் கஷ்டமும் நாவுக்கரசின் உடலில் புதையுண்டு இருப்பதை என்னால் உணர முடிந்தது. அவன் கைகளைப் பற்றிக்கொண்டபடியே நாளை உன்னைப் பற்றி விரிவாகச் செய்தி வெளியிடுகிறேன். எதற்காக இப்படி நடந்து கொள்கிறாய் என்ற உண்மையைச் சொல் என்று கேட்டேன்.

நாவுக்கரசு பதில் பேசாமல் தேங்காய்ச் சிரட்டை ஒன்றில் அங்கே ஊர்ந்துகொண்டிருந்த கம்பளிப்பூச்சிகளை ஒவ்வொன்றாகப் பிடித்துப் போடத் துவங்கினான். நான் கோபமாகி போலீசில் புகார் கொடுத்தால் உன் மீது நடவடிக்கை எடுப்பார்கள் தெரியுமா என்று கத்தினேன். அவன் ஒரு கம்பளிப்பூச்சியில்லாமல் பிடித்து சிரட்டையில் நெளிய விட்டான்.

அவனுக்கு எப்படிப் புரிய வைப்பது என்று தெரியாமல் ஏதேதோ பேசினேன். நீண்ட நேரத்தின் பிறகு நாவுக்கரசின் முகம் கொஞ்சம் கொஞ்சமாக மாறத் துவங்கியது. அவன் ஆத்திரமான குரலில் உன் வேலையைப் பாத்துக்கிட்டுப் போடா மசிரு. என்று சொல்லியபடியே சிரட்டையிலிருந்த கம்பளிப்பூச்சிகளை ஒவ்வொன்றாகப் பிடித்து வாயில் போட்டு மென்று தின்னத் துவங்கினான். எனக்கு வயிற்றைப் புரட்டியது.

அவன் வேகவேகமாகக் கம்பளிப்பூச்சிகளைத் தின்றபடியே பன்னிரண்டு வயசில வீட்டைவிட்டு ஓடிவந்தேன். நாயா அலைந்து அடிபட்டதுதான் மிச்சம். கக்கூஸ் கழுவுறதுல இருந்து கரமைதுனம் பண்ற வரைக்கும் எல்லா வேலையும் செஞ்சி பாத்தாச்சி. மலத்தை மிதிச்ச மாதிரித்தான் என்னைப் பாக்குறாங்க கூடப் பொறந்தவங்க,

பழகினவங்க எல்லாரையும் நக்கி நக்கித்தான் வாழ வேண்டியிருக்கு. அதுக்கு இப்படி எவன் வீட்லயாவது நாய் மாதிரி வாழ்ந்துட்டுப் போயிடுறதில என்னடா தப்பிருக்கு பேச வந்துட்டான் நாதேறி. பிழைக்கிற வழியைப் பாருடா, போ... என்றபடியே அவன் மீதமிருந்த கம்பளிப்பூச்சிகளைத் தின்னத் துவங்கினான்.

ஒரு நிமிசத்தில் மொத்த நகரமும் சேர்ந்து என்னைக் கவ்விக்கொண்டது போல நடுக்கமும் பயமும் உருவாகத் துவங்கியது. அறைக்குத் திரும்பிய பிறகும் நாவுக்கரசின் முகம் நினைவில் வந்து கொண்டேயிருந்தது. நாவுக்கரசைப் பற்றிய செய்தியை எழுதுவது என்று முடிவு செய்து கணிப் பொறியில் அடிக்கத் துவங்கினேன்.

இதுவும் ஒரு சுவாரஸ்யமான செய்தி என்பதற்கு மேலாக என்ன விளைவைத் தந்துவிட முடியும் என்று குழப்பமாக இருந்தது. எழுது வதை நிறுத்தி வைத்துவிட்டு இரவில் மீண்டும் ஒருமுறை நாவுக்கரசைப் போய்ப் பார்க்கலாம் போலிருந்தது.

பைக்கை எடுத்துக்கொண்டு அவன் அறைக்குப் போனேன். வாசற்கதவு திறந்து கிடந்தது. விடிவிளக்கு ஒன்று மட்டும் எரிந்துகொண்டிருந்தது. தென்பக்க மூலையின் இருளில் குத்துக் காலிட்டபடியே நாவுக்கரசு உட்கார்ந்திருந்தான். அவன் யாரோடோ பேசுவது போலவே இருந்தது. வாசலில் நின்றபடியே அதைக் கேட்கத் துவங்கினேன்.

அவன் தனக்குத்தானே பேசிக்கொண்டிருந்தான். தனது இயலாமையை அவமானத்தை கோபத்தை வெறுப்பைத் தனக்குத் தானே அவன் பரிமாறிக்கொண்டிருந்தான். அவனது குரல் உடைந்து போய் அழுகையேறியிருந்தது. தன்னை மீறிச் சில நிமிஷங்களில் அவன் உடைந்து அழு தான். வெளியே கேட்காத விசும்பல் அது.

தனக்கு நெருக்கமானவர்களின் பெயர்கள் ஒவ்வொன்றாகச் சொல்லிச் சொல்லி அவன் புலம்பி அழுதுகொண்டிருந்தான். இரவு மட்டுமே அவனைப் பார்த்துக்கொண்டிருந்தது. அறை ஒரு சவப் பெட்டியைப் போல அவனை விழுங்கியிருந்தது. அவன் மனதின் அந்தரங்கமான வலி வடிந்து அறையெங்கும் ஓடிக்கொண்டிருந்தது. என்னால் அந்த இடத்தில் நிற்க முடியவில்லை. கால்கள் நடுங்கத் துவங்கின.

அன்றிரவே மாநகரிலிருந்து வெளியேறிவிட முயன்று ரயில் ஏறினேன். இவ்வளவு தூரம் பயணம் செய்து வந்த பிறகும்

நடுக்கமாகவே இருக்கிறது. நாவுக்கரசை யார் வாங்கிப் போயிருப் பார்கள். அவனைப் போல வேறு யாராவது இந்த வாரம் விளம்பரம் தந்திருப்பார்களா? யாரோ ஒருவனின் வாழ்வு ஏன் இப்படியிருக்கிறது?

யோசிக்க யோசிக்க என்னைச் சுற்றிய தாமரைக் குளம், மரங்கள், ஆகாசம், மனிதர்கள், அவர்களது இடைவிடாத இயக்கம் என யாவற்றின் மீதும் கோபமும் எரிச்சலும் கவிழ்கின்றதேயன்றி என்ன செய்வது என்று தெரியவேயில்லை.

குளக்கரையிலிருந்த தவளை ஒன்று தன் பருத்த கண்களால் என்னை வெறித்துப் பார்த்தபடியே சப்தமில்லாமல் நின்று கொண்டிருந்தது. அதன் பார்வையில் பரிகாசம் கசிந்து கொண்டிருந்தது. பரிகசிக்கப்பட வேண்டியவன் நான் என்பதைப் போல தலைகுனிந்து நின்றுகொண்டிருந்தேன். என்னால் முடிந்தது அவ்வளவுதானே.

◀ ● ▶

பதினெட்டாம் நூற்றாண்டின் மழை

இடுக்கி மாவட்டத்தில் உள்ள தெக்குமலையின் அடர்ந்த கானகத்தினுள் சூரியனின் வெளிச்சம்கூடத் தரையிறங்காத மலைப்புடவுகளில் வாழ்ந்து வந்த முதுவன், மலை ஆயன், ஊராளி, மன்னா, மலையன் போன்ற பழங்குடியினர்களுக்கு ரட்சிப்பு தருவதற்காக மலபார் மிஷனால் அனுப்பப்பட்ட போதகரும் போர்த்துக்கீசிய படகோட்டிக் குடும்பம் ஒன்றில் பிறந்தவருமான சான் ரபேல் டி வலேசா நெல்லிக்காவிற்கு வந்து சேர்ந்தபோது காட்டில் மழை பெய்யத் துவங்கியிருந்தது.

பல்லக்கைத் தூக்கி வந்த நால்வர் நனைந்தபடியே மழையினுள் நடந்துகொண்டிருந்தனர். வலேசாவுக்கு வழி காட்டுவதற்காக மஞ்சேரியிலிருந்து இரண்டு நாயர்கள் உடன் வந்திருந்தார்கள். அவர்கள் மட்டுமின்றி மூலிகை பறிப்பதற்காக எப்போதும் நெடுங்காட்டிற்கு வந்து போகும் சகாயதாரியும் அவனது ஊமை வேலைக்காரனும் கூட அவர்களுடன் வந்திருந்தார்கள்.

வழியெங்கும் மழை பெய்து நீரோட்டமாக இருந்தது. அத்தோடு காற்றின் விசையின் காரணமாக மழை சிதறிப் பெய்தபடியே இருந்தது. நாயர்களில் ஒருவன் தன் பல்லக்கை விட்டு இறங்கி வந்து ரபேலிடம் மழை விட்ட பிறகு செல்வதே உசிதம் என்றான். ஆனால் ரபேல் வலேசாவிற்கு அதில் இஷ்டமில்லை.

ஆறு நாட்களுக்கும் மேலாக ஆங்காங்கே தங்கித் தங்கி தானே வருகிறோம் மழை பெய்தால் என்ன? களிமண்தான் மழையில் கரைந்து போய்விடும், மனிதர்கள்

கரைந்து போவதில்லை. உனக்கு பயமாக இருந்தால் இப்படியே வீடு திரும்பிவிடு என்று கத்தினான்.

மழையில் நனைந்தபடியே நாயர் தன் பல்லக்கில் ஓடி ஏறினான். பல்லக்குத் தூக்கிகள் கண்ணை மறைக்கும் மழையின் ஊடாக மெதுவாக நடந்துகொண்டிருந்தார்கள். அவர்களின் பின்பாக மட்டக் குதிரைகளைப் பிடித்தபடியே நடந்து வரும் இரண்டு ஊழியக்காரர்கள் மழையைப் பற்றி எவ்வித முணுமுணுப்புமின்றி நடந்து வந்துகொண்டிருந்தார்கள். காற்றின் விசையால் மரங்கள் முறிந்து கிடந்தன. எங்கும் மழையின் ஆவேசம் பீறிட்டுக் கொண்டிருந்தது. காற்றில் அலைபடும் பல்லக்கைத் தாங்கிப் பிடித்த படியே ஆட்கள் நடந்து போய்க்கொண்டிருந்தார்கள். மழையின் கதியைத் தாளமுடியாமல் சிறு செடிகள் வளைந்து கிடந்தன. வானம் தெரியாமல் மழை கொட்டிக்கொண்டிருந்தது; காட்டு விருட்சங்கள் ஒன்றோடு ஒன்று முறிந்தும் சரிந்தும் கிடப்பதுபோலத் தெரிந்தது.

ரபேல் டி வலேசா இதற்கு முன்பாக பர்மாவில் உள்ள பதூங், ஹரன் பழங்குடியினர்களுக்கான தேவஊழியம் செய்து கொண்டிருந்தான். மலைமுகடுகளில் ஆறு தேவாலயங்களை உருவாக்கிய பெருமை அவனுக்கிருந்தது. பர்மீய ஆதிவாசிகள் முரட்டுப் பிடிவாதம் கொண்டவர்கள். அவர்களை மீட்பன் வழிக்குக் கொண்டுவருவதற்காக அவன் தனது எல்லா உபாயங்களையும் முன்னெடுக்க வேண்டியதாகியது.

அதிலும் பௌத்த நம்பிக்கை கொண்டிருந்த மலைவாசிகளைப் பிடித்து அவர்கள் உடலில் சூட்டுக்கோலால் அடையாளமிட்டு பயமுறுத்திய பிறகே ஆதிக்குடிகள் தங்களை ரட்சிப்பிற்கு ஒப்புக் கொடுத்தனர். இதனால் அவனை சூட்டுக்கோல் போதகர் என்று மலைவாசிகள் நினைவுகொண்டிருந்தனர். அவனது சிறப்பான ஊழியத்தைக் கண்ட திருச்சபை வெள்ளியால் ஆன சிலுவையைப் பரிசாகத் தந்து கௌரவப்படுத்தி இந்தியாவிற்கு அனுப்பி வைத்தது.

ரபேல் வலேசா இருபது வயதிலிருந்து ரட்சிப்பிற்கான ஊழியம் செய்ய அலைந்து திரிந்து பழக்கமிருந்ததால் அவன் காட்டில் பெய்யும் மழையைப் பெரிதாக எடுத்துக் கொள்ளவில்லை. பாதைகள் சீரற்று இருந்த காரணத்தால் பல்லக்கு மெதுவாகப் போய்க்கொண்டிருந்தது. கடந்த

பர்மாவில் வலேசா ஊழியம் செய்துகொண்டிருந்தபோது அவன் மீது ஏழு குற்றச்சாட்டுகள் பதிவாகின. ஆனால் எதையும் மிஷனரியைச் சேர்ந்தவர்களால் நிரூபணம் செய்ய

முடிந்ததில்லை. ரபேல் வலேசா பர்மீய பதூங்பெண்களில் ஒருத்தியை தன்னோடு சேர்ந்து வைத்துக்கொண்டிருந்தான். தொடர்ந்து குடித்தும் வேட்டையாடியும் முரட்டுத்தனமான நடவடிக்கைகள் செய்துவந்ததைப் பற்றியும், யாவையும்விட தனக்கென அவன் ஏராளமான விலைமதிப்பற்ற வெள்ளி மற்றும் யானைத் தந்தங்களையும் வாசனைப் பொருட்களை அபகரித்துக்கொண்டுவிட்டதையும் சபைக்கு மற்ற ஊழியர்கள் தெரியப்படுத்தியபோது ரபேல் வலேசா அது அப்பட்டமான பொய் என்றதோடு தனது பணியைப் பற்றித் தெரிந்து கொள்ள வேண்டுமானால் மலைவாசிகளுடன் சில காலம் தங்கி ஊழியம் செய்து பார்க்கும்படியாக எழுத்து மூலம் பதில் தந்தான்.

சபை அவனது நடவடிக்கைகளின் மீது அதிருப்தி கொண்டிருந்தபோதும் கடுமையான நடவடிக்கை எதையும் எடுக்க முயற்சிக்கவில்லை. இதன் காரணமாக இந்தியாவிற்கு அனுப்பப்பட்டான் என்றும் மறைமுகமாக சபை ஊழியர்கள் பேசிக் கொண்டார்கள். ஆனால் ரபேலுக்குத் தன்பின்னே பேசப்படும் கேலிகள் பொறாமையால் உருவாவது என்று தெரிந்திருந்தது.

ரபேல் வலேசாவிற்குக் குடிப்பதில் மிகுந்த ஈடுபாடு இருந்தது. அவன் பல்வேறுபட்ட உள்ளூர் மதுவைக் குடித்துப் பழகியிருந்தான். அதிலும் பதூங்மலைவாசிகள் மரப்பட்டை ஒன்றிலிருந்து காய்ச்சி வடிக்கும் மதுவிற்கு நிகராக வேறு எதுவுமில்லை என்று ருசித்திருந்த காரணத்தால் ரபேல் வலேசாவிற்காகவே தனியாக பதூங்மலையர்கள் மரச்சாராயம் காய்ச்சித் தந்தார்கள். அதுபோலவே பர்மீய பதூங்பெண்கள் காளான்களைப் போல குள்ளமாகவும் மிருதுவானவர்களாகவும் இருந்தது அவனுக்கு மிகவும் பிடித்திருந்தது.

தன் மீது சுமத்தப்பட்ட குற்றச்சாட்டுகள் யாவும் தன் பணியில் ஏற்பட்ட சாதனைகள் என்று உள்ளூரப் பெருமை கொண்டிருந்தான். அந்தவகையில் அவன் தனது தவறுகளை எப்போதுமே ரசிக்கின்றவனாக இருந்தான்.

மலபார் மிஷன் வலேசாவை தெக்குமலைக்கு ஊழியத்திற்கு அனுப்பும்போது அது ராம வர்மா மகாராஜாவின் கட்டுப்பாட்டில் உள்ள பிரதேசம் என்பதால் அவனது நடவடிக்கைகளுக்கு திருச்சபை பதில் சொல்ல வேண்டும் என்ற எச்சரிக்கையோடுதான் அனுப்பி வைத்தார்கள். கேலியான குரலில் வலேசா ‘பிரசங்கத்தைத் தவிர வேறு எந்த ஆயுதத்தையும் மற்றவர்களின் மீது ஒருபோதும் பிரயோகிக்க மாட்டேன்’ என்று உறுதி தந்தபடியே ‘தன்னை அவர்கள் சந்தேகம் கொள்ளத் தேவையில்லை, தெக்கு மலையின் மீது

புனிதருக்கு மாபெரும் தேவாலயம் ஒன்றைக் கட்டிக்காட்டுகிறேன் பாருங்கள்' என்றபடியே அவன் பயணத்தைத் துவக்கினான்.

ஆறு நாள் பயணத்தின்போதும் வலேசா யார்க்ஷயரிலிருந்து கொண்டு வரப்பட்டுப் பாதுகாக்கப்பட்டிருந்த ராணுவத்தினருக்கான மதுவைக் குடித்துக்கொண்டேதானிருந்தான். இதற்காகவே அவனோடு பணியாள் பல்லக் கோடு கூடவே ஓடி வந்தான். அவர்கள் பின்னால் இன்னொரு பல்லக்கு நிறைய மதுப்புட்டிகளும், பழங்களும் கொண்டு வரப்பட்டிருந்தன. குடித்துக் குடித்து அவன் முகம் எப்போதுமே சிவந்து போயிருந்தது. அடர்ந்து ஒடுங்கிய தாடியும் சுருங்கிப் போன கண்களும் கொண்ட வலேசா சிறுத்தையைப் போல எதையும் உற்றுக் கவனிக்கிறவனாக இருந்தான். பயணம் துவங்கிய நான்காம் நாளில் அவர்கள் வேட்டுவன் பாறையில் இருந்த ஹென்றி பாக்கர் பங்களாவில் தங்கிக்கொண்டார்கள். பாக்கர் அந்த வனப்பகுதியில் அணை கட்டுவதற்காக மலையனான மணிக்கோலன் என்பவனுடன் பல காலமாக சுற்றிக்கொண்டிருந்தான். அந்த வேலைகளுக்காக அவனாக அமைத்துக்கொண்ட மரவீட்டிற்கு ரபேல் வந்து சேர்ந்த போது பருத்த கொசுக்களும் இடைவிடாத பூச்சிகளின் சப்தமும் கேட்டபடியே இருந்தது.

பாக்கர் பருத்த உருவத்தோடு எப்போதும் காக்கி நிற பேண்டும் தொப்பியும் அணிந்தவனாக இருந்தான். அட்டை கடித்து ஆங்காங்கே அவன் கால்கைகளில் வீங்கிப் போயிருந்தன். அவன் கண்களும் முகச்சாயலும் இத்தாலிய வம்சா வளியில் வந்தவனாக இருப்பானோ என்ற சந்தேகத்தை ஏற்படுத்தியது.

இரண்டு வருசங்களுக்கு மேலாக பாக்கர் அந்தப் பகுதியில் தங்கியிருந்தான். அநேகமாக வெளியாட்களின் நடமாட்டமே அற்றுப்போன அந்த வனப்பகுதியில் எண்ணிக்கையற்ற காட்டாறு களும் வனவிருட்சங்களும் காட்டுயிர்களுமிருந்தன. அதிலும் இரவில் வனம் கொள்ளும் தோற்றம் கற்பனை செய்து பார்க்கக்கூட முடியாததாக இருந்தது.

ரபேல் அன்றைய இரவு பிரார்த்தனை முடிந்த பிறகு தனியே அமர்ந்து ஒரு போத்தல் ரம்மை தனியாகக் குடித்தான். தன்னோடு மதுவைப் பகிர்ந்துகொள்ள வரும் படியாக ஹென்றிபாக்கரை நாலைந்து முறை அழைத்த போதும் பாக்கர் வரவேயில்லை. போதையேறிய ரபேல் பாக்கரின் படுக்கையறைக்குள் சென்றபோது பெரிய வரை பலகையைக் கையில் வைத்தபடியே எதையோ வரைந்து கொண்டிருந்தான் பாக்கர்.

ரபேல் அருகில் வந்ததைக்கூடப் பொருட்படுத்தாமல் அவன் தனது பென்சிலால் அந்தச் சித்திரத்தைத் தீட்டிக் கொண்டேயிருந்தான். அந்த அறையில் மலைவாசியொரு வன் தரையில் உட்கார்ந்தபடியே கூழாங்கற்களால் அடுக்கி ஏதோ செய்துகொண்டிருந்தான். குடிவெறி ஏறிய வலேசா குனிந்து பார்த்த போது இரண்டு மலைகளுக்கு நடுவில் தடுப்புச் சுவர்போல படமொன்று தீட்டப்பட்டிருந்தது.

பிறகு பாக்கர் அந்த மலைவாசியிடம் தனது ஓவியத்தைக் காட்டி இப்படியிருக்கலாமா என்று கேட்டான். மலைவாசி தான் கல்லை அடுக்கியதைச் சுட்டிக் காட்டி 'அந்த இரண்டு மலைகளில் ஒன்று குறவன் மலை. மற்றொன்று குறத்தி மலை, இரண்டும் நீண்ட நாட்களாக சேர்வதற்காகக் காத்துக்கிடக்கின்றன. அதன் இரண்டிற்கும் நடுவில் ஸ்தனம் போல அரைக்கோள வடிவத்தில் சுவர் எழுப்பினால் மட்டுமே அணை நிற்கும். இல்லாவிட்டால் உடைந்துவிடும்' என்று மலையன் சொன்னான்.

பாக்கர் சிரித்தபடியே வலேசாவிடம் "இரண்டு மலைகள் ஒன்று சேர்வதற்காகப் பல காலம் காத்துக் கிடப்பதாக மலையன் சொல்வதை நீ நம்புகிறாயா' என்று கேட்டான். வலேசா அதைப் போன்ற பல கதைகளைத் தான் பர்மாவில் கேட்டிருப்பதாகச் சொல்லி இதுபோன்ற கட்டுக்கதைகளைத் தான் நம்புவதில்லை என்றான்.

மலையனோ தனக்கு மிக நெருக்கமான இருவரைப் பற்றிப் பேசுவதைப் போல அந்த மலைகளைப் பற்றிச் சொல்லிக் கொண்டேயிருந்தான். மலையாக இருப்பது குறவன்தான் என்றும் அவன் குறத்தியை அடைவதற்காக காத்துக்கிடக்கிறான் என்றும் உறுதியாகச் சொன்னான்.

வலேசா 'இப்படிப்பட்ட ஆட்களை வைத்துக்கொண்டு அணை கட்டினால் நீ மூழ்கிப் போய்விடுவாய்' என்றபடியே இங்கே அணை கட்டுவதால் யாருக்கு என்ன பிரயோசனம் ஏற்படப் போகிறது என்று கேட்டான். ஹென்றி பாக்கர் சிரித்தபடியே அது மகா ராஜாவின் கவலை, என்னுடையது அல்ல. எனக்கிருக்கும் ஒரே சவால் தண்ணீரை ஓடு வழியில் எப்படித் தடுத்து நிறுத்துவது என்பதே என்றான். பிறகு அவன் தான் வரைந்த காகிதத்தைச் சுருட்டி வைத்து விட்டு நாற்காலியில் சாய்ந்து அமர்ந்து கொண்டபடியே கண்களை மூடிக்கொண்டான்.

முதுவர்களைப் பற்றி ஏதாவது அறிந்திருக்கிறானா என்று வலேசா மலைவாசியிடம் கேட்டபோது அவர்கள் மலைப்புடவுகளில்

வாழ்பவர்கள் என்றும், அவர்கள் அதிகம் யாருடனும் பேச மாட்டார்கள். தாங்கள் விளைவித்த மலைநெல்லைச் சாப்பிட்டு காட்டாற்றின் தண்ணீரைக் குடித்து வாழ்ந்து கொண்டிருக்கிறார்கள் என்றும் சொன்னான்.

வலேசா அவர்களிடம் விசித்திரமான பழக்கம் ஏதாவது இருக்கிறதா என்று கேட்டபோது ஹென்றி பாக்கர் நம்மிரு வரைத் தவிர இந்தப் பிரதேசத்தில் வேறு விசித்திரம் எதுவுமேயில்லை என்று சொல்லிச் சிரித்தான்.

நாயர்கள் இரவில் உறக்கமில்லாது அங்குமிங்கும் அலைந்து கொண்டிருக்கும் சூட்டுக்கோல் போதகரைக் கண்டு பயந்து போனவர்களாக தங்கள் அறையிலே அடைந்து கிடந்தார்கள். இருட்டை வெறித்துப் பார்த்தபடியே வலேசா எதையோ பேசிக்கொண்டிருந்தான். போதையின் உச்சத்தில் தான் பதூங் வம்சாவளியினரின் மலை கிராமத்தில் இருப்பது போலவே அவனுக்குத் தோன்றியது. அவன் பர்மீய பாஷையில் ஏதோ சொல்லிக் கத்தினான். யாரும் பதில் சொல்லவில்லை. வன நிசப்தத்தில் அவன் குரல் போய் விழுந்து ஒடுங்கியது.

வலேசா நள்ளிரவில் தன் படுக்கையறைக்குத் திரும்பினான். அறையிலிருந்த மெழுகுவர்த்தி எரிந்து அணைந்து போயிருந்தது. அறையில் இருட்டு புகுபுகுவென பொங்கி வழிந்து கொண்டிருந்தது. அவன் கட்டிலில் படுத்தபடியே பூச்சிகளின் ரகசிய முணுமுணுப்பை நெடுநேரம் கேட்டுக் கொண்டேயிருந்தான். எதற்கு எனக் காரணமில்லாமல் அவனுக்குக் கோபம் பொங்கிக்கொண்டிருந்தது. தன்னை மீறி அவன் கத்தியபடியே கிடந்தான்.

விடிகாலையில் பல்லக்குத் தூக்கிகளில் ஒருவன் சிற்றோடைக்குக் குளிக்கச் சென்றபோது ஏதோவொரு இலையைப் பறித்து முகர்ந்தபடியே முந்திய இரவின் எந்த அடையாளமும் இன்றி ஈரத் தலையும் சிப்புமாக வலேசா நிற்பதைக் கண்டு புன்னகைத்தான். வலேசா அவர்களிடம் தனாப்ஹெபாப் என்றொரு செடியிருக்கிறது. அதன் இலைகள் இதய வடிவிலிருக்கும். அதைச் சுருட்டிப் புகைக் கலாம் என்று சொன்னான். பல்லக்குத் தூக்கி தன் கண்ணில் பட்டால் அந்தச் செடியின் இலைகளைப் பறித்துத் தருவதாகச் சொன்னான்.

அங்கிருந்து அவர்கள் ஒரு நாள் முழுவதும் கிழக்கு நோக்கி நடக்கத் துவங்கினார்கள். பாறைகளும் அடர்ந்த புற்களும் பெயர் தெரியாத விருட்சங்களுமிருந்த வழியில் மௌனமாகக் கடந்து போய்க்கொண்டிருந்தனர். மலையின் மீது பட்டுத் தெறிக்கும்

வெயில் தொலைவில் ஊர்ந்து போய்க்கொண்டிருந்தது. வலேசா ஏதோவொரு பர்மீயப் பாடலை தனது உரத்த குரலில் பாடத் துவங்கினான்.

பல்லக்குத் தூக்கிகள் அதை மெல்லிய சிரிப்போடு ரசித்தபடியே நடந்து கொண்டிருந்தார்கள். சகாயதாரி மட்டும் இந்தப் போதகன் மலையை விட்டு ஒருபோதும் ஊர் திரும்ப மாட்டான் என்று மனதில் சொல்லிக் கொண்டபடியே தனக்குத் தெரிந்த ஸ்லோகம் ஒன்றை மனதிற்குள்ளாக முணுமுணுக்கத் துவங்கினான். மஞ் சளும் நீலமுமான பட்டாம்பூச்சிகள் அவர்களைக் கடந்து சென்று கொண்டிருந்தன. காட்டின் வெளியில் பெய்த மழை உள்ளே பெய்யவில்லை என்பது நாயர்களுக்கு வியப்பாக இருந்தது.

அவர்கள் மழையால் அழிந்த பாதைகளின் ஊடாகப் பயணம் செய்த படியே பனிமட்டம் என்ற இடத்திற்கு வந்து சேர்ந்தார்கள். அந்த இடத்தில் எப்போதும் பனிப்புகை வந்து தட்டி நிற்கும் என்றும் பனிக்காலத்தில் அந்தப் பிரதேசத்தில் ஆள் நடமாட்டமேயிருக்காது என்றும் நாயர்கள் சொன்னார்கள். அந்த இடம் மலையொன்று திரும்பிப் படுத்திருப்பது போன்ற தோற்றத்திலிருந்தது.

இனி மலையின் கீழே இறங்கி நடந்து பனிமட்டத்தின் பின்னால் போக வேண்டும் என்று சகாயதாரி சொன்னதும் பல்லக்குத் தூக்கிகள் நீர் வழியும் பாறைகளில் மிகக் கவனமாகப் பல்லக்கைத் தூக்கிக்கொண்டு கீழே இறங்கத் துவங்கினர். நீண்டு வளர்ந்த தாவரங்களின் இலைகள் பல்லக்கின் உள்ளே பிரவேசிப்பதை அறிந்தபடியே வலேசா காட்டின் வாசனையை நுகர்ந்தபடியே வந்தான்.

அடர்ந்த நீலப் பூக்கள் கொண்ட செடியொன்று முறிந்து கிடந்தது. ஓடையின் சப்தம் அருகாமையில் கேட்டபடியே வந்தது. வழியில் அவன் ஏதோ சப்தம் அறிந்தவனைப் போல பல்லக்கை நிறுத்தச் சொல்லி கூர்ந்து அவதானித் தான். மிக அருகில் உள்ள மரங்களில் குரங்குகள் விளையாடுகின்றன. ஆகவே இந்தப் பகுதியில் ஏதோ மலைவாசியின் குடியிருப்பு இருக்கிறது என்று சொன்னான். பல்லக்குத் தூக்கிகள் எந்தப் பக்கம் செல்வது என்று தெரியாமல் திகைத்து நிற்பதைக் கண்ட சகாயதாரி முன்னே வரவே, ரபேல் அருகில் மலைவாசிகளின் வசிப்பிடமிருக்கிறதா என்று கேட்டான்.

அதற்கு சகாயதாரி மரங்களின் மீது அவர்கள் கட்டிய குடில்கள் இருக்கின்றன. வேட்டைக்கு வருகையில் அவர்கள் பதுங்கியிருக்கும்

குடில்கள் அது என்று சொன்னான். அந்தக் குடில்களை தான் பார்வையிட வேண்டும் என்று சொன்னதும் பல்லக்குத் தூக்கிகள் தங்கள் பாதையை விட்டு விலகி மரங்களில் குடில் இருந்த திசையை நோக்கி நடக்கத் துவங்கினார்கள். பருத்த வேங்கை மரங்களின் மீது அந்தக் குடில்கள் கட்டப்பட்டிருந்தன. வலேசா சொன்னது போலவே அதன் நெருக்கத்தில் இரண்டு குரங்குகள் தாவிக்கொண்டிருந்தன.

பல்லக்குத் தூக்கிகள் அந்த இடத்தில் புதையுண்டு கிடந்த எலும்புகளை வியப்போடு பார்த்தபடியே இனி எந்தத் திசையில் நடந்து செல்வது என்ற உத்தரவிற்காகக் காத்துக் கிடந்தனர். புதையுண்டு கிடந்த எலும்பு ஒன்றினைக் கையில் எடுத்த வலேசா அதை வானில் தூக்கி வீசி எறிந்தான். ஏதோ ஒரு பாறையில் பட்டு அது விழும் சப்தம் கேட்டு புதர் எலியொன்று தாவியோடியது. அவர்கள் மிக மெதுவாக மலையின் பின்புறத்தை நோக்கி நடந்துகொண்டிருந்தார்கள். சூரியன் மிகத் தொலை விலிருந்து அவர்களைக் கவனித்தபடியே வந்தது. தொலைவில் எப்போதாவது ஒரு பறவையின் சப்தம் கேட்பதும் பின்பு அடங்குவதுமாக இருந்தது. சகாயதாரியோடு வந்த ஊமை ஊமத்தம்பூ ஒன்றைப் பறித்து கையில் வைத்து ஆட்டிக்கொண்டு நடந்து வந்துகொண்டிருந்தான். மட்டக் குதிரைகள் வழியில் இருந்த புல்லை முகர்வதும் லேசாகக் கடித்து மெல்வதுமாக நடந்து வந்து கொண்டிருந்தன.

மலையாறு ஒன்று குறுக்காக ஓடிக்கொண்டிருந்தது. ஆற்றின் குறுக்கே பல்லக்குத் தூக்கிகள் நடந்த போது நீரின் குளிர் மையை அறிந்தார்கள். யாரோ குனிந்து தண்ணீர் குடிக்கும் ஓசை வலேசாவிற்குக் கேட்டது. மாலையடங்கும் வரை அவர்கள் நடந்துகொண்டேயிருந்தார்கள். எங்கிருந்தோ சாணத்தின் மணம்போலவொன்று கசிந்து வந்தபடியே இருந்தது. காட்டெருமைகள் சில புதர்களுக்கு அப்பால் நடந்து திரிந்தன. இரவு பார்த்துக்கொண்டிருக்கும்போதே எழுந்து யாவையும் விழுங்கிக்கொள்ளத் துவங்கியது. அவர்கள் சோற்றுப்பாறை என்ற இடத்தில் ராத்தங்குவது என்று முடிவு செய்து கொண்டார்கள்.

அந்தப் பாறை ஒரு மனிதன் கையை நீட்டிக்கொண்டிருப்பது போன்ற தோற்றத்திலிருந்தது. இரண்டு பாறைகள் ஒன்று சேர்ந்திருப்பதுபோல பெரிதாகவும் உயரமானதாகவுமிருந்த சோற்றுப் பாறையின் மீது பல்லக்குத் தூக்கிகள் கொண்டுவந்திருந்த கோரையை விரித்து வலேசாவிற்குப் படுக்கையைத் தயார் செய்தார்கள். இருட்டை உற்றுக் கவனித்தபடியே வலேசா

குடித்துக்கொண்டிருந்தான். ரகசியமான குரலில் சகாயதாரியும் நாயர்களும் மலையாளத்தில் ஏதோ பேசிக்கொண்டிருந்தார்கள். அருகில் வந்து நிற்கும் யானையைப் போல இருட்டு அசைந்து கொண்டிருந்தது.

மழைக் காலத்தின் இரவு என்பதால் வானில் நட்சத்திரங்களே யில்லை. காற்றும் ஒடுங்கியே இருந்தது. கண்ணுக்குத் தெரியாத பூச்சிகளின் சப்தமும் குளிரும் எங்கும் நிரம்பத் துவங்கியது. பல்லக்குத் தூக்கிகள் பயத்தோடு அனந்த பத்மநாபனை பிரார்த்தனை செய்தபடியே கல்லில் படுத்துக் கிடந்தனர். வலேசா இருட்டிற்குள்ளாகவே அங்குமிங்கும் நடந்துகொண்டிருந்தான்.

பிறகு சப்தமாக இருட்டிற்குள் பிரசங்கம் செய்யத் துவங்கினான். கடவுளால் பெய்யும் மழை சாத்தானையும் நனைக்கக்கூடியது என்று அவன் சொன்னதைக் கேட்டு நாயர்கள் வியப்போடு அவனைப் பார்த்துக்கொண்டிருந்தனர். இரவில் அவன் குரல் தனியே கேட்டுக்கொண்டேயிருந்தது. எங்கோ பாறையொன்று உருள்வது போலவும் மரங்கள் முறிவது போன்றும் சப்தம் எழுவதும் அடங்குவதுமாக இருந்தன. வலேசாவின் சப்தம் நின்று போனது. அவன் உறங்கியிருக்கக்கூடும்.

சகாயதாரியும் நாயர்களும் எழுந்து இருட்டில் அருகருகே உட்கார்ந்தபடியே ரகசியமான குரலில் சொன்னார்கள்.

"இவன் பிரசங்கியல்ல. சாத்தான். முதுவர்களின் பட்டிக்குக் கொண்டுவிட்டதும் உடனே நாம் திரும்பிவிட வேண்டும். இல்லாவிட்டால் இந்தச் சாத்தான் நம்மையும் உறிஞ்சி விடுவான்."

ஊமை வேலைக்காரன் இருட்டிற்குள்ளாகவே மட்டக் குதிரைகளைப் பிடித்துக்கொண்டு ஆற்றை நோக்கி நடந்து கொண்டிருந்தான். மலையின் இருள் மிகுந்த பிசுபிசுப் போடிருந்தது. நாயர்களில் வயதானவன் ஆத்திரத்தோடு திட்டினான்.

இவன் பர்மாவில் செய்த வித்தை எதுவும் முதுவர்களிடம் செல்லாது. அவர்கள் எருமைப் பலியும் பூச்சொப்பும் தந்தல்லவா வழிபடுகிறவர்கள். முதுவன் கையில் மந்திரமிருக்கிறது. அவர்கள் நாயின் வாயைக் கட்டும் சூட்சுமம் அறிந்தவர்கள்...

அதை ஒத்துக்கொண்ட சகாயதாரி மகாராஜா பரங்கிகளுக்கு அளிக்கும் சலுகை இப்படி நம்மை அலைக்கழிய வைத்திருக்கிறது என்று அலுத்துக்கொண்டான். பிறகு அவர்களின் குரலும் இருட்டில் அடங்கிப்போயிற்று. பின்னிரவில் காற்றில் குளிர் அதிகமாயிருந்தது. குதிரைகள் கனைத்தபடியே இருந்தன. தங்களை மீறிய களைப்பில்

அவர்கள் உறங்கிக் கிடந்தார்கள். விடிகாலையின் மென்னொளி மரங்களின் உச்சியில் பட்டுத் தரையிறங்கத் துவங்கியபோது அவர்கள் எழுந்துகொண்டிருந்தார்கள். அவர்கள் படுத்திருந்த இடத்தின் அருகாமையில் யானைச் சாணம் கிடப்பதைக் கண்ட நாயர் இரவில் யானைகள் அந்தப் பாதையில் கடந்து போயிருக்கின்றன என்று பயத்தோடு சொன்னான்.

ரபேல் வலேசா இன்றைக்குள் எப்படியாவது முதுவர்களின் வசிப்பிடத்திற்குப் போயாக வேண்டும் என்று கோபத்தில் கத்தினான். பல்லக்குத் தூக்கிகள் தங்கள் வலிமையால் தாங்கிக்கொண்டு வேகமாக நடக்கத் துவங்கினார்கள். காட்டுப் புற்களையும் கரும்பாறைகளையும் கடந்து அவர்கள் சென்று கொண்டிருந்தனர். செம்பழுப்பு நிறமுள்ள பருந்தின் சிறகொன்று வழியில் கிடந்ததை ஊமை எடுத்து வைத்துக்கொண்டான்.

வலேசா சொன்னதைப் போலவே அவர்கள் பின் மதியத்தில் முதுவர்களின் குடியிருப்பு இருந்த முறிஞ்சா என்ற இடத்திற்கு வந்து சேர்ந்தார்கள். நாற்பதிற்கும் மேற்பட்ட முதுவர்கள் அந்தப் பகுதியில் குடியிருப்பது தெரிந்தது. கல்லால் அவர்கள் வசிப்பிடத்தைச் சுற்றிலும் வளையமிட்டிருந்தார்கள். வீடுகள் மூங்கிலால் கட்டப்பட்டிருந்தன. சாணமிட்டு மெழுகியது போன்று சுத்தமாக இருந்தது அவர்கள் வீட்டின் முன்புறம். பெண்கள் யாவரும் கருத்துக் குள்ளமான உருவ அமைப்பு கொண்டிருந்தார்கள். அரையில் மட்டும் போர்வை போன்ற கனத்த புடவை கட்டியிருந்தார்கள். மார்பு திறந்து கிடந்தது. கழுத்தில் சிறிய பல் ஒன்றை கறுப்புக் கயிற்றில் அணிந்திருந்தார்கள். அவர்களின் முகங்களில் அச்சமோ, கலக்கமோயில்லை. நாட்டு மனிதர்களின்மீது நம்பிக்கையற்றவர்களைப்போல அவர்களைக் கண்டும் காணாததுமாகத் தங்களது வேலையைச் செய்தபடியே இருந்தனர்.

நாயர்களில் ஒருவன் முதுவர்களில் மூப்பனாக இருப்பவனின் வீட்டினைத் தேடிப்போய் அழைத்து வந்தான். மூப்பன் வயதேறிக் குறுகிப்போனவனாயிருந்தான். அவன் கைகள் முழுவதும் பச்சை குத்தப்பட்டிருந்தது. பற்கள் காவியேறியிருந்த அவன் வலேசாவைப் பார்த்ததும் தண்டனிட்டு நமஸ்காரம் செய்துவிட்டு நாயர்களிடம் கொச்சை யான் மலையாளத்தில் அவர்கள் எதன்காரணமாக மலைக்குள் வந்திருக்கிறார்கள் என்று கேட்டான்.

நாயர்கள் அது ராஜாங்க விஷயம் என்றும் தங்களோடு வந்துள்ள பரங்கி துரை இனிமேல் இங்கேதானிருப்பான் என்றும், அவனுக்கு

எவ்விதமான இடையூறுகளும் எதனாலும் ஏற்படாதபடி அவர்கள் பார்த்துக்கொள்ள வேண்டும் என்றும், அப்படி மீறி ஏதாவது நடந்தால் மகாராஜாவின் கோபம் மிகக் கடுமையாக இருக்கும் என்றும் அறிவித்தார்கள். மூப்பன் வலேசாவை வியப்போடு பார்த்தபடியே அவருக்கு ஏதாவது வியாதி கண்டிருக்கிறதா என்று நாயரிடம் கேட்டான்.

சகாயதாரி எதற்காக அப்படிக் கேட்கிறான் என்று புரியாமல் ஏன் அப்படிக் கேட்கிறான் என்றதும் மூப்பன் வலேசாவின் கைகளைத் தொட்டுக் காட்டி உடம்பு முழுவதும் வெள்ளையாக இருக்கிறதே... அது நோயில்லையா என்று கேட்டான். சகாயதாரிக்குச் சிரிப்பாக வந்தது. கடல் கடந்து வாழ்பவர்கள் இப்படித்தான் வெள்ளைத் தோலாக இருப்பார்கள் என்று சொல்லிச் சிரித்தான். மூப்பன் அவருக்குத் தேவையான அத்தனை வசதியும் செய்து தருவதாக ஒத்துக்கொண்டு அவர்களைத் தன்னோடு அழைத்துச் சென்றான்.

வழியில் கிடந்த நாய்கூட அவர்களைக் கண்டு குரைக்கவில்லை. வலேசா முதுவர்களின் இருப்பிடத்தில் காற்று ஏகாந்தமாக இருப்பதை அறிந்தவனைப் போல் கைகளைக் காற்றிற்குத் திறந்தபடி நின்றிருந்தான். நாயர் மூப்பனைத் தங்களோடு வழித்துணையாக அழைத்தபடியே உடனே வீடு திரும்புவதற்குத் தயாரானார்கள். சகாயதாரி மூப்பனின் வீட்டிலிருந்து சிறிய பொதியளவு மிளகும் கிராம்பும் அள்ளிச் சேகரித்துக்கொண்டு புறப்படத் தயாரானபோது ஊமை மட்டும்தான் பரங்கி துரையோடு இங்கேயே சில நாள் இருக்கப் போவதாகச் சொன்னான்.

உனக்குச் சரியான ஆள் இவன்தான் என்றபடியே சகாயதாரி முதுவர்களின் பட்டியை விட்டு இறங்கி நடக்கத் துவங்கியபோது வலேசா தனக்கு முதுவர்களின் பாஷை பரிச்சயமாகும் வரை நாயர்களில் ஒருவன் தன்னோடு உடன் தங்கியிருக்க வேண்டும் என்று ஆணையிடவே, வயதான நாயர் தனக்கு ஊட்டுப்புரையில் வேலை அதிக மிருப்பதாகச் சொல்லி இங்கே தங்க முடியாது என்று பதட்டமடைந்தார். வலேசா உன் வேலைகளைத் தூக்கிக் குப்பையில் போடு என்றபடியே வெளியே போய் தனது மட்டக்குதிரைகளைப் பாதுகாப்பாகக் கட்டும்படியாக ஆணை யிட்டபடியே புகைப்பதற்குக் கஞ்சாயிலை வைத் திருக்கிறார்களா என்று விசாரிக்கும்படியாகச் சொன்னான்.

அன்றிரவு முதுவர்கள் மூப்பனின் வீட்டின் முன்பாக ஒன்று திரண்டு தங்களுக்குள்ளாக எதையோ பேசிக்கொண்டார்கள். அவர்கள் மலையாளமும் தமிழும் கலந்த ஒரு பாஷையில்

பேசுகிறார்கள் என்றும் அவர்கள் பேசுவதில் எதுவும் தனக்குப் புரியவில்லை என்றும் சொன்னான் வயதான நாயர்.

அதன் இரண்டு நாட்களுக்குப் பிறகு மரத்தாலான சிலுவை ஒன்றைச் செய்வதற்காக முதுவர்களைத் தன்னோடு காட்டிற்குள் அழைத்துப் போனான் வலேசா. இரண்டு நாட்கள் வனத்திற்குள்ளாகவே அலைந்து ஒரு மரத்தை வெட்டிக்கொண்டு வந்திருந்தனர். வலேசாவும் ஊமை வேலைக்காரனும் சேர்ந்து அதில் ஒரு சிலுவையைச் செய்தனர். மூப்பர்களில் ஒருவன்கூட வலேசாவிடம் ஒரு வார்த்தைகூடப் பேசவில்லை. அதைப்பற்றி வலேசா சட்டை செய்யவேயில்லை. ஒவ்வொரு நாளும் வலேசா குடிப்பதற்காகப் பச்சைச் சாராயமும், உண்பதற்காகக் காட்டுக்கிழங்கும் மூப்பன் தந்து அனுப்பினான். மழைக்காலம் வலுக்கத் துவங்கியது.

அதிகாலையில் மழை பெய்வதும் பின்பு சில மணி நேரம் மழை வெறிப்பதும் ஆகாசத்திலிருந்து வெளிச்சம் பீறிடுவதும், அது அடுத்த இரண்டு மணி நேரங்களில் அடங்கிவிடுவதும் சடசடவென பலத்த மழை பெய்வதுமாக நாட்கள் நீளத் துவங்கின.

இவ்வளவு மழை பெய்தபோதும் மழையின் சப்தம் அதிகமாகக் கேட்கவில்லையே என்று வியப்போடு பார்த்தபடியே தன் வீட்டின் உள்ளே படுத்துக்கிடந்தான் வலேசா. மழை தொடர்ந்து நான்கு நாட்கள் பெய்து பின்பு வெறித்தது. எங்கிருந்தோ நீலத்தும்பிகள் கூட்டமாகப் பறந்து வந்து வெயிலை மொய்க்கத் துவங்கின.

முதுவர்களைப்போலவே தனக்கும் ஒரு குடிசை போட்டுக் கொண்ட வலேசா அதன் பின்பிருந்த வெட்டவெளியில் சிலுவையை நிறுத்தி வைத்தான். அதன் பிறகு அவர்களிடம் பிரசங்கம் செய்யவோ அல்லது மீட்பரைப் பற்றி எடுத்துச் சொல்லவோ அவன் முயற்சிக்கவேயில்லை. எருதின் கொம்பில் ஊற்றித் தரப்படும் சிவப்புச் சாராயத்தைக் குடிப்பதும் உறங்குவதுமாகவே இருந்தான். சில வேளைகளில் பசி அதிகமாகி யாராவது ஒருவன் வீட்டிற்குள் போய் கிழங்கைத் தேடி உண்பவனாக மாறியிருந்தான். இந்த மனிதன் எதற்காகத் தங்களைத் தேடி வந்திருக்கிறான் என்று புரியாத முதுவர்கள் அவனை அருவருப்போடு விலகியே இருந்தனர். சில இரவுகளில் அவன் பர்மீய பாஷையில் சப்தமாகப் பாடுவதைக் கேட்டு சகாய தாரிக்குப் பயமாக இருக்கும்.

மழை வலுத்துப் பெய்யும் நாளில் முதுவர்கள் வானை நோக்கி எதையோ முணுமுணுப்பதும் ஐந்து சிறு கல்லை ஒன்றாக்கி ஒரு இடத்தில் வைப்பதையும் கண்ட சகாயதாரி அவர்கள் வானில்

எஸ்.ராமகிருஷ்ணன்

உள்ள மழைக்கடவுளிடம் ஏதோ பிரார்த்தனை செய்கிறார்கள் என்பதைப் புரிந்து கொண்டான். பகலும் இரவும் இடைவிடாமல் மழை பெய்தபடியே இருந்தது. நீண்ட காட்டு வாழை இலைகளைத் தலைக்குப் பிடித்தபடியே முதுவப் பெண்கள் மழையின் ஊடாகவே காட்டிற்குள் அலைந்து திரிந்தனர். வலேசா தான் இதுவரை கண்டிராத மிகக் கடுமையான மழைக்காலத்தை அங்கே கண்டான். மரங்கள் மலையை விட்டு இடம்பெயர்ந்து போய்விடுமோ எனுமளவு விசையோடு சுழன்றன. வீசும் காற்றும், பாறைகள் உருளும் சப்தமும் அவன் குரலை ஒடுக்கியிருந்தன.

மழை வெறிப்பதற்காகக் காத்திருப்பவனைபோலப் படுத்தே கிடந்தான். மழையினுள் அலைந்து வீழ்ந்து கிடந்த எலுமிச்சைக் காய்களைச் சேகரித்து வந்த ஊமைவேலைக்காரன் ஒரு நாள் தட்டாம்பாறை என்ற ஒரு திட்டினுள் வழுக்கி விழுந்து கிடந்தான் என்று முதுவர்கள் அவனைத் தூக்கி வந்தார்கள். ஊமையின் உடல் முழுவதும் சாணி போல ஏதோ அப்பிப் போயிருந்தது. அவன் முகம் சாந்தம் ததும்புவதாக இருந்தது. மின்னல் அடித்திருக்கக்கூடும் என்று முதுவர்கள் தங்களுக்குள் பேசிக்கொண்டார்கள்.

ஊமை வேலைக்காரன் காட்டிற்குள் வந்த நாளில் உற்சாகமாக இருந்ததில் ஏதோ காரணமிருக்கிறது என்று வலேசாவிற்குத் தோணியது. ஊமைவேலைக்காரனின் மரணம் நாயரை மிகவும் தனிமைப்படுத்தியது. அவனும் புகைப்பழக்கம் கொள்ளத் துவங்கினான். பகல் நேரங்களில் நாயருக்குப் புகை உறிஞ்சியதும் கொக்குகள் கூட்டமாகத் தன் வாசலில் வந்து தரையிறங்குவது போன்ற பிரம்மை தோன்றத் துவங்கிவிடும். அவர் தன் கைகளால் கொக்கை விரட்டுவதுபோல செய்தபடியே இருப்பதை வலேசா கண்டிருக்கிறான்.

இரண்டு மாதங்கள் மழை பெய்து முடிந்து காடு ஈர மேறியிருந்தது. முதுவர்கள் காட்டிற்குள்ளாக அலைந்து திரியத் துவங்கினர். காட்டுக்காளான்களும், முறிந்து கிடந்த மரங்களில் இருந்த காய்களையும், நீரோட்டத்தில் துள்ளும் புதுமீன்களையும் ஏராளம் கொண்டுவந்திருந்தனர். பகல் மிகக் குறைவான வெளிச்சத்தோடு பாறை முகடுகளில் வழிந்தோடிக்கொண்டிருந்தது.

வலேசா ஒரு மாலை நேரத்தில் முதுவர்களை மொத்தமாக மந்தையில் அமர வைத்து புனிதன் வாழ்வைப் பற்றி ஒரு பிரசங்கம் செய்தான். முதுவர்கள் எவர் முகத்திலும் சலனமேயில்லை. பிரசங்கம் முடிந்து போன பிறகு அந்த இடத்தை ஒரு முதுவப் பெண் சாணத்தை வைத்துத் துடைத்துக்கொண்டிருந்தாள். ஒரு

முதுவன் எலுமிச்சைக் காய்களை வெட்டி ஆகாசத்தில் எறிந்த படியே எதையோ முணுமுணுத்தபடியே கடந்து சென்றான். அன்றிரவு நாயர் முதுவர்களின் பாஷையை அறியாத வரை உங்களால் அவர்களை வெற்றிகொள்ள முடியாது என்றான்.

வெறி கொண்டவனைப் போல வலேசா முதுவர்களின் பாஷையை அறிந்து கொள்ளத் துவங்கினான். அப்போது அவனுக்கு மிக வியப்பாக இருந்தது. முதுவர்கள் பொருட்கள் எல்லாவற்றிற்கும் வினைச் சொற்களாகவே பெயர் வைத்திருந்தார்கள். அதாவது மரத்திற்கு மரமாக இருந்து கொண்டிருக்கிறது, ஆகாசத்திற்கு ஆகாசமாக இருந்து கொண்டிருக்கிறது, மீனிற்கு மீனாக இருந்துகொண்டிருக்கிறது என்று உலகில் பொருட்கள் எதுவும் நிரந்தரமானதில்லை என்பதை அறிவிப்பதைப்போல சொற்களைக் கொண்டிருந்தார்கள்.

அத்தோடு அவர்களிடம் இரண்டு விதமான பாஷைகளிருந்தன. ஒன்று சிறுவர்கள் பேசி மகிழ்வது. அதைப் பதின் வயது வரை பேசிக்கொள்கிறார்கள். மற்றொன்று மீசை முளைத்து ஆணும் பெண்ணும் கலவி கொண்ட மறுநாளில் இருந்து பேசும் மொழி. அந்த மொழியைச் சிறுவர்கள் பயன்படுத்துவதேயில்லை. யாவையும் விட அவர்கள் சில குறிப்பிட்ட சொற்களை ஒருபோதும் சொல்வதேயில்லை.

அதை எப்போதாவது பயன்படுத்த வேண்டுமானால் கூழாங் கற்களையும் இலைகளையும் காட்டுவதன் வழியே அந்தச் சொல்லை நினைவுபடுத்திவிடுகிறார்கள். அது போலவே காம வெளிப்பாட்டிற்கான தனித்த சொற்கள் அவர்களிடமிருந்தன. அந்தச் சொற்களுக்கு அர்த்தம் ஏதுமில்லை என்றும் அதைப் பொருள் கொள்வது ஒவ்வொரு ஆளுக்கும் ஏற்ப வேறுபடும் என்றும் அறிய வந்தபோது ஆச்சரியமாக இருந்தது. மிகுந்த வெறியோடு அவன் முதுவர்களின் பாஷையை ஒவ்வொரு சொல்லாக அறிந்த படியே காட்டிற்குள் அலைந்து கொண்டிருந்தான். அதைக் கண்ட போது முதுவர்களிடம் பரிகாசமே மிஞ்சியிருந்தது.

எதற்காக இந்தப் பரிகாசம் என ஒரு முதுவனைக் கேட்டதற்கு அவன் எங்கள் பாஷை மற்றவர்கள் நினைவில் ஒருபோதும் நிற்காது. நீங்கள் கற்றுக்கொண்ட சொற்கள் யாவும் பௌர்ணமிக்குள் தானாக மறந்து போய்விடும் பாருங்கள் என்று சொன்னான். வலேசாவிற்கு ஆத்திரமாக வந்தது. எவ்வளவு முட்டாளாக இருக்கிறார்களே என்றபடியே தான் கற்று வைத்திருந்த சொற்களை மனதிற்குள் சொல்லிப் பார்த்தபடியே இருந்தான்.

அடுத்த பிரசங்கத்தின் முதல் நாளிரவு அவன் உறங்கச் சென்றபோது முழுப் பிரசங்கமும் முதுவர்களின் மொழியிலே இருக்க வேண்டும் என்று முடிவு செய்து கொண்டான். மறுநாள் காலை அவர்களை மந்தைக்கு அழைத்து வரச் சென்றபோது அவன் மனதில் அன்றுவரை கற்று வைத்திருந்த முதுவர்களின் மொழியில் ஒரு வார்த்தைகூட நினைவிற்கு வரவில்லை. என்ன சொல் எதைக் குறிக்கும் என்று அவன் எவ்வளவோ முயன்றும் அவனால் முதுவர்களின் பாஷையை நினைவுபடுத்திக்கொள்ள முடியவில்லை.

நாயரை அழைத்து கத்தியபோது எதுவும் புரியாதவன் போல என்ன நடந்தது என்று கேட்டான். வலேசா எதுவும் சொல்லாமல் ஆத்திரத்துடன் அன்று ஆங்கிலத்திலே பிரசங்கம் செய்தான். எப்படி தான் கற்று வைத்திருந்த சொற்கள் யாவும் காணாமல் போயின, ஏன் தனக்கு மறந்து போனது என்று அவனால் புரிந்துகொள்ள முடியவில்லை.

மூப்பனை அழைத்து விசாரணை செய்தபோது தங்களது பாஷையின் வழியாகத்தான் மூதாதையர்கள் வாழ்கிறார்கள் என்றும் அவர்கள் தங்களது இனக்குழுவினைத் தவிர மற்றவர்கள் மனதில் தங்கமாட்டார்கள், நாவில் நடமாட மாட்டார்கள் என்று அவனும் கூறினான்.

வலேசாவிற்கு நம்ப முடியாமலும் ஆத்திரமாகவும் வந்தது. முதுவர்களின் மூப்பன் இது தங்களுக்கு மட்டுமல்ல மலையின் மீதுள்ள பதினேழு ஆதிகுடிகளுக்கும் அப்படித் தான். ஒவ்வொருவரும் தனக்கென ஒரு மொழியும் அடையாளமும் வைத்திருக்கிறார்கள். பொது பாஷை என்று ஒன்றுமிருக்கிறது. ஒருவருக்கொருவர் சந்திக்கும்போது பொது பாஷையில் பேசிக்கொள்வோம் என்று சொன்னான். வலேசா தான் அவர்களின் மொழியைக் கற்றுக் காட்டுவதாக சவால் விட்டபடியே அவர்களின் சொற்களைச் சேகரம் செய்து தனது குறிப்பேட்டில் பதிவு செய்யத் துவங்கினான். அடுத்த பிரசங்கத்தை வேண்டும் என்றே பௌர்ணமி இரவில் நிகழ்த்தவும் முடிவு செய்திருந்தான். அதுபோலவே பௌர்ணமி நாளின் காலை வரை அவன் மனதில் முதுவர்களின் சொற்கள் நினைவிலிருந்தது. வானில் நிலவு உதயமானபோது அவன் வெளியே வந்து தன்னை மறந்தவனைப் போல வானைப் பார்த்துக்கொண்டிருந்தான். கீறல் விழுந்த மண் பானையிலிருந்து தண்ணீர் ஒழுகியோடுவது போல அவன் ஆகாசத்தை உற்றுப் பார்த்துக்கொண்டிருந்த அதே நிமிடத்தில் மனதில் அவன் கற்று வைத்திருந்த சொற்கள் யாவும் கரைந்தோடத் துவங்கின.

வேகமாக ஓடிச் சென்று அவன் குறிப்பேட்டைத் திறந்து பார்த்தான். அதில் மைக்கறையே இல்லை. கோபமும் ரெளத்திரமுமாக அவன் குறிப்பேட்டை வீசி எறிந்தான். முதுவர்களின் பாஷையில் ஒரு சொல்கூட அவன் மனதில் தங்கவில்லை.

அன்றிலிருந்து அவன் மனம் பேதலித்தவனைப் போல அலைந்து திரியத்துவங்கினான். எப்போதோ படித்த லத்தீன் ஆங்கிலம் யாவும் நினைவிலிருக்கிறது. மலையாளத்தில்கூட நிறைய சொற்கள் மனதில் தங்கிவிட்டிருக்கிறது. ஏன் முதுவர்களின் மொழி தனக்குள் நிற்க மறுக்கிறது. ஒருவேளை இந்த மலைவாசிகள் மீமாய சக்தி கொண்டவர்களா என்று அவனுக்குக் குழப்பமாக இருந்தது.

அதற்காகவே அவன் ஒவ்வொரு மலைவாசியையும் சந்திப்பது என்று முடிவு செய்து காட்டிற்குள்ளாகவே அலைந்து திரிந்தான். அவன் நினைத்தது போலக் காடு எளிதானதில்லை என்பதும் மனிதர்கள் ஒரு போதும் அறிந்துகொள்ள முடியாத எண்ணிக்கையற்ற ரகசியங்கள் காட்டிற்குள் எப்போதுமிருக்கின்றன என்பதையும் அவன் அறிந்து கொள்ளத் துவங்கினான். பிரசங்கங்களையும் இறை ஊழியத்தையும் கடந்து அவன் மனது எது காட்டிற்குள் இப்படி மர்மமாகவிருக்கிறது என்பதை அறிந்து கொள்ளும் தேட்டத்தை உருவாக்கியது.

அவன் அடி பட்ட மிருகம் ஒன்றைப் போலக் காட்டிற்குள் அலைந்து திரிந்து உருவமே மாறியிருந்தான். பாறைகளின் மீது நின்றபடியே அவன் தொலைவை வெறித்துக்கொண்டிருப்பதையும், அடர்ந்த புதர்களில் ஒட்டிக்கொண்டிருக்கும் பட்டாம்பூச்சிகளை உற்றுப் பார்த்தபடியே குத்துக்காலிட்டு அமர்ந்திருப்பதையும் வனவாசிகள் பல முறை கண்டிருந்தார்கள். குடியும் ஆத்திரமும் அவனை உருமாற்றியிருந்தன.

செம்பட்டை மயிர் படிந்த முகத்தோடு அவன் காட்டின் தனிவழிகளில் சுற்றிக்கொண்டிருந்தான். ஒரு நாள் முதுவப் பெண்களில் ஒருத்தி அவன் அருவியில் நிர்வாணமாக நின்றபடியே கத்திக்கொண்டிருப்பதைக் கண்டாள். இன்னொரு நாள் அவன் தலையில் மஞ்சள் பூச்சூடியபடியே தனியே ஏதோ பிரசங்கம் செய்து கொண்டிருப்பதை தேன் எடுக்க வந்த மலையன்கள் இருவர் பார்த்தனர். இப்படியாக தோன்றுவதும் மறைவதுமாக வலேசா காட்டிற்குள் அலைந்துகொண்டேயிருந்தான்.

டிசம்பர் மாதத்தின் இறுதியில் காடு தன்னைத் தானே கவ்விக்கொண்டது போல மிக இறுக்கமடையத் துவங்கியது.

எண்ணிக்கையற்ற புதர்ச்செடிகள் அடர்ந்திருந்தன. வலேசா விற்காக முதுவர்கள் மூங்கில் குழலில் கஞ்சாவை நிரப்பி உறிஞ்சித் தயாரித்து தந்திருந்தார்கள். புகை அவன் நுரையீரல்களை நிரப்ப தனக்குத் தானே அவன் மார்க்கின் சுவிசேஷங்களைப் புலம்பிக்கொண்டிருந்தான்.

ஆள் நடமாடுவது போல பனிப் புகை தனித்து நடமாடிக்கொண்டிருந்தது. அந்த நாட்களில் வீடுகள் வசீகரம் கொள்ளத் துவங்கின. முதுவர்களிடம் முன்னெப்போதும் காண முடியாத ஒரு அழகு மிளிர்வது போன்றிருந்தது. சிறுவர்கள் புல்லில் துளிர்த்துக் கிடக்கும் பனித்துளியை எடுத்து முகத்தில் பூசி விளையாடினார்கள்.

ஒரு பகலில் வலேசா நீரோடை ஒன்றைக் கடந்து போகையில் முதுவப் பெண் ஒருத்தி குளித்துக்கொண்டிருப்பதைக் கண்டான். அவள் மார்பகங்களின் திரட்சியும் தோளில் வழிந்த கூந்தலும் அவனுக்குள் காமத்தைக் கிளறிவிட்டிருக்க வேண்டும். அவன் நீரோடை அருகில் இருந்த பாறையில் அமர்ந்தபடியே அவளை வெறித்துப் பார்த்துக்கொண்டிருந்தான்.

அந்தப் பெண் அவனை ஏறிட்டுப் பார்த்துவிட்டு எந்தச் சலனமும் இன்றி குளித்துக்கொண்டிருந்தாள். அவளது உடல் தண்ணீருள் மீன் துள்ளுவது போலத் துள்ளிக்களித்தது. காற்றில் ஒரு இலை அசைந்து கொண்டிருப்பதுபோல அவன் மனதில் காமம் அசைந்து கொண்டேயிருந்தது. அவள் கரையேறும் வரை அவன் வெறுமனே அவளைப் பார்த்தபடியே இருந்தான். கரையேறும்போது அந்தப் பெண் அவனைப் பார்த்துச் சிரித்துவிட்டு பாறையேறி நடந்து போனாள். அவள் நடந்து போன பிறகு நெடுநேரம் அவன் அதே நீரோடையைப் பார்த்தபடியே இருந்தான். அவள் இல்லாமலும் அதே உடல் நீந்திக்கொண்டிருப்பது போலவே இருந்தது.

பர்மாவில் அவனுக்குப் பரிச்சயமான பெண்ணின் நினைவு எழுந்தது. அந்தப் பெண்ணிற்கு அவனது பாஷை புரியாது. அவளுக்குத் தெரிந்த பாஷை அவளது உடல்தான். அவள் அதை ஒரு கத்தியைப் பயன்படுத்துவதுபோல மிகக் கவனமாக உபயோகிக்கக் கற்றிருந்தாள். அவளோடு கூடுவதற்கு முன்பும் பின்பும் அவள் உடல் அவனுக்குள் எழுப்பிய அலைவுகள் மிக விசித்திரமானவை.

அவள் தன் உடலை ஒரு நீரூற்றைப்போலப் பொங்கி வழிய அனுமதிக்கின்றவளாக இருந்தாள். பல இரவுகளில் அவளது அணைப்பில் இருந்த மூர்க்கம் அவனைப் பயம் கொள்ளச்

செய்திருக்கிறது. ஏதோவொரு மிருகம் ஒன்று தன்னைக் கவ்விக்கொண்டு போவது போல அவன் அந்த நிமிஷங்களில் உணர்ந்தான். ஆனாலும் அவளை விலக்கி வேறு பெண்ணிடம் அவனது நாட்டம் கூடவேயில்லை.

பர்மீய பதூங்மலைவாசிப் பெண்கள் கால்களிலும் கழுத்திலும் வளையம் போட்டுக்கொள்வார்கள். அந்த வளையங்களின் எண்ணிக் கையை வைத்தே அவர்களின் வயதைக் கணக்கிடுவார்கள். காமம் முற்றிய இரவுகளில் அந்த வளையங்கள் உதிர்ந்து போவது போலவும் தான் ஒரு கடலின் அலையினுள் தன்னை ஒப்படைத்துக்கொண்டது போலவும் அவன் உணர்ந்திருக்கிறான்.

இன்றைக்கு முதுவப்பெண்ணைக் கண்டபோது அதே போன்ற முனை கிள்ளப்பட்டு காமம் பீச்சியடிப்பதாக இருந்தது. அவன் தன் உடைகளைக் களைந்தபடியே அதே நீரோடையில் குளிக்கத் துவங்கினான். உடல் ஒரு தக்கையை போல மிதந்து கொண்டிருப்பதாகவே தோன்றியது. தண்ணீ ரால் நனைக்கப்படாத உடல் கொண்டிருப்பதுபோல உணர்ந்தபடியே அவன் கரையேறி முதுவக் குடியிருப்பை நோக்கி நடந்தான். அந்தப் பெண் மற்றவர்களுடன் ஒரு வீட்டின் முன்னால் நின்றபடியே திணைமாவை இடித்துக் கொண்டிருந்தாள். அவள் அருகில் நாலு வயதுச் சிறுமியொருத்தி நின்றுகொண்டிருந்தாள். நாலைந்து முதுவர்கள் இன்னொரு பக்கம் அமர்ந்து மூங்கிலை வெட்டிப் போட்டுக் கொண்டிருந்தார்கள்.

வலேசா அந்த இடத்தில் நின்றபடியே முதுவப் பெண் ணைப் பார்த்துக்கொண்டிருந்தான். முதுவர்களில் ஒருவன் அவனைப் பார்த்துப் பரிகாசம் செய்தபோதும் வலேசா அதைச் சட்டை செய்யவில்லை. அவன் குலுங்கும் ஸ்தனங்களை வெறித்தபடியே அங்கேயே நின்றுகொண்டிருந்தான். வயதான முதுவப் பெண் ஒருத்தி ஏதோ சொல்ல அங்கிருந்த பெண்கள் சிரித்தார்கள்.

திணை மாவை அள்ளி ஒரு மரக்கலயம் ஒன்றில் போட்டுவிட்டு அந்த முதுவப்பெண் அருகில் வந்து அவன் கையைப் பற்றியபடியே அவன் இருப்பிடத்திற்குக் கூட்டிச் சென்றாள். அவளோடு கூடியது இருள் தாரையொன்றினுள் தான் மூழ்கிக் கிடந்தது போலவே இருந்தது. தன் உடலில் தலைரோமங்களில் கூட இருட்டின் பிசுபிசுப்பு அப்பிக் கொள்வதுபோலப் பிணைவு ஏற்பட்டது. அவள் கொஞ்சம் கொஞ்சமாக தன்னைத் தின்றாள் என்றே வலேசா உணர்ந்தான். உடல் அழிந்துபோய் தானொரு நிழல் போல உணர்ந்தான்.

நள்ளிரவு வரை அவள் வலேசாவோடு படுக்கையில் கிடந்தாள். பிறகு எழுந்து அவனையும் அழைத்துக்கொண்டு இருட்டிற் குள்ளாகவே நடந்து இரண்டு பாறைகளுக்குள் தேங்கிக் கிடந்த நீரில் இறங்கினாள். குளிராக இருந்தது. அவள் தண்ணீருக்குள் கரைந்து போகத் துவங்கினாள். திடீரென அந்தக் கானகம் முழுவதும் தங்களை உற்றுப் பார்த்துக்கொண்டிருப்பது போல அவனுக்குத் தோன்றியது. கண்களால் தண்ணீருக்குள் துழாவியபோது அவளைக் காணவில்லை. எவ்வளவு நேரம் தண்ணீல் இருப்பது என்று புரியாமல் அவன் பாறையின் மீதேறி தன் வீட்டிற்கு நடந்து சென்றான்.

இருட்டினுள் ஏதோ மினுமினுப்பதும் அடங்குவதுமாக இருந்தது. அவன் படுக்கையில் வீழ்ந்தபோது உடல் முறிந்து கிடப்பதைப் போலவே உணர்ந்தான். மறுநாள் காலை வெளிச்சம் அவன் அறைக்கு வந்தபோது அவன் எழுந்து கொள்ளவேயில்லை. காய்ச்சல் கண்டிருந்தது. அவன் உடல் முழுவதும் வேதனை பீடித்திருந்தது. யாரும் அவனை வந்து பார்க்கவேயில்லை. கண்களைத் திறக்க முடியாதபடி எரிச்சலாக இருந்தது. நாக்கில் சுவை நரம்புகள் யாவும் உதிர்ந்துபோய் விட்டனவோ எனும்படியாகத் தடித்துப் போயிருந்தது. அவனால் எழுந்து கொள்ள முடியவேயில்லை.

பகல் அவன் ஜன்னல் வழியாக வீட்டினுள் எட்டிப் பார்த்துவிட்டு திரும்பவும் வெளியேறிப் போய்விட்டது. அவன் புலம்பத் துவங்கினான். என்ன சொல்கிறான் என்று தெரியாமல் அவன் புலம்பிக்கொண்டேயிருந்தான். அது கனவா அல்லது நிஜம்தானா என்று பிரித்துக் காண முடியாதபடி அவனுக்குள் சில காட்சிகள் தோன்றி மறைந்தபடியே இருந்தன. இரண்டு நாட்கள் அவன் படுக்கையில் கிடந்தான்.

மூன்றாம் நாளின் காலையில் மூப்பன் ஆறு பேரோடு அவனது அறைக்கு வந்து குடிப்பதற்காகக் காட்டுச்செடியொன்றின் சாற்றைப் புகட்டியபோது குமட்டல் ஏற்பட்டது. அவனது நோவை அப்படியே ஒரு ஆமைக்கு மாற்றிவிடப் போவதாகச் சொல்லிய படியே சிறிய ஆமை ஒன்றை வலேசாவின் கட்டிலின் அடியில் வைத்துவிட்டு முதுவர்களில் ஒருவன் ஏதோ ஒரு வேரைக் கையில் கட்டிவிட்டபடியே மந்திரம் போல் முணுமுணுக்கத் துவங்கினான்.

சில நிமிடங்களில் அவன் உடல் வியர்க்கத் துவங்கியது. ஆமை மெதுவாக நகர்ந்து கட்டிலின் அடியிலிருந்து வெளியே வந்தது. அந்த ஆமையைத் தூக்கிக்கொண்டு போட்டு வருவதற்காக வலேசாவோடு உறவு கொண்ட அதே முதுவப் பெண் வந்திருந்தாள். அவள்

அலட்சியமான பார்வையோடு ஆமையைத் தூக்கிக்கொண்டு காட்டிற்குள் நடந்து சென்றாள்.

இவை யாவும் நடந்த சில நாட்களில் காடு முழுவதும் பனிப்புகை அடரத் துவங்கியது. காடு மிக ரம்மியமானது. மரங்களுக்கு ஊடாக தனியே அலைந்து கொண்டிருந்த வலேசா தன்னால் அந்த மக்களிடம் ஊடுருவ முடியவேயில்லை என்பதை உணரத் துவங்கினான். அவன் மனதை ஏதோவொன்று அழுத்திக்கொண்டிருந்தது போலவே உணர்ந்தான். அங்கிருந்த முதுவர்களையும் அவர்களின் குடியிருப்புகளையும் சித்திரமாக வரைந்து தனது ஊழியம் நடை பெற்றுக்கொண்டிருப்பதாகவும் சில மாதங்களில் தேவாலயம் கட்டுவதற்கான பணி துவங்கிவிடும் என்றும் அவன் மலபார் மிஷனிற்குச் செய்தி அனுப்பிக்கொண்டிருந்தான்.

நீண்ட நாட்களுக்குப் பிறகு மலபார் மிஷனில் இருந்து பாதர் கிளாடியஸ் மற்றும் பதினோரு இளம் துறவிகள் அவனைச் சந்திப்பதற்காக மலைக்கு வருவதாகத் தகவல் அனுப்பிய நாளில் அவன் கோபமும் ஆத்திரமும் கொண்ட வனாக அவன் முதுவர்களோடு கருங்குரங்கு வேட்டைக்குக் கிளம்பிச் சென்றான். பாதர் கிளாடியஸை அழைத்து வந்த நாயர்கள் வலேசா ஒரு துஷ்டன் என்றும் அவனால் ஊழியம் செய்வதற்கு ஒருபோதும் இயலாது என்றும் வழிநெடுகச் சொல்லியபடியே வந்தனர்.

கிளாடியஸ் முதுவக் குடியிருப்பிற்கு வந்தபோது வலேசா வைக் காணவில்லை என்பதோடு அங்கே ஒருவர் கூட புனிதரையோ, வேதத்தையோ அறிந்திருக்கவில்லை என்பது ஆத்திரமாக இருந்தது. வலேசா எங்கே சென்றான் என்று முதுவப் பெண்களிடம் விசாரித்தபோது அவன் கருங்குரங்கை வேட்டையாடுவதற்காகச் சென்றிருக்கிறான் என்று தெரிய வந்தது. கிளாடியஸ் அவன் வருவதற்காகக் காத்திருக்கத் துவங்கினான். முதுவர்கள் தங்கள் இருப்பிடம் திரும்பி வந்தபோதும் வலேசா அவர்களோடு வரவில்லை.

இரண்டு பகலிரவுகள் அவனுக்காகக் காத்திருந்த கிளாடியஸ் அவனது முறை கெட்ட நடவடிக்கைகளுக்காக சபை அவன் மீது நடவடிக்கை எடுக்கப்பட்டு அவன் தற்காலிக நீக்கம் செய்யப்பட்டிருக்கிறான் என்றும் சில நாட்களில் அவனைப் பிடித்துவந்து தங்களிடம் ஒப்படைப்பதற்காக மகாராஜாவின் வேட்டைக்காரர்கள் அனுப்பப்படுவார்கள் என்றும் சொல்லிய படியே பலாப்பழங்கள், அகில், சந்தனம், மலைவாழைகள் என முப்பதுக்கும் அதிகமான பரிசுப் பொருட்களோடு கிளாடியஸ் மலையிறங்கிப் போகத் துவங்கினார்.

எஸ்.ராமகிருஷ்ணன் ⓘ 97

இது நடந்த இரண்டு தினங்களுக்குப் பிறகு வலேசா தன் இருப்பிடத்திற்கு வந்து சேர்ந்து முதுவர்களோடு நாட்டுச்சாராயத்தை உற்சாகமாகக் குடித்தான். பிறகு தன் குறிப்பேட்டில் மனம் போனபடியே வேகவேகமாக எழுதத் துவங்கினான்.

காடு கடந்த காலத்தை ஒரு போதும் சேகரம் செய்து வைத்துக் கொள்வதில்லை. நினைவுகளில் சிக்கிக்கொள்ளாமல் வனம் காலத்தினுள் சுழன்று கொண்டேயிருக்கிறது. மலை வாசிகள் காட்டை தங்கள் இதயத்தால் பார்த்துக்கொண்டிருக்கிறார்கள். காடு ஒருபோதும் உறங்காதது. அதன் பிரமாண்டமான இயக்கம் மனிதர்கள் அறிய முடியாதது. காட்டின் நிசப்தம் அதன் மனிதர்களுக்குள்ளும் நிரம்பியிருக்கிறது. முதுவர்களின் மொழி இயற்கையில் வேரோடியிருக்கிறது. புரிந்து கொள்ள வேண்டியது அவர்களின் மொழியை அல்ல மௌனத்தை.

தனது குறிப்பேட்டை முடித்துத் தூக்கி எறிந்துவிட்டு தன் வசிப்பிடத்தின் வாசலில் வந்து உட்கார்ந்தபடியே அவன் இருட்டை வெறித்துப் பார்த்துக்கொண்டிருந்தான். தனக்காகத் தன்னுடைய நோவை ஏற்றுக்கொண்ட அந்த ஆமை இந்த நேரம் என்ன செய்து கொண்டிருக்கும், எங்கேயிருக்கும், உயிரோடு இருக்குமா? என்று யோசிக்க யோசிக்க வேதனை கவ்வத் துவங்கியது. அவன் மிதமிஞ்சிக் குடிக்கத் துவங்கினான். இதைக் கவிதை

விடிகாலை வரை அவன் தனித்துக் குடித்துக்கொண்டிருப்பதை ஒரு முதிய பெண் பார்த்துக்கொண்டிருந்தாள். விடிகாலையில் அவன் காட்டிற்குள் நடந்து செல்லத் துவங்கினான். அதன் பிறகு வலேசாவை யாரும் காணவேயில்லை. அவன் அறையிலிருந்த குறிப்பேடு மற்றும் தினசரிப் பதிவுகள் அடங்கிய டயரி, அவனது உடைகள் யாவையும் மலபார் மிஷனிற்கு முதுவர்கள் கொண்டு ஒப்படைத்தனர்.

மகாராஜாவின் வில்லாளிகள் பதினாறு பேர் வனம் முழுவதும் வலேசாவைத் தேடியும் அவனது கால்தடம்கூட கண்டறிய முடியவில்லை. நீண்ட காலத்தின் 1927 ஆம் ஆண்டு லண்டனை சேர்ந்த ஆதம் மேத்யூ பதிப்பகத்தின் முதன்மை பதிப்பாசியர் எப்.ஓ. லாப்ஸ்ரே மலபார் மிஷனின் ஊழியம் பற்றிய தொகுப்பு நூலிற்காக வலேசாவின் டயரி ஒன்றைப் படியெடுத்தபோது முடிவில்லாத வனம் குறித்த இரண்டு பத்திகளைக் கண்டார். அதிலிருந்து ஒரு வரியை தனது தொகுப்பு நூலிற்காக மேற்கோளாகப் பயன்படுத்திக் கொண்டார். அவர் மேற்கோளாகக் காட்டிய வரி ‘காடு நினைவுகள் இல்லாதது கடவுளைப் போல’ என்றிருந்தது.

எழுதத் தெரிந்த புலி

எழுதத் தெரிந்த புலி காட்டிலிருந்து பிடிபட்டுக் கொண்டு வரப் பட்ட புலி ஒன்று சர்க்கஸ் கூண்டிற்குள் அடைக்கப்பட்டிருந்தது. கூண்டில் அடைக்கப்பட்ட மற்ற மிருகங்களைப் போல இல்லாமல் பகலும் இரவும் அந்தப்புலி நடந்து கொண்டேயிருந்தது. ஏன் அப்படி கூண்டிற்குள் அலைகிறது என்று எவருக்கும் தெரியவில்லை. ஒரு நாள் எங்கிருந்தோ ஊர்ந்து வந்த நத்தையொன்று புலிக்கூண்டின் மீது உட் கார்ந்தபடியே அதைப் பார்த்துக்கொண்டிருந்தது. புலி ஓய்வில்லாமல் வட்டமாகச் சுற்றிக் கொண்டிருப்பதைக் கண்டு எதற்காக இப்படிச் சுற்றிக்கொண்டிருக்கிறாய் என்று கேட்டது. அதற்கு புலி பதில் சொல்லவில்லை. உடனே நத்தை கூண்டிற்குள் அடைபட்டு கிடப்பது பயமாக இருக்கிறதா என்று கேட்டது. அதற்கு புலி நான் சுற்றிக் கொண்டிருக்கவில்லை. எழுதிக் கொண்டிருக்கிறேன் என்றது. நத்தைக்கு அது புரியவில்லை. எப்படி என்று கேட்டது. கூண்டிற்குள் அடைபட்ட பிறகு வாழ்க்கையில் எதுவும் மிச்சமிருப்பதில்லை. பூஜ்யமாகிவிடுகிறோம். இப்போது நான் வெறும் பூஜ்யம் என்பதை ஒவ்வொரு முறையும் எனக்கு நானே நினைவுபடுத்திக் கொள்ள வேண்டியதிருக்கிறது. இல்லாவிட்டால் இந்தக் கூண்டு பழகிப்போகும், அதன் உணவு பழகிப் போகும் வேடிக்கை பார்ப்பவர்கள் முகம் பழகிப்போகும். பிறகு நான் கூண்டுப்புலியாக சுகமாக வாழப் பழகிவிடுவேன். அது கூடாது. அது ஒரு இழிவு. இப்போது முடக்கப்பட்டு நான் அடையாளமற்றுப் போயிருக்கிறேன் என்ற

உண்மை மனதில் இருந்து கொண்டேயிருந்தால் மட்டுமே விடுதலையைப் பற்றிய நினைவு வளர்ந்து கொண்டேயிருக்கும், அதற்காகவே பகலும் இரவும் வட்டமாக சுற்றி வந்தபடியே எழுதிக்கொண்டிருக்கிறேன் என்றபடி புலி நடக்கத் துவங்கியது. அதைக்கேட்ட நத்தை சிரித்தபடியே சொன்னது. நல்லவேளை நத்தைகளை எவரும் பிடித்து கூண்டில் அடைப்பதில்லை. உடனே ஆத்திரமான புலி சொன்னது நானாவது பிடிபட்டு ஒடுங்கிக்கிடக்கிறேன். நீ பிறப்பிலிருந்தே கூட்டில் அடை பட்டுக் கிடக்கிறாய். கூண்டில் அடைக்கப்படுவது தற்காலிகம், கூண்டிற்குள்ளே பிறந்து வளர்ந்து பயந்து சாவது அற்பமானது. நத்தைகள் வெறும் ஊமை. நான் அடைபட்டுக் கிடந்த போதும் என் குரல் அடைக்கப்படவில்லை. கேள் என் ரௌத்திரத்தை என்றபடியே புலி உறுமியது. அந்தக் குரலின் ஆழத்தில் அடர்ந்த கானகம் உக்கிரமாக நடனமாடிக் கொண்டிருந்தது. நத்தை வெளியேறும்போது சொன்னது, பிடிபட்டதை விடவும் அதை நினைத்துக்கொண்டிருப்பது தீராத வலி. பிடிபட்டதிலிருந்து மௌனமாக இருப்பதால்தான் உனக்குள் கோபம் நிரம்பியிருக்கிறது. மௌனத்தைக் கைக்கொள்வது எளிதானதில்லை. பல நேரங்களில் மௌனம் வாழ வைக்கிறது. பல நேரம் நம்மை சாகடிக்கிறது. புலியாக இருப்பதா, நத்தையாக இருப்பதா என்பதில் இல்லை பிரச்சினை, அதைப் பிடித்து அடைப்பவன், அழித்து ஒழிக்க நினைப்பவனின் அதிகாரத்தில்தானிருக்கிறது. நீயும் நானும் ஏன் நண்பா கோபம் கொள்ளவேண்டும் என்றபடியே மெதுவாகக் கடந்து போகத் துவங்கியது யோசிக்கத் தெரிந்த நத்தை.

◀ ● ▶

மூன்று பால்ய கதைகள்

1. வட்டக்கண்ணாடி

பத்து வயதிருக்கும்போது கையில் வைத்துப் பார்ப்பது போன்ற வட்டக்கண்ணாடி ஒன்றை அப்பா வாங்கி வந்திருந்தார். அப்போது நாங்கள் சூலக்கரை என்ற சிறிய கிராமத்திலிருந்தோம். அந்தக் கண்ணாடி வரும் வரை வீட்டில் இருந்த ஆள் உயரக் கண்ணாடியில் தான் முகம் பார்த்துக் கொள்வோம். அது சுவரில் அடிக்கப்பட்டு இருந்தது. அதன் எதிரில் போய் நின்று எக்கினால்தான் முகம் தெரியும். இதற்காகவே சிறிய உட்காரும்பலகையைத் தேடி எடுத்து வந்து போட்டு ஏறி நின்று முகம் பார்ப்பேன்.

கிராமங்களில் பெரும்பான்மை வீடுகளில் முகம் காட்டும் கண்ணாடிகள் கிடையாது. ஒருவேளை இருந்தாலும் ரசம் போயிருக்கும். வட்டக்கண்ணாடி வாங்கி வந்த நாளில் இருந்து அதைக் கையில் வைத்தபடியே வீட்டில் இருந்த டம்ளர் தட்டு துவங்கி ஒவ்வொரு பொருளாக அதில் எப்படித் தெரிகிறது என்று பார்த்துக்கொண்டிருப்பேன்.

வீட்டின் முன்பாக ஒரு பெரிய வேப்பமரமிருந்தது. அந்த வேம்பின் அருகில் போய் நின்றபடியே அதற்குக் கண்ணாடி காட்டினேன். அநேகமாக அன்றுதான் வேம்பு முதன்முறையாகத் தன்னைப் பார்த்துக் கொண்டிருக்க வேண்டும். நான் ரகசியமாக கண்ணாடியில் தெரியும் வேம்பை எட்டிப் பார்த்தேன். காய்கள் நிரம்பிய

எஸ்.ராமகிருஷ்ணன்

கிளைகளுடன் ஆடும் இலைகளை அசைத்தபடியே வேம்பு ஒய்யாரமாக இருந்தது.

அதன்பிறகு கோழிகள் ஆட்டுக்குட்டிகள் வேலியில் அலைந்து கொண்டிருக்கும் ஓணான் என்று என் கண்ணில் பட்ட பொருட்கள் அத்தனையின் முன்னாலும் கண்ணாடியைக் காட்டிக் கொண்டேயிருந்தேன். ஓணானைக் கண்ணாடி பார்க்க வைப்பது எளிதானதில்லை. அது தாவியோடிவிடும். இதற்காகவே வேலிப்புதரினுள் கண்ணாடியைப் போட்டுவிட்டு ஒதுங்கி நின்று கொண்டேன். ஓணான் கிளையை விட்டுக் கீழே இறங்கிவந்து கண்ணாடியின் மீதே நின்றது. ஏய் ஓணான்... கண்ணாடி பார்த்துக்கோ... ஓணான் கண்ணாடியைப் பாரு. என்று ரகசியமாக முணங்கினேன். ஆனால் அது திரும்பவேயில்லை. பிறகு தலையைச் சிலுப்பியபடியே தன்னை ரகசியமாகப் பார்த்துக் கொண்டது. இப்படி எறும்பு, பூனை, அணில், கோழிக்குஞ்சு, வான்கோழி, என என்னைச் சுற்றிய உலகம் யாவும் கண்ணாடியின் வழியாகத் தன்னைப் பார்த்துக்கொண்டது.

சிறுவயது முழுவதும் இரவில் மொட்டைமாடியில்தான் படுத்துறங்குவேன். அப்போதும் என் அருகில் அந்தக் கண்ணாடியிருக்கும். இருட்டில் அதில் நட்சத்திரங்கள் தெரிவது மங்கலாக இருக்கும். கண் அருகே வைத்து ஆகாசத்தைப் பார்த்தபடியே இருப்பேன். வானைப் பார்த்தபடியே வைத்த என் கண்ணாடியில் நிலா ஊர்ந்து போயிருக்கிறது.

ஒரு நாள் கண்ணாடியை வயலின் நடுவேயிருந்த கிணற்றுக்குக் கொண்டு சென்றேன். கண்ணாடியின் வழியாகக் கிணறு எப்படித் தெரிகிறது என்று பார்ப்பதற்காக முயற்சித்தேன். அதன் முன்பாக நான் பார்த்தறியாத பொருள் போல இருந்தது. கையில் வைத்து முன்பின்னாக ஆட்டிப் பார்த்துக்கொண்டிருந்தபோது கண்ணாடி நழுவி கிணற்றினுள் விழுந்தது. மறு நிமிசம் யோசிக்கவேயில்லை. கிணற்றின் உயரத்திலிருந்து தாவிக் குதித்து கண்ணாடியை மீட்க முயற்சித்தேன். கிணற்றின் அடியில் பாசியும் புதை சேற்றுக்கும் நடுவில் கண்ணாடி விழுந்து கிடந்தது. கைகளால் தடவி கண்ணாடி உடைந்துவிட்டதா என்று பார்த்தேன். கண்ணாடி உடையவில்லை. ஆனால் சேறு படிந்துபோயிருந்தது. தண்ணீருக்குள்ளாகவே உலுக்கினேன். கண்ணாடியில் எதுவும் தெரியவில்லை.

கிணற்றின் படிக்கட்டிற்கு நீந்தி வந்து உட்கார்ந்துகொண்டு கண்ணாடியை சுத்தமாகக் கழுவினேன். கண்ணாடியில் தண்ணீர் வழிவது கிளர்ச்சிதருவதாக இருந்தது. திடீரென ஏனோ கண்ணாடியைத் தண்ணீருக்குள் விட வேண்டும் என்று

தோன்றியது. மூழ்கியிருந்த படிக்கட்டில் விட்டேன். இப்போது தண்ணீர் தன்னைக் கண்ணாடியில் பார்த்துக் கொண்டிருக்கிறது என்பதை உணர முடிந்தது. கைகளால் அலைபோல் அடித்ததும் கண்ணாடியில் சலனம் ஏற்பட்டது. இதனால் தாங்க முடியாத கிளர்ச்சியும் சிரிப்பும் வந்தது. கண்ணாடியைக் கையில் எடுத்துக்கொண்டு கத்தினேன். கிணற்றின் சுவரில் பட்டு என் குரல் துள்ளி மறைந்தது.

பிறகு வயல் வரப்பின் வழியே தனியே நடந்து வந்தபோது பின்தொடரும் பருந்தென சூரியன் வந்துகொண்டிருந்தது. சூரியனை என் கண்ணாடியில் ஒளிரச் செய்து வெளிச் சத்தை நீண்டு சிதற விட்டேன். தலைக்கு மேலாகக் கண்ணாடியைப் பிடித்தபடியே தெருவில் ஓடினேன். யார் என்மீது மோதினார்கள் என்று தெரியாது. ஆனால் கையிலிருந்த கண்ணாடி எகிறிப் போய் உடைந்து சிதறியது. இருபது முப்பது சில்லுகளாகத் தெறித்து ஒவ்வொன்றிலும் வெளிச்சம் துள்ளிக்கொண்டிருந்தது. தெருவில் உட்கார்ந்தபடியே ஆங்காரத்துடன் கத்தினேன். உடைந்த கண்ணாடியைத் திரும்ப எடுத்து ஒட்ட வைக்க முயன்றேன். கண்ணாடி ஒன்று சேரவேயில்லை. விவரிக்கமுடியாத வலி உண்டானது. நிறைய நேரம் அழுதேன். ஆனால் இதை யாரிடமும் சொல்லவேயில்லை.

கண்ணாடியைப் பற்றி எப்போது நினைக்கும்போதும் கிணற்று நீரில் அசையும் கண்ணாடி மனதில் தோன்றி மறைகிறது. இதை என்னால் ஏன் நினைவில் வைத்திருக்கிறேன் என்று இன்று வரை தெரியவேயில்லை.

2. களிமண்ணால் செய்த மீன்

களிமண்ணால் பொம்மைகள் செய்வது அந்த நாட்களில் பெரிய கலை. களிமண்ணில் பொம்மை செய்வதை அறிந்தவர்கள் என் வகுப்பில் இரண்டே பேர்கள் இருந்தார்கள். ஒன்று சங்கரேஸ்வரி. மற்றது கணேசன். ஆனால் இருவருமே வீம்பு பிடித்தவர்கள். யார் கேட்டாலும் செய்து தர மாட்டார்கள். இதற்காகவே கணேசனை நண்பனாக்கிக் கொண்டேன். இதற்கு விலை நாலு வில்ஸ் சிகரெட் அட்டைகள். அன்றைய செலாவணியில் பணத்தைவிட மிக முக்கியமாக இருந்தவை சிகரெட் அட்டைகள்.

வில்ஸ் சிகரெட் அட்டைகள் உசத்தியானவை. பாசிங்ஷோ, சிசர்ஸ் யானை போன்றவை ஒப்புக்குச்சப்பாணிகள். சிகரெட்

அட்டைகள் பொறுக்குவதற்காகவே சைக்கிள் எடுத்துக்கொண்டு அருகாமையில் உள்ள சாலையோரப் பெட்டிக்கடைகளுக்குச் செல்வோம். சில நேரம் மதுரைக்குப் போகும்போது தெருவெங்கும் சிகரெட் அட்டை பொறுக்கு வதுதான் என் வேலை. இப்படி சிகரெட் அட்டை கொடுத்து கணேசனை நண்பனாக்கிக் கொண்டதால் அவன் களிமண்ணில் எப்படி பொம்மைகள் செய்வது என்பதைக் கற்றுத் தருவதாகச் சொன்னான்.

இதற்காக நிறைய களிமண் தேவை என்பதால் நடந்தே அருகாமையில் உள்ள கண்மாய்க்குச் சென்று களிமண் சேகரித்து வந்தோம். கணேசன் கை நிறைய மண்ணை எடுத்து குதிரைச் சிலை போன்று ஒன்று செய்து காட்டினான். அதுபோன்று நானும் செய்ய முயற்சித்தால் அது குதிரையின் ஜாடையில் வராமல் போனதோடு பன்றிக்கும் கழுதைக்கும் பிறந்த பிள்ளை போன்ற தோற்றத்தில் இருந்தது. ஆத்திரத்தில் நானே அதை சிதைத்தும் விட்டேன்.

ஆனால் களிமண்ணின் மிருதுவும் விரல்களை அது பற்றிக்கொள்ளும் ஈரமும் பிடித்துப்போகவே களிமண்ணில் வேலை செய்வது விருப்பமானதாகிபோனது. எப்போதும் எங்கிருந் தாவது களிமண்ணைக் கொண்டுவருவது. அதை வைத்துக் கற்பனையாக எதையாவது செய்து பார்ப்பது என்றிருப்பேன். இதன் உடனடிப் பயன் சட்டையில் டவுசரில் களிமண் ஒட்டிக் காய்ந்து போவது. மற்றொன்று எப்போதும் கையில் களிமண் கறையிருப்பது. இதை அறிந்த அம்மா களிமண்ணை நான் தொடவே கூடாது என்று திட்டினார். இ இதனால் ரகசியமாக பள்ளிக்கூடத்தின் பின்னால் வைத்து களிமண்ணால் எதையாவது செய்வேன். செய்த உருவத்தை வீட்டிற்குக் கொண்டு வர முடியாது என்பதால் அருகில் உள்ள கோவில் கிணற்றில் போட்டுக் கரையச் செய்துவிடுவேன். அப்படியொரு நாள் களிமண்ணில் சிறிய மீன் செய்தேன். எனக்கே ஆச்சரியமாக இருந்தது. அது நிஜமான மீன் போன்ற வடிவத்தில் இருந்தது. அதற்குச் சிறிய கண்கள் செதில் எல்லாமும் குச்சியைக் கொண்டு கீறி உருவாக்கினேன். பிறகு கையில் எடுத்துக்கொண்டு போய் கிணற்றில் போட்டேன். ஒரு நிமிஷம் அந்த மீன் நீந்திக்கொண்டு போனது போலிருந்தது. களி மண்ணால் செய்த மீன் நீந்துமா என்ற சந்தேகம் எல்லாம் எனக்கு வரவில்லை. மனது மிக சந்தோஷமாக உணர்ந்தது, நான் செய்த களிமண் மீனும் இந்தக் கிணற்றில் இருக்கிறது என்று. இதைப் பற்றி கணேசனிடம் சொன்னபோது அவன் மிகவும் பரிகாசம் செய்ததோடு களிமண்ல செஞ்ச மீனு நீந்துச்சாம் என்று வகுப்பு

முழுவதும் சொல்லிவிட்டான். எல்லோரும் ஏளனம் செய்தார்கள். ஆனால் இன்றைக்கும் எனக்கு அந்தக் களிமண் மீன் நீந்தியது என்றுதான் தோன்றுகிறது. நிஜமா பொய்யா என்பது அவரவர் கற்பனையைப் பொறுத்ததுதான் இல்லையா?

3. வீசி எறிந்த காசு

ஒருநாள் மதியம் நடுத்தெரு எனப்படும் நெசவாளர்கள் வீதி வழியாக நடந்து வரும்போது எட்டணா ஒன்றைக் கண்டு எடுத்தேன். ஆச்சரியமாக இருந்தது. யார் அதைக் கீழே போட்டிருப்பார்கள். வெற்றிலை எச்சில் பட்டது போன்று சிவப்பான கறையோடு இருந்தது. யாரும் பார்க்கிறார்களா என்று அவசரமாகப் பார்த்துவிட்டு அதைக் குனிந்து எடுத்து டவுசரில் துடைத்துக்கொண்டு வேகமாக ஐஸ் விற்கின்றவனிடம் ஓடினேன்.

அவன் மரத்தடியில் நின்று கொண்டிருந்தான். ஐம்பது பைசாவிற்கு இரண்டு பால் ஐஸ்கள் கிடைக்கும். இரண்டு ஐஸ்களை வாங்கி ஒரே நேரத்தில் தின்றுகொண்டிருந்தேன். என்னோடு படித்த செல்வராஜ் சேமியா ஐஸ் வாங்கித் தின்றபடியே தனக்கொரு பால் ஐஸ் தரும்படியாகக் கேட்டான். நான் வேண்டும் என்றே அவனைப் பார்க்க வைத்துக்கொண்டு இரண்டையும் தின்றேன்.

உடனே ஆத்திரத்தில் காசை வீட்டில் இருந்து திருடிட்டு வந்துட்டயா என்று கேட்டான். அநேகமாக அன்று பெரும்பான்மை சிறுவர்கள் காசைத் திருடுவதில் எத்தர்களாகத் தான் இருந்தார்கள். நான் இல்லை கீழே கிடந்தது என்றேன். எங்கே என்று கேட்டான். நெசவாளர்கள் வீதியில் என்றதும் அய்யய்யோ அது கழிப்பு கழிச்ச காசு அதையா எடுத்தே என்று கேட்டான். அப்படி என்றால் என்னவென்று கேட்டேன். திருஷ்டிக்காகக் கழிப்பு கழித்து சுற்றிப் போடுவார்கள். அதைத் தொடவே கூடாது. மீறி எடுத்துச் செலவழித்து விட்டால் ரத்தம் கக்கி உடனே செத்துவிடுவார்கள் என்று சொன்னான்.

அவன் சொல்லிக்கொண்டிருந்த போதே லேசாக மயக்கம் வருவது போலிருந்தது. வேண்டும் என்றே அவன் இப்பவே உன் வீட்ல போய்ச் சொல்லிடுறேன் என்று வேகமாக ஓடினான். எனக்கு ஒரு பக்கம் பயம். மறுபக்கம் வீட்டில் வாங்கப் போகின்ற அடி இரண்டுமாக மனது தவிக்கத் துவங்கியது. சில நிமிசத்தில் அவனே வந்து உன்னை இழுத்துக்கொண்டு வரும்படியாக உன் வீட்டில் சொன்னார்கள். உடனே வா என்று என் கையைப்

பிடித்து இழுத்தான். ஒரு பக்கம் வீட்டுக்குப் போக வேண்டும் என்று தோன்றுகிறது. மறுபக்கம் வீட்டிற்கு போகக் கூடாது என்று தோன்றுகிறது. பயத்தில் வீட்டிற்குப் போய்ச் சேர்ந்தேன். ஆளுக்கு ஆள் திட்டு. வசவு.

அதன்பிறகு இதற்குப் பரிகாரமாக என்ன சடங்குகள் செய்வது என்பதைப் பற்றிய ஆலோசனைகள் வந்தன. அதன்படியே அன்றிரவு என்னை உட்கார வைத்து மிளகாய் சுற்றிப் போட்டு கோவிலில் சூடம் கொளுத்தி தலையைச் சுற்றி ஐம்பது பைசாவை விட்டெறிந்தார்கள்.

அன்று இரவு முழுவதும் எனக்கு ஒரு யோசனை வந்துகொண்டே யிருந்தது. என்னிடம் ஐம்பது பைசாவை வாங்கிய ஐஸ்காரன் என்ன ஆவான்? அவனிடம் இந்த விஷயத்தைச் சொல்வதா வேண்டாமா? ஒரு வேளை அவனும் ரத்தம் கக்கிச் சாவானா என்று தோன்றிக் கொண்டேயிருந்தது.

மறுநாள் செல்வராஜ் ஐஸ்காரனிடமும் உண்மையைச் சொல்லி விட்டான். அவன் பயத்தில் என் வீடு தேடி வந்து முறையிட மறுநாளும் இந்தப் பிரச்சினையைக் கிளப்பியது. அதன்பிறகு ஐஸ்காரன் எங்கள் ஊர்ப் பக்கம் வரவேயில்லை. நாங்கள் திருஷ்டிக்கு வீசி எறிந்த காசை நிச்சயம் இன்னொரு சிறுவன் கண்டு எடுத்துச் செலவழித்திருப்பான் என்று மட்டும் இன்றும் எனக்குத் தோன்றிக் கொண்டேயிருக்கிறது. அந்தச் சிறுவன் யாராக இருப்பான் என்றுதான் தெரியவில்லை.

◂ ● ▸

பேராலயம்

பதினாறு பேர்கள் வந்திருந்தார்கள். அவர்கள் முகங்களில் நீண்ட பயணத்தின் அசதியும் களைப்பும் பீடித்திருந்தது. அறை கிடைக்காமல் இரண்டு நாட்களைப் பகிர்ந்துகொள்வதாக நான் தங்கியிருந்த மேன்ஷனின் பொதுப் படுக்கை அறையை ஆக்கிரமித்திருந்தார்கள். இருபது வயதிலிருந்து எழுபது வயதைக் கடந்த அவர்கள் நெருக்கமான முகத் தோற்றமும் கொண்டிருந்தார்கள்.

கிழக்கு வங்காளத்திலிருந்து மூன்று மாதங்களுக்கும் மேலாக நடந்து வந்து சேர்ந்திருக்கிறார்கள் என்று அறைக் காப்பாளர் சொல்லிக்கொண்டிருந்தார். எதற்காக வந்திருக்கிறார்கள் என்று விசாரித்தேன். ஏதோ ஒரு பேராலயத்தை வழிபடுவதற்காக என்றபடியே இவர்களைப் போன்று சிலர் ஆறேழு வருசத்தின் முன்னால் இங்கே வந்து தங்கியிருக்கிறார்கள், என்ன கோவில் என்று தெரியவில்லை என்று நினைவுபடுத்தினார்.

அவர்களை வழிநடத்துகின்ற வயதானவர் மஞ்சள் தலைப்பாகை அணிந்திருந்தார். அவரது கையில் நாவில்லாத மணியொன்று இருந்தது. சப்தமிடாத மணியை எதற்காகக் கையில் வைத்துக்கொண்டிருக்கிறார் என்று வியப்போடு பார்த்துக்கொண்டிருந்தேன்.

அவர் சில நேரங்களில் அந்த மணியை அசைத்தவுடன் அங்கிருந்தவர்கள் முகத்தில் மாற்றம் ஏற்படுவதைக் காண நேர்ந்தது. அவர்கள் எவரும் எவரோடும் பேசிக்கொள்ளவில்லை. தண்ணீரை கூட உள்ளங்கையில் ஏந்தித்தான் குடித்தார்கள். பசித்த வேளைகளில் தாங்கள்

கையோடு கொண்டுவந்திருந்த பேரீச்சைப்பழங்களைப் போல ஒன்றைச் சாப்பிட்டார்கள்.

வணிகமயமாகிப் போய்விட்ட இந்தப் பெருநகரில் அப்படி என்ன வழிபாட்டு ஸ்தலமிருக்கிறது என்று புரியாமல் அந்த வயதானவரிடம் கேட்டேன். அவர் புன்னகைத்தபடியே பதில் சொல்லாமல் விலகிப் போனார்.

பகல் நேரங்களில் அவர்கள் வட்டமாக உட்கார்ந்து கொண்டு தலைகவிழ்ந்தபடியே தங்களது கைவிரல்களை ஒன்று சேர்த்துக் கொண்டார்கள். ஏதாவது பிரார்த்தனை செய்கிறார்களா என்று உற்றுப் பார்த்தபோது அவர்கள் உதடுகள் அசையவில்லை. ஆனால் விருப்பமான பொருள் ஒன்றைப் பார்ப்பது போல அவர்கள் வெறும் தரையைப் பார்த்துக்கொண்டிருந்தார்கள்.

என்ன மதத்தைச் சேர்ந்தவர்கள் அவர்கள், எதற்காக இப்படி உட்கார்ந்திருக்கிறார்கள் என்று புரியாமல் அவர்களைக் கடந்து போனேன். இரண்டாம் நாளின் இரவில் நட்சத்திரங்கள் வானில் நடமாடத் துவங்கிய பிறகு வயதான ஒரு ஆள் மட்டும் மாடிக்கு ஏறிச் சென்று வானை உற்று நோக்கியிருந்துவிட்டு கீழே வந்து அவர்களை மாடிக்கு அழைத்துச் சென்றார்.

பதினாறு நபர்களும் தாமரை மலர்ந்திருப்பது போல வேறு வேறு திசை நோக்கித் திரும்பி வானை நோக்கி மண்டியிட்டபடியே ஆகாசத்தைப் பார்த்துக்கொண்டிருந்தார்கள். வானம் முழுவதும் நட்சத்திரங்கள் நிரம்பியிருந்தன. என்ன தேடுகிறார்கள் என்று புரியாமல் தண்ணீர் டேங்க்கின் இரும்புப் படியில் அமர்ந்தபடியே அவர்களைப் பார்த்துக் கொண்டிருந்தேன்.

ஒவ்வொருவரின் கண்களிலும் கைதவற விட்ட எதையோ தேடும் வேட்கை தீவிரமாக இருந்தது. அன்றைய இரவில் கடற் காற்றும் குளிரும் அதிகமாகத் துவங்கியது. வழக்கமாக மாடியில் படுத்து உறங்கும் ஒன்றிரண்டு நபர்கள் பாயை விரித்து உறங்க துவங்கியிருந்தார்கள். நீருற்றைப் போல சப்தமின்றி இருள் கசிந்து பெருகிக்கொண்டிருந்தது.

அவர்கள் முகம் மறைந்து போய் இருளுள் ஒடுங்கியிருந்தார்கள். நானும் வானைப் பார்த்தபடியே இருந்தேன். வானில் நிலா ஒளிவதும் வெளிப்படுவதுமாக இருந்தது. வழி மறந்த பறவை ஒன்று தனியே பறந்துகொண்டிருந்தது. ஆரவாரமற்ற நதியைப் போல ஆகாசத்தினுள் நட்சத்திரம் உயர்வதும் வீழ்வதுமான பேரியக்கம் நடந்து கொண்டிருந்தது.

வாகன இரைச்சல்களும் மனித நடமாட்டமும் குறைந்து இரவின் நீள் அமைதி கூடியது. சாலைகள் தன் மௌனத்திற்குத் திரும்பியிருந்தன. பின்னிரவில் நிலா வெளிச்சம் கரைந்தோட கலங்கிய வெளிச்சத்தில் அவர்கள் உருவம் தென்பட்டது. பால்

அப்படி வானில் என்ன இருக்கிறது என்று புரியாமல் குழம்பியபடியே இருந்தேன். என்னால் உறக்கத்தைக் கட்டுப்படுத்த முடியவில்லை. அவர்களோ கற்சிலைகளைப் போல அசைவற்று மண்டியிட்டு இருந்தனர்.

யாவரும் உறங்கிய பிறகான வானம் கைதொடும் நெருக்கத்திற்கு வந்துவிட்டது போலிருந்தது. கடற்காற்றின் வேகம் அதிகமாகியது. மண்டியிட்டவர்களில் ஒருவன் தன்னை மறந்து ஏதோவொரு சொல்லை உரக்கச் சொன்னான். நிமிஷத்தில் தன் தவறை உணர்ந்த வனை போல அவன் தலைகவிழ்ந்துவிட்டது. கட்டும்

வானில் அப்போது ஏழு நட்சத்திரங்கள் ஒரே திசையில் மின்னிக்கொண்டிருந்தன. பதினாறு நபர்களும் எதற்கோ கைகூப்பி நன்றி சொன்னார்கள். அவர்கள் கண்கள் குவிந்திருந்த திசை எது என்று அருகில் சென்று பார்த்தேன். நட்சத்திரங்களையும் கடந்து அவர்கள் எதையோ பார்த்துக் கொண்டிருப்பது போன்றிருந்தது.

என்னால் தூக்கத்தைக் கட்டுப்படுத்த முடியவில்லை. உறக்கத்தின் விரல்கள் என்னை இழுத்துச் செல்லத்துவங்கின. கண் விழித்தபோது காலை வெயில் இரும்புப் படிகளில் இறங்கி வழிந்து கொண்டிருந்தது. ஈர ஆடைகள் கொடிகளில் உலரத் துவங்கியிருந்தன. இரவில் அவர்கள் மண்டியிட்ட இடத்தில் அதன் சுவடேயில்லை.

காலையில் கீழே வந்தபோது அவர்கள் அறையை காலி செய்து போயிருந்தார்கள். எங்கே போனார்கள் என்று கேட்டேன். தாங்கள் வந்த வேலை முடிந்துவிட்டது என்று சொல்லி சந்தோஷமாகக் கிளம்பிப் போய்விட்டார்கள் என்றார்.

நான் பார்த்த வானைத்தான் அவர்களும் பார்த்தார்கள். ஆனால் என்ன பார்த்தார்கள். என் கண்ணிற்குத் தெரியாமல் அவர்களுக்கு மட்டும் ஆகாசத்தில் என்ன தெரிந்தது. இதைக் காண்பதற்குத் தான் இவ்வளவு பகலிரவுகள் நடந்து வந்தார்களா? என்ற திகைப்போடு மாடிக்குத் திரும்பவும் ஓடினேன்.

ஆனால் பகலில் மேகங்களற்ற வானம் வெளிறிக் கிடந்தது. பறவைகளைக்கூடக் காணவில்லை. எதையோ கண்முன்னே தவற விட்டதைப் போல உணர்ந்தவனாக அறைக்காப்பாளரிடம் போய்

எஸ்.ராமகிருஷ்ணன்

அவர்கள் திரும்ப வருவார்களா என்று கேட்டேன். தெரியவில்லை ஒருவேளை வரக்கூடும். ஆனாலும் இங்கே வந்து தங்குவார்களா எனத் தெரியாது என்றார்.

இத்தனை ஆண்டுகளாகப் பார்த்துப் பழகிய நகரமும் வானமும் இரவும் நான் அறியாத மர்மம் கொண்டது என்ற திகைப்பிலிருந்து வெளிவர என்னால் முடியவில்லை. என்ன தேடினார்கள். என்ன அடைந்தார்கள். யோசிக்கையில் இந்த நகரம் தன் அத்தனை பகட்டையும் தாண்டி எங்கோ காலத்தின் மிச்சமாக உள்ள இடுகாட்டினைப் போலிருந்தது.

அவர்கள் பேசிக்கொண்டார்களா என்று நடுக்கத்துடன் கேட்டேன். காப்பாளர் கவனிக்கவில்லை. அதில் என்ன இருக்கிறது என்றார். பதில் சொல்லத் தெரியவில்லை. ஆனால் எனக்குக் கிழக்கு வங்காளத்திற்குப் போகவேண்டும் போலிருக்கிறது. ஆனால் பயமாகவும் இருக்கிறது.

◀ ● ▶

ஹசர் தினார்

அவனுக்குப் பெயர் கிடையாது. அவனை விலைக்கு வாங்கியவர்களின் விருப்பத்திற்கு ஏற்ப அவனது பெயர் மாறிக் கொண்டேயிருந்தது. கடைசியாக அவனை விலைக்கு வாங்கிய வணிகன் ஆயிரம் தினார் விலை கொடுத்து வாங்கியிருந்தான். அன்றிலிருந்து அவனை ஹசர் தினார் என்று அழைக்கத் துவங்கினார்கள்.

அந்த வணிகனிடம் அவனைப் போல் இருபதுக்கும் மேற்பட்ட இளவயது ஆண்களிருந்தார்கள். தேசம் முழுவதுமே ஆண் மோகம் கொண்டவர்கள் அதிகமாகி யிருந்தார்கள். அழகான பெண்களை அடைவதை விடவும் ஆண்களோடு உடல் உறவு கொள்வதற்கே ஆசைப்பட்டார்கள்.

ஹசர் தினாரின் உரிமையாளன் விசித்திரமான பழக்கங்கள் கொண்டவன். அவன் பருவவயது ஆண் களோடு சல்லாபம் செய்தபடியே குளிப்பதில்தான் அதிக ஈடுபாடு கொண்டிருந்தான். இதற்காகவே அவனிடமிருந்த அடிமைகள் குளியலின்போது எப்படியெல்லாம்களிப்பை உண்டாக்க முடியும் என்பதை யோசிக்க வேண்டியதிருந்தது.

ஹசர் தினாரின் பால்யம் முழுவதும் வேசைகளோடும், ஒதுக்கப்பட்ட பெண்களோடுமே கழிந்தது. ஆகவே அவனால் உடல் உணர்ச்சிகளை எளிதாக மீட்டி மேலேற்ற முடிந்தது. அதற்காகவே ஒரு குளியல் தொட்டியை உருவாக்கியிருந்தான். அதில் வேளைக்கு ஒரு நறுமணமும், குளியல் முறையையும் அறிமுகம் செய்து கொண்டிருந்தான் ஹசர் தினார்.

டெல்லியில் அப்போது சுல்தான் கில்ஜியின் ஆட்சி நடந்து கொண்டிருந்தது. வேசையர் விடுதிகள் யாவையும் தடை செய்துவிட்ட கில்ஜி நகரமெங்கும் ஒருபால் புணர்ச் சிக்கான ஆண்களையும் பால் பேதமிக்க அரவாணிகளையும் மட்டுமே அனுமதித்திருந்தார். விலக்கப்பட்ட வேசைகள் பிச்சைக்காரர்களைவிடவும் கேவலமாக பசியோடு தெருவில் அலைந்து திரியத் துவங்கினார்கள்.

இளவயதுப் பையன்களைப் புணர்ச்சிக்கு ஏற்பாடு செய்யும் கேளிக்கைக் கூடங்கள் நகரமெங்கும் உருவாகின. கில்ஜி வெளிப் படையாகவே தனக்குப் பிடித்தமான ஆண்களோடு ஒன்றாகப் பவனி வரவும் பொது இடங்களில் அவர்களது அந்தரங்க உறுப்புகளோடு விளையாடவும் செய்கின்றவராக இருந்தார். டெல்லி நகரமே மோகத்தின் கொந்தளிப்பில் இருந்தது.

ஹசர் தினார் தன் பெயரை எப்படியாவது தன்னிடமிருந்து விலக்கிவிட வேண்டும் என்ற வெறியோடு இருந்தான். பெயரே இல்லாமலிருந்தால்கூடப் பரவாயில்லை. இந்தப் பெயர் ஒரு கறைபடிந்த அடையாளமாக இருந்தது. தனிமையில் அவன் தனக்கு உரிய பெயர் எதுவாக இருக்கும் என்று யோசித்துக்கொண்டேயிருப்பான். வேசையின் பிள்ளையாகப் பிறந்து ஒரு பெயரைக்கூட தனக்குச் சொந்த மாக்கிக்கொள்ள முடியவில்லையே என்ற ஆதங்கம் அவனுக்குள் கொதித்துக்கொண்டிருந்தது.

அவனுக்குச் சொந்தமானது ஒரு அறை மட்டுமே. அந்த அறையில் இருந்த ஒரு கூண்டில் ஒரு குருட்டுக் கிளி மட்டுமே துணையாக இருந்தது. அது தான் கற்று வைத்திருந்த சில வார்த்தைகளைத் திரும்பத் திரும்பக் கத்திக்கொண்டேயிருந்தது. சில வேளைகளில் அந்தக் குருட்டுக் கிளியைத் தன் கைகளில் இறுக்கிக் கொன்று விடலாமா என்று ஆத்திரப்படுவான்.

அந்தக் கிளியும் இல்லாமல் போய்விட்டால் தனது கோபத்தைக் கொட்டுவதற்குக்கூட ஆள் இருக்கமாட்டார்கள் இல்லையா? பகலும் இரவும் அவன் தனது யார் யார் மீதோ இருந்த வெறுப்பை அந்தக் கிளியிடம் காட்டிக் கொண்டிருந்தான். கிளி பயந்து கூண்டில் ஒண்டிக் கொண்டிருந்தது.

வணிகனின் வீட்டிலிருந்து அவனுக்கு இரண்டு வேளை பரிமளம் மிக்க உணவு வந்து சேர்ந்துவிடுகிறது. பகல் நேரங்களில் அறையை ஒட்டியிருந்த வீதியைக் கடந்து செல்லும் ஓசைகளைக் கேட்டுக் கொண்டிருக்கலாம். அதைத் தவிர வேறு இயக்கம் கிடையாது. எப்போதாவது படை வீரர்களின் ஏதாவது ஒரு நகரத்தைக் கைப்பற்ற செல்லும் ஓசை கேட்கும். தானும் அவர்களைப்

போல குதிரையேறிச் சென்று சண்டையிட முடியாதா என்று யோசித்தபடியே இருப்பான் ஹசர் தினார்.

அவனுக்குக் கொஞ்சம் கொஞ்சமாக உலகின் மீது வெறுப்பும் ரௌத்திரமும் அதிகமாகிக்கொண்டே வந்தது. தனது நீண்ட தலைமயிரையும் மழிக்கப்பட்ட முகத்தையும் தானே சிதைத்துக் கொள்ள வேண்டும் என்று ஆசைப்பட்டான்.

இந்தூரில் அப்போது எதிர்பாராத கலகம் உருவானது. அதை அடக்குவதற்காக கில்ஜியின் தளபதிகளில் ஒருவன் வந்திருந்தான். ஆறாயிரம் குதிரைப்படைகளும் அவனோடு வந்திருந்தன. அந்தப் படைகள் கடந்து போன இரவில் ஹசர் தினார் குதிரைகளின் குளம்படி ஓசையைக் கேட்டுக் கொண்டேயிருந்தான். ஒரு விட்டில் பூச்சியைப் போலப் பிறந்திருந்தால்கூட அந்த அறையை விட்டு வெளியே சென்றுவிடலாமே என்று நினைத்துக்கொண்டிருந்தான்.

இரண்டு நாட்களில் கலவரம் ஒடுக்கப்பட்டிருந்தது. வெற்றி பெற்றுத் திரும்பும் தளபதிக்கு விருந்து கொடுப்பதற்காக வணிகர்கள் போட்டியிட்டார். ஹசர் தினாரின் உரிமையாளன் தளபதியை மகிழ்விப்பதற்காக அவனை அனுப்பி வைப்பது என்று முடிவு செய்தான்.

கில்ஜியின் தளபதி தண்ணீர் உஷ்ணமேறிக் கொதிக்கையில் இடையறாது குமிழ்கள் தோன்றி மறைவதுபோல தன் உடலில் காமம் கொதித்துக் குமிழ்விடுவதையும் ரத்த நாளங்களில் ஒரு லாகிரி கலந்துவிட்டது போல இச்சை கரைந்து போவதையும் ஹசர் தினாரோடு உறவு கொள்ளும்போது உணர்ந்தான்.

மறுநாளே கில்ஜிக்கு உரியவன் இந்த அடிமைதான் என்று முடிவு செய்தவனாக அவனை அரசருக்கான பரிசாக தன்னோடு அழைத்துப் போவதாக உத்தரவிட்டான். வணிகன் ஹசர் தினாரின் கைகளைப் பிடித்துக்கொண்டு ஒரு சிறுவனைப் போல அழுதான். ஹசர் தினாரின் கண்களில் சலனமேயில்லை. அந்த அறையில் இருந்த குருட்டுக் கிளியை மட்டும் அவன் தன்னோடு கொண்டு செல்வதற்காக எடுத்துக்கொண்டான்.

இரண்டு பகலிரவுகள் பல்லக்கில் கடந்து சென்று டெல்லியைக் கண்டபோது நகரம் பனிமூட்டத்தினுள் மூழ்கியிருந்தது. கிளி அதன் முன்பு அறிந்திராத குளிர் காற்றை உணர்ந்தபடியே தனக்குத் தானே கத்திக்கொண்டே வந்தது. கோட்டைகளும் காவல்வீரர்களின் நடமாட்டமும் தென் பட்டன. விடிகாலை நட்சத்திரம் ஒன்றை உற்று நோக்கியபடியே ஹசர் தினார் டெல்லிக்குள் பிரவேசிக்கத் துவங்கினான்.

எஸ்.ராமகிருஷ்ணன்

பதினோறு நாட்களுக்குப் பிறகு ஹசர் தினார் நறுமணக் குளியல் செய்யப்பட்டு வாசனைத் திரவியங்கள் பூசி, வெண் பட்டு உடுத்தப்பட்டு, சிகையில் மயிலிறகு சூடி தோளில் குருட்டுக் கிளி அமர்ந்து கொள்ள கில்ஜியின் படுக்கையறைக்கு அனுப்பி வைக்கப்பட்டான். பிரமாண்டமான அந்த அறையில் நான்கு முக விளக்குகள் எரிந்து கொண்டிருந்தன. அறைக் காவலர்களாகக்கூட பால்ய வயது கடந்து போகாத சிறுவர்களே அமர்த்தப்பட்டிருந்தார்கள்.

டெல்லி நகரமெங்கும் மது விற்பனை தடை செய்யப்பட்டிருந்தது. அத்தோடு மது கடத்துபவர்கள் உயிரோடு புதைக்கப்பட்டார்கள். ஆகவே அரண்மனையிலும் மது தடை செய்யப்பட்டிருந்தது. மாறாக போதையேற்றும் புகைக் குழாய்களும், கல்பங்களும் புழக்கத்திலிருந்தன.

ஹசர் தினார் அந்த அறையின் படுக்கையில் அமர்ந்தபடியே உறக்கமற்றுக் காத்துக்கொண்டிருந்தான். கிளி பயத்தில் மெதுவான குரலில் உளறிக்கொண்டிருந்தது. அடிமைகளில் ஒருவன் வெள்ளிச் சரிகை சுற்றப்பட்ட கோந்து போன்ற கல்பம் ஒன்றை அவனிடம் தந்து கொஞ்சம் கொஞ்சமாக ருசிக்கச் சொன்னான். அதை நாவிலிட்டதும் உடலில் எறும்புகள் அப்பிக்கொள்வதைப் போல உணர்வு ஏற்படுவதை உணர்ந்தான்.

கொஞ்சம் கொஞ்சமாக உடல் அவிழ்ந்து வெண்ணெய் உருகுவது போலிருந்தது. ஹசர் தினார் உறக்கத்திற்கும் விழிப்பிற்கும் இடையில் ஊசலாடிக்கொண்டிருந்தபோது அறையில் முன்பு இல்லாத சுகந்தம் நுழைந்தது. கில்ஜி அறையில் பிரவேசித்திருந்தார். அவர் தன் இருபுறமும் இரண்டு ஆண்களை அணைத்தபடியே நடந்து வந்தார். அவர்கள் பிறந்தமேனியாக இருந்தார்கள்.

ஹசர் தினாரின் அருகில் வந்த கில்ஜி அவனது ஆடைகளை அவிழ்த்து எறிந்துவிடும்படியாகச் சொன்னார். பிறகு அவனிடம் தன் உடலில் அவனுக்குப் பிடித்தமான இடம் ஒன்றைத் தேர்வு செய்து தொடும்படியாகச் சொன்னார். அவரோடு இருந்த அடிமை ஆண்கள் பரிகாசமாகச் சிரித்தார்கள்.

ஹசர் தினார் தனது சிகையிலிருந்த மயிலிறகைக் கையில் எடுத்தபடியே அவரது உடலில் மெல்ல ஊர்ந்து செல்லத் துவங்கினான். குருடன் தொலைந்து போன தன் கைப் பொருளைத் தேடுவதைப் போல மிகக் கவனமாக உடலின் நரம்புகளைத் தேடத் துவங்கினான். கில்ஜி சில நிமிசங்களில் அங்கிருந்த மற்ற அடிமைகளை அறையை விட்டு வெளியேறும்படியாக

ஆணையிட்டார். அதன் பிறகு இரண்டு பகலிரவுகள் கில்ஜி அந்த அறையை விட்டு வெளியேறி வரவில்லை. வெளிச்சம் வராத அறையில் குருட்டுக் கிளி மட்டுமே எதையோ கத்திக் கொண்டேயிருந்தது.

அதன் பிறகு கில்ஜியின் நடவடிக்கைகளில் முன்பு இல்லாத மாற்றங்கள் துவங்கின. அவர் காதலில் விழுந்த வரைப் போல சதா ஹசர் தினாரின் கைகளுக்குள் தன்னை ஒப்புக் கொடுக்கவே துடித்துக்கொண்டிருந்தார். ஹசர் தினார் தனக்கு என்று தனியாக ஒரு மாளிகை ஏற்பாடு செய்ய வேண்டும் என்றான். அதன்படியே நடந்தது.

அவனது மாளிகை எங்கும் அரவாணிகள் காவல் ஆட்களாக நியமிக்கப்பட்டார்கள். நீண்ட நாட்களுக்குப் பிறகு அவன் இரவில் தனியே குதிரையில் சுற்றியலையத் துவங்கினான். கண்ணில் தென்படும் யாவையும் அழித்து ஒழிக்க வேண்டும் என்ற ஆவேசம் நாளுக்கு நாள் அதிகமாகிக்கொண்டே வந்தது. கில்ஜி அவனது மோகத்திலிருந்து விடுபட முடியாதவராக இருந்தார்.

ஹசர் தினார் மீதான பொறாமை அரண்மனை எங்கும் பீறிடத் துவங்கியது. பட்டத்து ராணி உள்ளிட்ட யாவரும் அந்தப் புதிய அடிமை பற்றி ரகசியமாகப் பேசிக்கொண்டார்கள். ஆனால் எவரும் ஹசர் தினாரை நேர் கொண்டு கண்டதேயில்லை. கில்ஜியின் தர்பாருக்கு ஒரு நாள் ஹசர் தினார் கவச உடையணிந்து கம்பீரமாக அவரோடு கை கோர்த்து வந்தபோது அரண்மனையில் இருந்த பெண்களில் பலரும் தங்களை மறந்து அவனைப் பார்த்துக் கொண்டிருந்தார்கள்.

அரண்மனை அதிகாரம் யாவும் தன் கைவசமான போதும் அந்தப் பெயர் தன்னை விட்டுப் போக மறுப்பது ஹசர் தினாருக்கு எரிச்சலை ஏற்படுத்திக் கொண்டிருந்தது. உடனடியாக அவன் தனக்கு ஒரு பெயரை ஏற்படுத்திக் கொள்ள ஆசைப்பட்டான். அதற்காக அவன் சில பெயர்களைத் தேர்வு செய்தும் வைத்திருந்தான். ஆனால் தன் முதுகுக்குப் பின்னே பல நூறு கண்கள் தன்னைப் பரிகசரித்துக்கொண்டிருப்பதையும் வெளிப்படையாகவே அவனை பலரும் ஹசர் தினார் என்று சொல்லி கேலி செய்வதையும் தவிர்க்க முடியவேயில்லை.

தன்னை நிரூபித்துக் கொள்வதற்காக அவன் காத்துக் கொண்டேயிருந்தான். கில்ஜியின் உடலில் மேகநோய்க்கான அறிகுறிகள் தோன்றத் துவங்கின. சுல்தான் நோயைக் கண்டு பயப்படத் துவங்கினார். அரண்மனையில் இருந்த தன் படுக்கை அறையை விட்டு வெளியேறி வர மறுத்து உள்ளேயே அடங்கியிருந்தார்.

ஹசர் தினார் தனக்காகக் கதவுகள் திறக்கப்படுகின்றன என்பதை உணரத் துவங்கினான். அவன் சுல்தானிடம் தன்னை அரசபிரதியாக அறிவிக்க வேண்டும் என்றான். சுல்தானின் மோகம் அனுமதித்தது. அதன் சில மாதங்களில் அரண்மனையில் ஹசர் தினாரை எதிர்ப்பவர்கள் பலரும் சிரச்சேதம் செய்யப்பட்டார்கள்.

கறுப்பு நிற அராபியக் குதிரை ஒன்றில் போர் வீரனைப் போல உடையணிந்தபடியே பகலிரவாக ஹசர் தினார் டெல்லியின் வீதிகளில் சுற்றியலைந்துகொண்டிருந்தான். அவன் கூடவே குருட்டுக் கிளியை வைத்திருந்தான். ஹசர் தினாரின் ஆவேசம் கிளியிடம் பயத்தை ஏற்படுத்தியிருக்க வேண்டும். அது பேசுவதைக் கொஞ்சம் கொஞ்சமாக நிறுத்திக்கொண்டுவிட்டது.

ஹசர் தினாருக்கு டெல்லி நகரமே ஒரு பிரமாண்டான கழிப்பறையைப் போல அசூயை ஊட்டுவதாக இருந்தது. அவன் தன் உடலில் இருந்த மென்மையைக் கொஞ்சம் கொஞ்சமாக அழிக்கத் துவங்கினான். பாறையைப் போல அவனது உடல் உரமேறத் துவங்கியது.

அரண்மனை எங்கும் அரவாணிகளை முக்கிய பதவியில் அமர்த்தினான். அதிகாரம் அவனது விளையாட்டுப் பகடை போலானது. அதன் பிறகு அவன் சுல்தானிடம் தனக்கு ஒரு பெயரைச் சூட்டுமாறு யாசித்தான். நோயும் சாவின் மீதான பயமும் கொண்ட கில்ஜி அவனுக்கு ஒரு புதிய பெயரை வழங்கினார். மாலிக் கபூர் அதாவது எஜமானனுக்கு அடிமை என்ற அந்தப் புதிய பெயர் அவனுக்கு முன்பு இல்லாத அதிகாரத்தை உருவாக்கியது.

அவன் ஓராயிரம் தடவை தன் பெயர் மாலிக்கபூர் என்று குருட்டுக் கிளியிடம் உளறிய போதும் அது அந்தப் பெயரை திரும்பச் சொல்லவேயில்லை. அவன் ஒரேயொரு முறை அந்தக் கிளி பேசினால்கூட பரவாயில்லை என்று ஆத்திரப்பட்டு அதை வீசி எறிந்தான். அடிபட்டு விழுந்த போது அந்தக் கிளி கத்தவேயில்லை.

மாலிக் கபூர் குனிந்து அந்தக் கிளியை கையில் எடுத்துத் தடவிக் கொடுத்தபடியே உன்னைப் போலவே நானும் என் மனதைக் குருடாக்கிவிட்டேன். இனிப் பேசுவதற்கு எனக்கும் எதுவுமில்லை என்றபடியே தன் மாபெரும் குதிரைப்படையோடு டெல்லியை விட்டு புறப்பட்டான். கண்ணில்படும் நகரங்களையும், தேசங்களையும் சூறையாடியபடியே அந்த அடிமையின் ரத்தம் முன்னேறிச் சென்று கொண்டிருந்தது.

மூர்க்கமும், ஆவேசமும் கொண்ட போர்வீரனாக உருமாறிய மாலிக் கபூர் பல்லாயிரம் பேர்களைக் கொன்று குவித்த போதும் அவனது மனது சாந்தியடையவேயில்லை. மாலிக் கபூர் என்ற பெயர் மக்களிடம் பயத்தை ஏற்படுத்து வதை அவன் ரசிக்கத் துவங்கினான். அந்தப் பெயர் தன்னோடு ஒட்டிக்கொண்டுவிட்டது என்று சந்தோஷமடைந்தான்.

எண்ணிக்கையற்ற வெற்றிகளுக்குப் பிறகு டெல்லி திரும்பிய மாலிக்கபூர். ஒரேயொரு இரவு கில்ஜியோடு சேர்ந்து உறங்க விரும்பினான். கில்ஜியின் உடலில் நோய் முற்றியிருந்தது. சாவின் ரேகைகள் அவர் உடலில் ஓடத் துவங்கியிருந்தன. அறையில் இப்போது சுகந்தமேயில்லை. மரணத்தின் வாசனை மட்டுமே கமழ்ந்து கொண்டிருந்தது.

அவனைத் தழுவதற்காகக் கைகளை அருகில் நீட்டபயந்து நின்ற கில்ஜியின் உதடுகளை மாலிக்கபூர் தன் வலிமையான முரட்டு உதடுகளால் கவ்வி முத்தமிட்டான், அவன் கையிலிருந்த மதுக்கோப்பை கில்ஜியின் உதடுகளைத் தொட்டது. கில்ஜி அதை விலக்கினார். குழந்தைக்கு மருந்து ஊட்டு வதைப் போல கொஞ்சம் கொஞ்சமாக விஷத்தைப் புகட்டினான். சில நிமிசங்களில் கில்ஜியின் உடல் தளர்ந்து சரிந்தது. இறந்து கிடந்த கில்ஜியின் உடலை அணைத்தபடியே ஒரு இரவு மிக நன்றாக உறங்கினான் மாலிக் கபூர்.

விடிந்து எழுந்தபோது ஹசர் தினார், ஹசர் தினார் என்ற குரல் கேட்டது. அவன் திடுக்கிட்டு விழிக்க அவனது குருட்டுக் கிளி அந்தப் பெயரைத் திரும்பத் திரும்பக் கத்திக்கொண்டேயிருந்தது. ஆத்திரத்தில் அவன் தன் வாளால் கிளியின் தலையை இரண்டாக துண்டித்தான். அப்போதும் அந்தக் குரல் அரண்மனைச்சுவர்களுக்குள்ளாகவே சுற்றிக்கொண்டிருந்தது போலவே இருந்தது.

நீண்ட நாட்களுக்குப் பிறகு அப்பெயர் திரும்பவும் தன்னிடம் வந்து ஒட்டிக்கொண்டதைப் போல உணர்ந்த ஹசர் தினார் தன்னை மீறி வெடித்து அழுதான். அந்தக் கேவல் ஓசையைக் கேட்க அறையில் யாருமேயில்லை. ஹசர் தினார் என்ற அவனது பெயரை அறிந்த குருட்டுக் கிளியும் இறந்துபோன பிறகு அப்பெயர் அவனை விட்டு நிரந்தரமாக விலகிப் போகத் துவங்கியது.

அதன் பிறகு அவன் தன் சாவின் கடைசி நிமிசம் வரை மாலிக் கபூராகவே வாழ்ந்து இறந்தான்.

◂ ● ▸

ஜி. சிந்தாமணிக்கும் தேவிகாவிற்கும் சம்பந்தமில்லை

ஜி.சிந்தாமணிக்கு இன்றைக்குக் காலையில்தான் நாற்பது வயது துவங்கியது. அவள் அதைப்பற்றி யாரிடமும் சொல்லிக் கொள்ள வில்லை. பொதுவாகவே அவள் பள்ளி வயதைத் தாண்டிய பிறகு தனது பிறந்த நாள் வருவதைப் பற்றி அதிகம் உற்சாகம் அடைந்ததில்லை.

அதை நினைவு வைத்துக்கொள்வதுகூட குற்ற உணர்ச்சியை ஏற்படுத்துவது போலவே உணர்ந்தாள். எப்படியாவது தனது பிறந்த நாளை மறந்து போய்விட மாட்டோமா என்று அவள் பலமுறை முயன்றிருக்கிறாள். ஆனால் தண்ணீருக்குள் வீசி எறிந்த ரப்பர் பந்து தானே மேலே வந்துவிடுவது போல அவள் எவ்வளவு முயன்றாலும் பிறந்த நாள் தானே நினைவுக்கு வந்துவிடுகிறது.

ஜி. சிந்தாமணி ராயப்பேட்டையிலிருக்கிறாள். அஜிஸ் முல்க் தெருவில் உள்ளது அவளது வீடு. நாற்பது வயதை நெருங்குவதற்குள் அவள் நரையேறி பருத்த சரீரமும் கழிந்துபோன தலைமயிரும் கொண்டவளாகிவிட்டாள். அவளுக்கு ஸ்டிக்கர் பொட்டு வைப்பதற்குக் கூட இப்போதெல்லாம் மறந்து போய்விடுகிறது.

அதை யார் கவனிக்கப் போகிறார்கள். இப்போது அவளது முகத்தைக் கூர்ந்து நோக்குகின்றவர்கள் யார் இருக்கிறார்கள். அவளாகவே தன்னைப் பார்த்துக் கொள்வதைத் தவிர மற்றவர்களுக்கு அவளிடம் ஈர்ப்பில்லை.

அவள் கடந்த சில வருடங்களாகவே எப்போதும் ஒரு வட்டக் கண்ணாடியைத் தனது ஹேண்ட்பாக்கில்

வைத்திருக்கிறாள். அலுவலகத்தில் வேலை செய்து கொண்டிருக்கும் போதோ, சாப்பிட்டு முடித்த பிறகோ அந்தக் கண்ணாடியில் தன்னை ஒரு முறை பார்த்துக்கொள்வாள். அப்போதெல்லாம் அவளுக்குத் தன்மீதே தாங்க முடியாத வேதனை கவிழத் துவங்கி விடும். கண்ணுக்குத் தெரியாமல் உப்பு தண்ணீரில் கரைந்து விடுவதைப் போல தன்னிடமிருந்த அழகு யாவும் கரைந்து போய்விட்டிருக்கிறது என்பது அவளை மிகுந்த வேதனைக் குள்ளாக்கியது.

இரண்டு நாட்களுக்கு முன்னதாகவே அவளுக்குத் தனது பிறந்தநாள் வரப்போவது நினைவிற்கு வந்தது. அதை அலுவலகத்தில் உள்ள யாரிடமாவது சொல்லலாமா என்று யோசித்தாள். கேலி செய்வதைத் தவிர அவர்களால் தனது பிறந்தநாளைப் பகிர்ந்து கொள்ள முடியாது என்று தோணியது.

இந்த முறை எப்படியாவது அந்த நாளை மறந்துவிட வேண்டும் என்று மனதிற்குள்ளாக முடிவு செய்துகொண்டாள். ஆனால் வழக்கத்திற்கு மாறாக அவளுக்கு இரண்டு நாட்களாகவே பார்க்கும் ஒவ்வொருவரும் என்ன வயதில் இருக்கிறார்கள் என்பதைக் கவனிக்க வேண்டும் போலிருந்தது.

தன்னை அறியாமல் அவள் ஒவ்வொருவரையும் கூர்ந்து பார்க்கத் துவங்கினாள். உலகில் நாற்பது வயதைக் கடந்தவர்கள் நிறைய இருக்கிறார்கள் என்பது ஆறுதல் தருவதாக இருந்தது. அத்தோடு எவரும் தனது வயதை நேரடியாக வெளிக்காட்டிக்கொள்வதில்லை என்பதும் அவளுக்கு மகிழ்வைத் தந்தது.

இன்றைக்கும் அவள் விழிப்பதற்கு முன்பாகவே மனதிற்குள் ஒரு குரல் இன்றைக்கு உனது பிறந்த நாள் என்று கூவியது. அவள் அதற்குச் செவிசாய்க்காதவளைப் போல கொஞ்சநேரம் வேண்டும் என்றே படுக்கையில் கிடந்தாள். கல்லூரிக்குச் செல்லும் மக்கள் குளித்துவிட்டு ஈரத்தலையோடு அறைக்குள் வந்து தனது உடையை தேடிக்கொண்டிருப்பது தெரிந்தது. மணி ஆறரையைத் தாண்டியிருக்க வேண்டும்.

சிந்தாமணி எழுந்து எப்போதும் போல அவசர அவசரமாக சமையல் செய்யத் துவங்கினாள். இருப்பதிலே அவளுக்குக் கொஞ்சமும் பிடிக்காத அரக்கு நிறப் பூப் போட்ட சேலையை எடுத்து கட்டிக் கொண்டாள். சாப்பிட வேண்டும் என்றுகூடத் தோணவில்லை. வீட்டில் அவளது கணவன் டிவி பார்த்தபடியே சாப்பிட்டுக்கொண்டிருந்தான். சின்ன வள் பள்ளிக்கூடத்திற்குக் கிளம்புவதற்காக புத்தகங்களை எடுத்துத் திணித்துக்கொண்டிருந்தாள்.

யாராவது தனது பிறந்த நாளை நினைவில் வைத்திருப் பார்களா என்று ஒரு நிமிஷம் தோணியது. அவரவருக்கு அவரவர் அவசரம். இதில் தான் சொல்லாமல் எப்படிப் பிறந்த நாளை நினைவு வைத்திருப்பார்கள் என்றபடியே அவள் டிபன் பாக்சில் சாப்பாட்டை எடுத்து அடைத்துக் கொண்டாள் மணி எட்டு இருப்பதை நெருங்கும் போது அவள் எப்போதும் மணிக்கூண்டுப் பேருந்து நிலையத்தை நோக்கி நடக்கத் துவங்கியிருப்பாள். இன்றைக்கு ஐந்து நிமிஷம் தாமதமாகியிருந்தது.

சிந்தாமணி எப்போதும் போல சாலையைக் கவனிக்காமல் தலை குனிந்தபடியே வேகவேகமாக நடந்துகொண்டிருந்தாள். பள்ளிக்கும் அலுவலகத்திற்கும் செல்லும் மனிதர்களில் ஒருவரைக்கூட அவளுக்குப் பிடிக்கவேயில்லை. தனது பிறந்தநாளை நினைவு வைத்துக்கொள்ளும் நபர் ஒருவர்கூட இல்லாத இந்த நகரில் எதற்காக தான் எவரையும் நினைவு வைத்துக்கொள்ள வேண்டும் என்று ஆத்திரமாக வந்தது.

மணிக்கூண்டிற்கு வந்தபிறகு பால் பாக்கெட்டிற்கு வெளியே பையை வைக்கவில்லை என்பது நினைவிற்கு வந்தது. திரும்பிப் போக வேண்டாம் என்றவளாக அவள் பேருந்திற்காகக் காத்துக் கொண்டிருந்தாள்.

பேருந்து நிலையத்தில் பூ விற்றுக்கொண்டிருப்பவள் முன்பாக சிவப்பு மஞ்சள் ரோஜாக்கள் குவிந்து கிடந்தன. பூக்காரி கூவிக்கூவி விற்றுக்கொண்டிருந்தவள் சிந்தா மணியைப் பார்த்தவுடன் மௌனமாகி விட்டாள். தான் மஞ்சள் ரோஜாவை வாங்க மாட்டோம் என்று எப்படி இந்தப் பூக்காரி முடிவு செய்தாள் என்று அவள் மீது ஆத்திரமாக வந்தது. அவளிடம் இனிமேல் ஒருபோதும் பூ வாங்கக் கூடாது என்று முடிவு செய்து கொண்டாள். — பேருந்து நிலையத்தில் காத்திருந்த பள்ளி மாணவிகள் எதற்கோ சப்தமாகச் சிரிப்பதும் ஒருவரையொருவர் வேடிக்கையாக அடித்துக் கொள்வதுமாக இருந்தார்கள். நாற்பது வயதைத் தொடும்போது உங்களிடமிருந்து சிரிப்பு யாவும் வடிந்து போய்விடும். அதற்குள் சிரிக்கிற மட்டும் சிரித்துக் கொள்ளுங்கள் என்று அவளாகவே சொல்லிக்கொண்டாள்.

ஜி. சிந்தாமணியின் அலுவலகம் சானிடோரியத்தை ஒட்டியிருந்தது. அங்கே செல்வதற்கு இரண்டு பேருந்துகள் மாறிச் செல்லவேண்டும். அன்றைக்குப் பேருந்துகளில் கூட்டம் ததும்பிக்கொண்டு வந்தது. அத்தோடு பேருந்து நிறுத்தத்தை விட்டுத் தள்ளி நிறுத்தினார்கள். அவள் ஓடிப்போய் ஏறுவதற்குள்

பேருந்து கிளம்பிப் போயிருந்தது. பெருமூச்சு வாங்க அவள் நின்றபோது பிறந்த நாளும் அதுவுமாக இப்படி உயிரைக் கொடுத்து ஓடுகிறோமோ என்று வருத்தம் கொப்பளித்தது.

பிரமாண்டமாகச் சிதறிக்கிடக்கும் இந்த நகரம் அதன் லட்சக் கணக்கான மக்கள், இரக்கமில்லாத சூரியன், நெருக் கடியான சாலைகள், எவரையும் அரவணைத்துக் கொள்ளாத கடல், புகையும் தூசியும் படிந்து போய் காற்றில்லாமல் நிற்கும் மரங்கள் என எல்லாவற்றின் மீதும் கோபம் பொங்கியது. தனக்குத்தானே அவள் எதையோ பேசிக் கொண்டிருப்பதை அருகில் இருந்த பெண்கள் முறைத்துப் பார்த்துக்கொண்டிருந்தார்கள்.

வெயில் அவள் முகத்தில் ஊர்ந்து கொண்டிருந்தது. முன்பாவது அவள் குடை வைத்திருந்தாள். அதைக் கல் லூரிக்குச் செல்லும் மக்கள் கொண்டு போகத் துவங்கிய பிறகு புதிதாகக் குடைகூட வாங்கத் தோணவில்லை.

ஒவ்வொரு பேருந்தாகக் கடந்து சென்றபடியே இருந்தது. மணி ஒன்பது இருபதைத் தாண்டியது. இன்றைக்கு அலு வலகம் போய்ச் சேர்வதற்குள் பத்தரையாகிவிடும் போலிருந்தது. அவள் ஆத்திரத்தோடு தன்னிடமிருந்த வாட்டர் பாட்டிலை எடுத்து கொஞ்சம் குடித்துக் கொண்டாள். தண்ணீர் கழுத்து வழியாக வழிந்து இறங்கியது. அதைத் துடைத்துக்கொள்ளக் கூட அக்கறையற்று அப்படியே சாலையை வெறித்துப் பார்த்துக்கொண்டிருந்தாள்.

இன்றைக்கு ஏலச்சீட்டு விடும் நாள் வேறு. அவள் சீட்டு பிடிக்கின்றவள் என்பதால் அதை முடித்துக்கொண்டு வீடு திரும்ப இரவு ஒன்பதாகிவிடும் என்று தோன்றியது. சாலை யோரம் ஒட்டப்பட்டிருந்த போஸ்டரை ஒரு பசு தின்று கொண்டிருந்தது. போஸ்டர் தின்னும் பசுவின் பாலைத்தான் நாம் குடித்துக் கொண்டிருக்கிறோம் என்று ஒரு சிறு ஆத்திரம் முளை விட்டு எழுந்து மறுநிமிஷமே அடங்கியது.

ஷேர் ஆட்டோ வந்து நின்றது. ஜி. சிந்தாமணி அதற்குள் தன்னைத் திணித்துக்கொண்ட போது மூச்சு முட்டியது. தன் உடலின் மீது ஆத்திரமாக வந்தது. ஆட்டோவினுள் ஆண் பெண் பேதமில்லாமல் ஒருவரோடு ஒருவர் நெருக்கிக் கொண்டு அடைந்து கிடந்தார்கள். அந்த முகங்கள் எதிலும் நிம்மதியில்லை.

ஆட்டோ சமஸ்கிருதக் கல்லூரியைக் கடந்தபோது அவளுக்குத் திடீரெனத் தோணியது எதற்காக நான் அலுவல கம் போக வேண்டும், ஏன் இப்படிப் பறந்து பறந்து வேலை செய்ய வேண்டும். யாருக்கு பயந்து கொண்டு நான் இப்படி அலைந்துகொண்டிருக்கிறேன்.

அந்தக் கேள்வி அவளுக்குள் ஒரு நீருற்றைப் போல வேகத்தோடு பொங்கி வழியத் துவங்கியது.

இன்றோடு அவளுக்கு நாற்பது வயது. அதுவும் இன்றைக்குப் பிறந்த தினம். பின் எதற்காக இத்தனை பாடு என்பது அவள் மனதை உறுத்தத் துவங்கியது. அவள் ஏதோ முடிவு செய்தவளைப் போல லஸ் கார்னரில் ஆட்டோ நின்றபோது இறங்கிக்கொண்டாள்.

சாலையைக் கடந்து எதிர் திசைக்கு வந்தபோது மனது சிக்கலில் இருந்து விடுபட்டது போன்ற நிம்மதியடையத் துவங்கியது. என்ன செய்வது என்று யோசித்தாள். முதலில் ஒரு பூக்காரியிடம் மஞ் சள் ரோஜாவாகப் பார்த்து வாங்க வேண்டும் என்று தோன்றியது. அவள் தன் ஹேண்ட் பேக்கைத் திறந்து பார்த்தாள். சீட்டுப் பணம் இரண்டாயிரமிருந்தது. தனக்குத்தானே சிரித்தபடியே அவள் பூக்கடையை நோக்கி நடந்தாள்.

ஒன்று போல உள்ள இரண்டு மஞ்சள் ரோஜாக்களை அவள் வாங்கி கூந்தலில் சொருகி வைத்துக்கொண்டாள். பிறகு தனது வட்டக்கண்ணாடியை எடுத்து முகம் பார்த்துக் கொண்டாள். அந்த ரோஜா அவளுக்குப் பொருத்தமாக இருந்தது போலிருந்தது. நீண்ட நாட்களுக்குப் பிறகு மெல்லிய வெட்கம் அவள் முகத்தில் தோன்றி மறைந்தது.

ஏதாவது ஹோட்டலில் போய் இனிப்பு சாப்பிட வேண்டும் போலிருந்தது. ஆட்டோவில் ஏறிக்கொண்டு அவள் பெங்காலி ஸ்வீட் விற்கும் கடைக்குப் போகச் சொன்னாள். கடை முழுவதும் குளிர்சாதனம் செய்யப்பட்டிருந்தது. காலை வேளை என்பதால் ஆட்கள் அதிகமில்லை, அவள் ரசகுல்லா, குளோப் ஜாமுன் என்று நான்கு விதமான இனிப்பைச் சாப்பிட்டாள். பிறகு பில் கொடுக்கும்போது கடையில் இருந்த வயதான வங்காளியிடம் தனக்கு இன்று பிறந்த நாள் என்று சொன்னாள். அவன் மௌனமாகத் தலையாட்டிக்கொண்டபடியே சில்லறையைக் கொடுத்தான்.

வெளியே வந்தபோது வெயில் சாலையில் சினைப் பாம்பைப் போலத் திணறியபடியே ஊர்ந்து கொண்டிருந்தது. அவள் ஒரு கூலிங்கிளாஸ் வாங்கிப் போட்டுக் கொள்ளலாம் என்று நினைத்தாள். எது போன்ற கண்ணாடியை வாங்குவது எங்கே போய் வாங்குவது என்று யோசித்தபடியே நடந்து பெரிய பிரேம் வைத்த கறுப்புக் கண்ணாடி ஒன்றை இருநூறு ரூபாய் கொடுத்து வாங்கி போட்டுக்கொண்டாள். கண்ணாடியில் தன் முகத்தைப் பார்க்க வேடிக்கையாக இருந்தது.

திடீரென உலகம் தன் நிறத்தை மாற்றிக்கொண்டு சாந்தம் கொண்டது போலிருந்தது.

இப்படியே ஸ்பென்சருக்குப் போகலாம் என்று முடிவு செய்தாள். சில சமயங்களில் சிந்தாமணி தன் மகளோடு ஸ்பென்சருக்குச் சென்றிருக்கிறாள். ஆனால் தனியே இது போன்ற இடங்களுக்குப் போனதில்லை என்பது நினைவிற்கு வந்தது.

ஸ்பென்சரில் போய் இறங்கிய போது உள்ளே இருபது வயதைத் தொட்டும் தொடாமலும் உள்ள இளைஞர்கள் ஆண்பெண் பேதமின்றி ஆங்காங்கே நிரம்பியிருந்தார்கள். கண்ணாடி பெட்டிகளில் இருந்த புடவைக்கடை பொம்மைகள்கூட குளிர்சாதனத்தில் சுகம் கண்டு கொண்டிருந்தன. பகலில்கூட இவ்வளவு பேர் இங்கே என்ன வாங்குவார்கள் என்று யோசனையாக இருந்தது.

நீலநிற ஜீன்ஸ் அணிந்த பெண் ஒரு இளைஞனின் இடுப்பைக் கட்டிக்கொண்டு மறுகையால் அவன் முகத்தைத் தடவியபடியே நடந்து போய்க் கொண்டிருந்தாள். ஆங்காங்கே இளவயதுப் பெண்களும் ஆண்களும் மிக நெருக்கமாக அமர்ந்து பேசிக்கொண்டும் ஐஸ்கிரீம் சாப்பிட்டுக்கொண்டுமிருந்தார்கள்.

தான் வாழ்வில் ஒரு முறைகூட இது போல பொது இடங்களில் கணவனோடு கைகோர்த்து வந்ததில்லை. இப்படி ஐஸ்கிரிம் சாப்பிட்டதில்லை. வாழ்க்கை ஏன் இப்படி அர்த்தமற்றுக் கடந்து போய்விட்டது. அவளுக்குப் பதினேழு வயதில் கல்யாணம் நடந்தது. அப்போதும் சிந்தாமணி வேலைக்குப் போய்க்கொண்டுதான் இருந்தாள். திருமணத்திற்காக ஐந்து நாள் லீவு கொடுத்தார்கள். அந்த ஐந்து நாட்களும் அவள் உறவினர்கள் வீட்டுக்கு விருந்து சாப்பிடப் போவதும் ஒரேயொரு சினிமாவிற்குப் போனதும் மட்டுமே நடந்தது.

திருமணமான மூன்றாம் மாதமே அவள் சூல் கொண்டு விட்டாள். அதன் பிறகு எங்கேயும் போகவே முடிந்ததில்லை. அடுத்த வருசம் ஒரு பையன். அதன் இரண்டு வருசம் தள்ளி ஒரு பெண் என்று மாறி மாறி குழந்தைபேறு. வைத்தியம் வீடு வேலை தவிர அவள் இந்த யுவதிகள் தேனை ருசிப்பது போல ஐஸ்கிரீமைக் கொஞ்சம் கொஞ்சமாக அனுபவித்துச் சாப்பிடுவதை அறிந்ததே கிடையாது.

சிந்தாமணி மிகப்பெரிய ஐஸ்கிரீம் ஒன்றை வாங்கிக் கொண்டபடியே தனியே கிடந்த ஒரு நாற்காலியில் உட்கார்ந்து கொண்டாள். ஐஸ்கிரீமை உதட்டின் நுனியில் வைத்து சுவைத்துச்

எஸ்.ராமகிருஷ்ணன்

சாப்பிடத் துவங்கினாள். இந்த ஐஸ்கிரீம் கரைந்து போவது போல தனது வயது கொஞ்சம் கொஞ்சமாகக் கரைந்து போய்விடக்கூடாதா என்று தோன்றியது.

பதினைந்து வயதில் அவளைப் பார்த்தவர்கள் அவள் தேவிகாவைப் போல இருப்பதாகவேச் சொல்வார்கள். இதற்காகவே அவளுக்கு தேவிகாவின் சினிமா பிடித்துப் போய்விட்டது. தேவிகாவின் படம் என்றால் அவள் எப்படியாவது பார்த்துவிடுவாள். தேவிகா பாடும் பனியில்லாத மார்கழியா பாடலை அவளும் எப்போதும் பாடிக் கொண்டேயிருப்பாள்.

ஆனால் திருமணத்திற்குப் பிறகு அவள் தேவிகா போல இருக்கிறாளா என்று ஒருமுறை கணவனிடம் கேட்டபோது அதெல்லாமில்லை என்றதோடு எதுக்குடி உனக்கு இந்தப் பேராசை என்று திட்டிவிட்டு சென்றான். அதன்பிறகு காலம் தேவிகாவின் நினைவை அவளிடமிருந்து கொஞ்சம் கொஞ்சமாகக் கரைத்து மறைத்தது.

இன்றைக்கு ஐஸ்கிரீம் சாப்பிட்டுக்கொண்டிருந்த போது அவளுக்கு தேவிகாவின் நினைவு வந்தது. நீலவானம் படத்தில் தேவிகா இப்படியொரு கறுப்புக் கண்ணாடி அணிந்தபடியே ஓலைத்தொப்பி அணிந்தபடியிருப்பாள். அவள் சிரிப்பது தன்னைப் போலத்தானிருக்கிறது. அதை யார் ஒத்துக்கொள்ளாவிட்டாலும் தனக்குக் கவலையில்லை என்று தோன்றியது. தனது ஹேண்ட்பாக்கில் இருந்த வட்டக் கண்ணாடியை எடுத்து தன் முகத்தைப் பார்த்துக் கொண்டாள். முகத்தின் ஊடாக எங்கோ தேவிகாவின் சாயல் ஒளிந்து கொண்டிருப்பது போலிருந்தது.

தான் இப்படிக் கறுப்புக் கண்ணாடி அணிந்தபடியே ஐஸ்கிரீம் சாப்பிடுவதை ஒரு புகைப்படம் எடுத்து வைத்துக் கொள்ள வேண்டும் போலிருந்தது. அத்தோடு எதற்காகவோ தான் சப்தமாகச் சிரிக்க வேண்டும் என்ற ஆசை உண்டானது. இதுபோன்ற வணிக வளாகங்களில் எங்கு பார்த்தாலும் சிரிப்பு சிந்திக்கிடக்கின்றது. ஆனாலும் தன்னை ஒத்த வயதுடைய பெண்களில் எவரும் சிரிக்கிறார்களா என்று ஒரு முறை திரும்பிப் பார்த்துக்கொண்டாள். அவள் மேஜையை சுத்தம் செய்ய வந்த பையனிடம் இன்று தனக்குப் பிறந்தநாள் என்று சொன்னாள். அவன் அதைக் கேட்டுக்கொண்டதாகவே தெரியவில்லை.

எழுந்து லிப்டில் ஏறி மூன்றாவது தளத்திற்குச் சென்றாள். விரல் நகங்களுக்குப் பூசும் மினுமினுப்பாக பச்சையும் ஜிகினாவும் கலந்த நெயில் பாலீஷ் ஒன்றை வாங்கிப் பூசிக் கொண்டாள். பினாயில்

வாசம் வீசும் பாத்ரூமின் மிகப் பெரிய கண்ணாடி முன்பாக நின்றபடியே தன்னைத் தானே பார்த்துச் சிரித்துக்கொண்டாள்.

வயது அன்று ஒரு நாள் மட்டும் அவளிடமிருந்து பின் திரும்பிப் போய்க்கொண்டிருந்தது போலிருந்தது. அவள் சிரிப்பை அடக்க முடியாமல் கர்சீப்பால் வாயைப் பொத்திக் கொண்டு வெளியே வந்தாள். தனது டிபன் பாக்ஸில் இருந்த சாப்பாட்டை அங்கிருந்த குப்பையில் கொட்டிவிட்டு காலி டிபன் பாக்சைப் பையில் போட்டுக்கொண்டாள். நாள் முழுவதும் அப்படியே சுற்றிக் கொண்டேயிருக்க வேண்டும் போலிருந்தது. காம்

திடீரென இந்த நகரம் அவளுக்கு மிகப் புதிதாகத் தெரிந்தது. தான் இதுவரை பார்த்திராத கட்டிடங்களும் கார்களும் மனிதர்களும் நிரம்பியதைப் போல இருந்தது. கால்டாக்சியிலும் ஆட்டோவிலுமாக அவள் சுற்றியலைந்தபடியே இருந்தாள். தனக்கு இந்த நகரில் வீடில்லை. குடும்பமில்லை. தெரிந்த மனிதர்கள் கூட யாருமில்லை. தான் தனியாள் தன்னுடைய பெயர் தேவிகா என்று சொல்லிக் கொண்டாள். அன்றைய பகலில் திரையரங்கம், உணவகம், ஜவுளிக்கடைகள் என்று அலைந்து திரிந்தாள்.

மாலையில் அவள் கடற்கரையைக் கடந்தபோது ஆயிர மாயிரம் கால்கள் தழுவிச் சென்றபோதும் கடல் தனிமையில்தானிருக்கிறது என்பதை உணர்ந்தாள். அலுவலகம் முடிந்து ஆட்கள் வீடு திரும்பும் நேரத்தில் அன்றைய நாள் முடிந்து கொண்டிருப்பது அவளுக்குள் புகையைப் போல் மெல்லிய வேதனையை வளர்க்கத் துவங்கியது. இன்றைக்கு ஏல நாள் தன்னை எதிர்பார்த்துக்கொண்டு ஆட்கள் காத்திருப்பார்கள் என்று தோணியது. மறுநிமிசமே அது தனக்கில்லை. ஜி. சிந்தாமணிக்கு தான் தேவிகா... என்று அவளாகவே சொல்லிச் சிரித்துக்கொண்டாள்.

இரவில் அவள் ஒளிரும் விளம்பரப் பலகைகளைக் கண்டபடியே நகரின் வீதிகளில் நடந்துகொண்டிருந்தாள். ஈரானிய டீக்கடையில் அமர்ந்து சமோசாவும் டீயும் குடித்தாள். புதிதாக ஒரு செருப்பு வாங்கிக்கொண்டாள். யோசிக்கும்போது அவளுக்கு தன்னிடம் ஆசைகள்கூட அதிகமில்லை என்று தோணியது.

சாலையைக் கடந்தபோது காய்கறிக்காரன் ஒருவன் அப்போது தான் பறித்து வந்தது போன்ற கேரட்டுகளைக் குவித்துப் போட்டு விற்றுக்கொண்டிருந்தான். கொஞ்சம் வாங்கிக்கொண்டு போகலாமா என்று தோன்றியது. திருமணமான இந்த இருபத்தி இரண்டு வருசத்தில் எவ்வளவு காய்கறிகள் வாங்கிவிட்டோம். இனியும் எதற்காக வாங்க வேண்டும் என்று எரிச்சலாக வந்தது.

ஒரேயொரு கேரட் மட்டும் காசு கொடுத்து வாங்கிக் கடித்து தின்றபடியே சாலையைக் கடந்து நடக்கத் துவங்கினாள்.

சாலையோரம் ஒரு ஆள் ரப்பர் பந்துகள், பிளாஸ்டிக் பொம்மைகள் போன்ற விளையாட்டுப் பொருட்களை விற்றுக்கொண்டிருந்தான். அவன் முன்னால் நாலைந்து பேர் தரையில் கொட்டிக்கிடந்த பொருட்களில் தேடி ஏதோ வாங்கிக் கொண்டிருந்தார்கள். சிந்தாமணி குனிந்து தானும் ஒரு தண்ணீர்த் துப்பாக்கி வாங்கிக்கொண்டாள். அதில் எப்படித் தண்ணீர் ஊற்றுவது என்று கேட்டதும் பொம்மை விற்பவன் தன்னிடமிருந்த வாட்டர் பாட்டிலில் இருந்த கலங்கிய தண்ணீரை அதில் ஊற்றி அடித்துக் காட்டினான். அவள் கையில் வாங்கி சாலையை நோக்கி துப்பாக்கியை அமுக்கினாள். தண்ணீர் சாலையில் நெளிந்து போனது. அவளுக்குச் சிரிப்பாக வந்தது.

மணிக்கூண்டை அவள் நெருங்கும்போது மணி ஒன்பது தரையைக் கடந்திருந்தது. பேருந்து நிலையத்தில் யாருமேயில்லை. ஒரேயொரு பிச்சைக்காரன் மட்டும் தனியே ஏதோ கிழிந்த துணியைத் தைத்துக் கொண்டிருந்தான். அவள் தன் வீட்டை நோக்கி நடந்து வரத் துவங்கியபோது நடை வேகம் கொள்ளத் துவங்கியது. எங்கிருந்தோ மறைந்திருந்து வயது தன்மீது தாவி ஏறிக் கொண்டது போலிருந்தது. அவள் தன்னிடமிருந்த கறுப்புக் கண்ணாடி மற்றும் நெயில் பாலீஷை என்ன செய்வது என்று தெரியாமல் இருட்டில் தூக்கி எறிந்தாள். அவள் வீடு இருந்த சந்தில் தெருவிளக்கு விட்டுவிட்டு எரிந்து கொண்டிருந்தது.

தன்னிடமிருந்த தண்ணீர்த் துப்பாக்கியைத் தனது நெற்றியில் வைத்து அவள் ஒரு அழுத்து அழுத்தினாள். தண்ணீர் பீச்சிக்கொண்டு அவள் முகத்தில் வழிந்தது. ஒரு நிமிஷம் தன்னை மறந்து நின்றபடியே அழத்துவங்கினாள். அன்றைக்குத் தனது பிறந்த நாள் என்பதை நினைத்து கேவிக்கேவி அழுதாள். பிறகு ஆத்திரத்தோடு அந்தத் துப்பாக்கியை குப்பை தொட்டியை நோக்கி வீசினாள்.

கடகடவென வீட்டை நோக்கி நடக்கத் துவங்கினாள். வீடு பூட்டிக்கிடந்தது. உள்ளே தொலைக்காட்சி ஓடும் சப்தம் கேட்டது. காலிங்பெல்லை அமுக்கும்போது ஒரு முறை அவள் அறியாமல் தேவிகாவின் நினைவு வந்தது. அவள் பல்லைக் கடித்துக்கொண்டு தான் ஜி.சிந்தாமணி என்று தனக்குத் தானே சொல்லிக்கொண்டாள். கதவைத் திறந்ததும் வீடு எந்த மாற்றமும் இல்லாமல் அவளை உள்வாங்கிக்கொண்டது.

காதுள்ள கடவுள்

நாச்சியார் தனியே வந்திருந்தாள். இருக்கன்குடி ஆறு வெயிலோடிக் கிடந்தது. பனைகளில் அமர்ந்திருந்த குருவி மட்டும் யாரோ தெரிந்தவரை அழைப்பது போலக் கூப்பிட்டுக் கொண்டிருந்தது. தொலைவில் ஆற்று மணலில் உறை தோண்டி தண்ணீர் இறைத்துக் கொண்டிருந்தார்கள். ஒதுங்குவதற்குக்கூட நிழலே இல்லாத வெம்பரப்பின் கீழாக அவள் வேகவேகமாக நடந்துகொண்டிருந்தாள். பிடறியில் கை வைத்துத் தள்ளுவது போல சூரியன் கூடவே வந்து கொண்டிருந்தது.

அவள் நிமிர்ந்து எதையும் பார்க்கவேயில்லை. தன் வீட்டிலிருந்து அவள் அதிகாலையில் கிளம்பியிருந்தாள். இரண்டு நாட்களுக்கு முன்பாக மருத்துவமனையில் இருந்த போதுதான் இந்த யோசனை வந்தது. ஆனாலும் இருக்கன் குடிக்குப் போய்வருவது என்றால் எப்படியும் நூறு ரூபாய்க்கு மேலாகிவிடும். அதைப் புரட்டுவதற்காக இரண்டு நாள் காத்துக்கொண்டிருந்தாள். யாரோடும் இதைப்பற்றிப் பேசிக் கொள்ளக்கூட இல்லை.

தனியாக அவள் உள்ளூரில் இருந்த சிவன் கோவிலுக்கோ, ஆஞ்சயேர் கோவிலுக்கோ போயிருக்கிறாள் ஆனால் பஸ் ஏறி தனியே இப்படி இருக்கன்குடி வரை வருவது இதுதான் முதல் தடவை. டவுன் பஸ் இருக்கன்குடியில் இறக்கிவிட்ட போது எந்தப் பக்கம் கோவிலிருக்கிறது என்றுகூட அவளுக் குத் தெரியவில்லை. மருகி மருகி நின்றவளாக யாராவது கோவிலுக்குப் போகிறவர்கள் வருவார்களா என்று பார்த்துக் கொண்டிருந்தாள்.

புளிய மரத்தடியில் உட்கார்ந்தபடியே வெள்ளரிக்காய் விற்கும் இரண்டு பெண்களைத் தவிர வேறு ஆட்களைக் காணோம். எப்பவும் அதிகக் கூட்டமிருக்கும் என்று கேள்விப்பட்டிருக்கிறாள். ஆனால் இன்று மணி பன்னிரெண்டைக் கடந்திருந்தது காரணமாக இருக்கக்கூடும். ஒருவேளை கோவில் நடை சாத்திகூட இருக்கலாம். ஆனாலும் என்ன நடை திறக்கும் வரை இருந்து சேவித்துவிட்டுத்தான் போக வேண்டும் என்று நினைத்துக்கொண்டாள்.

மணலில் நடக்க நடக்க சர்வேயர் மனைவியோடு ஒரேயொரு முறை இருக்கன்குடிக்கு வந்த ஞாபகம் இருந்தது. அநேகமாக சர்வயேரின் கடைசி மகளின் காது குத்துக்குத் தான் என்று நினைப்பு. அப்போது இன்னும் அதிகமாகப் பனைகள் இருந்ததாகத் தோன்றியது.

அவள் வெயிலில் நடந்தபடியே சர்வேயர் மனைவியைப் பற்றி நினைத்துக்கொண்டாள். இப்போது எந்த ஊரில் இருக்கிறார்களோ தெரியவில்லை. சர்வேயர் மனைவி மட்டுமல்ல, அவளுக்குத் தெரிந்த, பழக்கமான பெண்கள் எத்தனையோ பேர் அவள் ஊரை விட்டுப் போய்விட்டார்கள். சிலரது பெயர் நினைவிருக்கிறதே அன்றி முகம் மறந்து போய்விட்டது. யாராவது அவளை நினைவில் வைத்திருப்பார்களா என்ன?

வெயிலின் ஊடாகவே கோவிலின் கோபுரம் தென் பட்டது. கோபுரத்தைக் கண்டதும் நிச்சயம் மாரியம்மன் நம்மைக் கைவிட மாட்டாள் என்ற நம்பிக்கை நாச்சியாருக்கு உறுதியானது. கன்னத்தில் போட்டுக்கொண்டபடியே சுடுமணலில் கால் தாங்கியபடியே கோவிலை நோக்கி வேகவேகமாக நடந்தாள். பனையோரமாக பலூன் விற்கின்ற ஒருவன் யாரைப் பற்றிய கவலையுமின்றி நின்றபடியே மூத்திரம் பெய்து கொண்டிருந்தான். அது காற்றில் சிதறி அவன் கால்களின் மீதே வடிந்து கொண்டிருந்தது.

கோவிலை நெருங்க நெருங்க அவளுக்கு அழ வேண்டும் போல தோன்றிக்கொண்டிருந்தது. மனசைக் கட்டுப்படுத்திக் கொண்டு வெறித்த கண்களோடு அவள் நுழை வாசலில் வந்தபோது தூக்கி எறிந்த இலையில் கிடந்த பொங்கலை ஒரு நாய் சாப்பிட்டுக்கொண்டிருந்தது. கோவிலின் நடை சாத்தப் பட்டிருந்தது. அரசமரத்தடியில் ஊதாப் பூப்போட்ட சேலை கட்டிய ஒரு பெண்ணும் அவளது குடும்பமும் இலை போட்டு சாப்பிட்டுக்கொண்டிருந்தார்கள். தேங்காய்ப் பழம் விற்கும் ஒரு சிறுமி அவளிடம் ‘யக்கா அர்ச்சனைத் தட்டு வாங்கிக்கோங்கோ’ என்று கூப்பிட்டாள்.

நாச்சியார் தயக்கத்துடன் அவளிடம் "முடி இறக்குறதுக்கு ஆள் இங்கே இருக்கா' என்று கேட்டாள். அந்தச் சிறுமி அவளை ஏறிட்டு பார்த்தபடியே அந்த மரத்தடியில் பாருங்க முருகன்னு ஒரு அண்ணன் இருப்பாங்க' என்று சொன்னாள். நாச்சியார் வேம்படியை நோக்கி நடந்தபோது மெலிந்துபோன ஒரு ஆள் தனியே பீடி புகைத்துக் கொண்டிருப்பதைக் கண்டாள்.

அந்த ஆள் புகைச்சலோடு விடாமல் பீடியை இழுத்துக் கொண்டிருந்தான். அவள் அருகில் வந்தபோதுகூட அவன் பீடியை அணைக்காமல் யாருக்கு முடி இறக்கணும் என்று கேட்டான். அவள் தனக்குத்தான் என்றதும் அவன் கார மேறிய எச்சிலை உமிழ்ந்தபடியே 'இருபது ரூவா' ஆகும் என்றான்.

நாச்சியார் தன் இடுப்பில் இருந்த சுருக்குப் பையிலிருந்து இரண்டு பத்து ரூபாயை எடுத்து நீட்டினாள். அந்த ஆள் உட்காரச் சொல்லி விட்டு அடி பைப்பில் தண்ணீர் பிடித்து வருவதற்காக பிளாஸ்டிக் குவளையை எடுத்துக் கொண்டு புறப்பட்டான்.

அவன் உட்கார்ந்திருந்த மரப்பலகையின் அடியில் நிறைய தலைமயிர்கள் மண் அப்பிக் கிடந்தன. நாவிதன் தலைமழிப்பதற்காக கை நிறைய தண்ணீர் அள்ளி அவள் தலையில் தெளித்துத் தடவி விட்டபோது அவளது அய்யாவிற்குப் பிறகு அவள் தலையை இப்படி ஆறுதலாகத் தடவிவிட்ட ரெண்டாவது ஆம்பளை இவன்தான் என்று நினைவிற்கு வந்தது. அவள் புருஷன் ஒரு நாளும் அவள் தலையைத் தொட்டுப் பார்த்ததேயில்லை. பிராயத்தில் அவள் தலை நிறைய பிச்சிப் பூ வைத்திருக்கும்போதுகூட அவளது கணவன் நுகர்ச்சி கொண்டதேயில்லை.

நாவிதன் உச்சியில் இருந்து தலைமயிரை மழிக்கத் துவங்கினான். தலைமயிர் இருப்பதே பலநேரத்தில் அவளுக்கு நினைவில் இருப்பதில்லை. முன்பாவது அவள் தலை மயிரைக் கற்றையாகப் பிடித்து இழுத்து அவள் புருஷன் முகத்தில் அறைவான். அவன் செத்துப்போன பிறகு கேசத்தைப் பற்றிய நினைப்பு அடியோடு மறந்துபோய்விட்டது. அதுவும் காதோரம் நரையேறி பிறகு குளிக்கையில் கொஞ்சம் சீயக்காயை அள்ளித் தேய்ப்பதைத் தவிர அதற்கு வேறு சவரட்ணை எதுவும் செய்வதில்லை.

ஆனால் அவள் அழகான கூந்தலுக்கு ஆசைப்பட்டிருக்கிறாள். அதுவும் ருதுவான நேரத்தில் அவளுக்குக் கருகரு வென அடர்ந்த கூந்தல் இருந்தது. அதை ஆசை ஆசையாக அவள் மயில் ரத்தம் கலந்த எண்ணெய் தேய்த்து வாரி விட்டிருக்கிறாள். ஆனால் அவளைக் கட்டிக்கொடுத்த வீட்டில் தலைக்குத் தேங்காய்

எஸ்.ராமகிருஷ்ணன் 129

எண்ணெய் வைப்பதை பெரிய பவுசாக பலரும் சொல்லியபிறகு விளக்கு எண்ணெயைத் தடவிப் பார்த்தாள். ரெண்டு வருசத்தில் அந்த ஆசையும் வடிந்து போனது.

நாவிதனின் கை பிடறியை மழிக்க இறங்கியபோது அவளது மடியில், தோளில் கற்றை கற்றையாகத் தலை மயிர்கள் விழுந்திருந்தன. அவள் தலை கவிழ்ந்தபடியே உட்கார்ந்திருந்தாள். நாவிதனின் அலுமினியக் கிண்ணத்தில் இருந்த தண்ணீரை வெயில் உறிஞ்சிக் குடித்துக் கொண்டிருந்தது.

பத்து நிமிஷத்திற்குள் அவள் தலையை மழித்துவிட்டு துண்டை உதறி அவன் எழுந்து கொண்டான். நாவிதன் காலடியில் புரண்டு கிடந்த கண்ணாடியை எடுத்து முகம் பார்க்கலாமா என்று நாச்சியாருக்குத் தோன்றியது. அதான் முடியைக் கழித்தாகிவிட்டதே இனி எதற்கு என்று அவளும் எழுந்து நின்றாள். கை அவள் அறியாமலே தலையைத் தடவிக்கொண்டது.

நாற்பது வருஷத்திற்கும் மேலாகக் காப்பாற்றி வந்த தலைமயிரை ஒரு நாளில் இழந்தாகிவிட்டது. சாமிக்குத் தானே தந்திருக்கிறோம் என்று அவளாக ஆறுதல் சொல்லிக் கொண்டாள். நாவிதன் திரும்பவும் ஒரு பீடியைப் பற்ற வைத்தபடியே குளிக்கிறதுக்குக் கிணற்றுக்குத்தான் போக வேண்டும் என்று சொன்னான். அவன் கை காட்டிய திக்கை நோக்கி நடந்தபோது அவள் தலையை காற்று தன் கைகளால் தடவிக் கூச்சமுண்டாக்கியது.

அவள் கிணற்றடியில் போய் நின்றபோதுதான் மாற்றுத் துணி கொண்டுவரவில்லை என்று தோன்றியது. கிணற்றடியில் இருந்த தொட்டியில் கலங்கலாகக் கொஞ்சம் தண்ணீர் கிடந்தது. கூடவே ஒரு பிளாஸ்டிக் கப்புமிருந்தது. அவள் அள்ளி அள்ளி ஊற்றத் துவங்கினாள். தண்ணீர் உடம்பில் ஓடத் துவங்கும்போது அவள் அறியாமல் கண்ணீர் பொங்கிக்கொண்டு வந்தது. உடம்பு எரியத் துவங்கியது. அவள் காலடியில் ஓடும் தண்ணீரைப் பார்த்தபடியே 'மாரியாத்தா உன்னை நம்பித்தான் வந்திருக்கேன். நீ தான் எங்களைக் காப்பத்தணும்' என்று முணுமுணுத்துக் கொண்டாள்.

ஈர உடையோடு நாச்சியார் கோவிலை நோக்கி நடந்து வந்தபோது பூ விற்கும் பெண் அவளை நோக்கியபடியே 'யக்கா... கூட யாரும் வரலையா. இப்படி ஒத்தையில வர்றீங்க. துண்டு கொண்டுவந்திருக்கக் கூடாது' என்று அக்கறையாக விசாரித்தாள். நாச்சியார் அவளுக்கு பதில் சொல்லவில்லை. அந்தப் பெண் திரும்பவும் கேட்டாள் 'யாருக்கு வேண்டுதல்?' நாச்சியார் தயங்கித்

தயங்கிச் சொன்னாள் 'என் மருமகன் உடம்பு சரியில்லாம கிடக்காக அதான்' என்றாள்...

பூ விற்கும் பெண் ஒரு எலந்தைப்பழம் அளவில் சந்தன உருண்டையை உருட்டி அவளிடம் நீட்டியபடியே, 'தலையில் தேய்ங்க. இல்லைன்னா சூடு தாங்காது' என்றாள். நாச்சியார் ஈரமான சுருக்குப் பையில் விரலை விட்டுத் தேடி ரெண்டு ரூபா காசை எடுத்தபோது அந்தப் பெண் நாச்சியாரின் முகத்தை உற்றுக் கவனித்தவளாக 'யக்கா உங்க காது அறுந்து போயி குறைக்காதா இருக்கு. எங்கம்மைக்கு இப்படித்தான் அரைக்காது இருக்கும், பாதியை எங்கப்பன் கம்மலுக்கு ஆசைப்பட்டு தூங்கையில் அறுத்துட்டான்' என்று வெள்ளந்தியாகச் சொன்னாள்.

நாச்சியாருக்கு அந்தப் பூ விற்கும் பெண் மீது நெருக்கம் உண்டானது. 'பிள்ளைக பள்ளிக்கூடம் போயிருக்கா' என்று சன்னமான குரலில் கேட்டாள். பூ விற்பவள் தன்னை மீறிய ஆதங்கத்துடன் 'அதை ஏன் கேட்குறீக. அந்த மனுசன் ஒரு வேலை உருப்படியா பாக்க மாட்டேங்கிறாரு. இங்க வந்து கோவில் வாசல்ல உக்கார்ந்து யாவாரத்தைக் கவனிச் சிக்கோனு சொன்னா கேட்கறதேயில்லை. நான் ஒத்தையில் என்ன செய்றது. நாலு பிள்ளைகள். கஞ்சி ஊத்தி வீட்ல போட்டு அடைச்சிட்டு வந்திருக்கேன். இனிமே போயி தான் அதுகளை பாக்கணும். நாளும் பொழுதுமா கோவில் வாசல்லயே கிடக்கேன். ஆனாலும் ஆத்தா நம்மளை சுகப்பட வைக்கமாட்டேங்கிறா. அவளுக்காக ஒரு நாள் மனசு இறங்காமலா போயிரும். நான் என்ன வீடு வாசல் வேணும்னா கேட்கேன். ஆம்பளை சரியா இருந்தா போதும்னுதானே சொல்றேன்' என்றாள்.

நாச்சியார் 'எல்லாம் சரியா போயிரும் பொம்பளை மனசை விட்றக்கூடாது' என்று சொன்னாள். பூக்காரி கண்ணைத் துடைத்தபடியே 'உங்களைப் பாத்தா நல்ல மனசா தெரியுது. வெட்கத்தை விட்டுச் சொல்றேன். நான் இந்தப் பூவில் ஒரு முழம் பூ தலையில் வச்சிப் பாத்தது இல்லே. வைக்கக்கூடாதுனு வைராக்கியமா இருக்கேன். ஒரு நாள் உங்களை மாதிரி நானும் முடியை இறக்கிட்டு போதும்டா எல்லாம்னு துடைச்சிட்டு போயிர போறேன் பாருங்க' என்றாள். வீட்டுக்கு வீடு இப்படித்தான் இருக்கு என்ன செய்யச் சொல்றது என்று நாச்சியாரும் சலித்துக் கொண்டாள். கோவில் நடை திறப்பதற்கான பாட்டு போடத் துவங்கியிருந்தார்கள். பூக்காரி ஒரு கதம்ப மாலையைக் கொடுத்து சாமிக்குச் சாத்தச் சொன்னாள்.

எஸ்.ராமகிருஷ்ணன்

நாச்சியார் கோவிலின் பிரகாரத்திற்குள் போனபோது இருபது வயதுப் பெண் ஒருத்தி நெற்றியில் மாவிளக்கு போட்டு விளக்கு ஏற்றிக்கொண்டிருந்தாள். அந்தப் பெண் மிகவும் மெலிந்து போனவளாக இருந்தாள். அவளது அம்மாகாரி குனிந்து பெண்ணிடம் 'சாமி... வர்ற முகூர்த்தத் திலே கல்யாணம் ஆகணும்னு வேண்டிக்கோடி... காலை ஒடுக்கமா வையி' என்று திட்டிக்கொண்டிருந்தாள். இரண்டு இளவட்டப் பையன்கள் அந்தப் பெண்ணை உற்று நோக்கியபடியே பபிள்கம் மென்று கொண்டிருந்தார்கள்.

நாச்சியாரின் தலையில் வைத்த சந்தனம் நிமிசத்தில் காய்ந்து உதிரத் துவங்கியது. கர்ப்பகிருகத்தின் வாசலில் வந்து நின்ற நாச்சியார் நெற்றி தரையில் பட விழுந்து வணங்கினாள். மனதிற்குள்ளாகவே மாறி மாறிப் பிரார்த்தனை செய்துகொண்டாள். யாரும் தனது முணுமுணுப்பைக் கேட்டுவிடக்கூடாது என்பது போல அவள் உதடுகள் மிக மெதுவாக அசைந்தன. பிறகு அவள் சாமியை வெறித்துப் பார்த்தபடியே நெடுநேரம் எதையோ கண்களால் பேசிக் கொண்டிருந்தாள்.

பூசாரி யார் பேருக்கு அர்ச்சனை என்ற போது மட்டும் மருமகன் பெயரைச் சொன்னாள். பூசாரி திருநீற்றை அள்ளித் தந்தபடியே எல்லாம் நல்லா இருப்பாங்க இந்தா பிடி என்றதும் உங்க வாக்கு பலிக்கட்டும்... சாமி என்றபடியே நாச்சியார் திருநீறு முழுவதையும் நெற்றியில் பூசிக்கொண்டாள். மகளுக்காக ஒரு கவளம் திருநீறு அள்ளி முந்தியில் முடிந்து வைத்துக்கொண்டாள். பிரகாரத்தில் வந்து உட்கார்ந்தபோது மனது சற்றே தைரியம் கொண்டது போலவும் யாவும் எளிதாக தன்னைக் கடந்து போய்விட்டது போன்றும் அவளுக்குள் ஒரு சாந்தி வந்து சேர்ந்தது.

பேரனுக்காக பலூன் விற்பவனிடமிருந்து ஒரு ஊதல் வாங்கிக் கொண்டு போகலாம் என்று நினைத்து எழுந்து அருகில் போனாள். கயிறு கோர்த்த ஊதல் ஒன்றை வாங்கிக்கொண்டு கூடவே ஒரு டஜன் ஊக்கு வாங்கிக் கொண்டாள். ஒரு ரப்பர் பந்துகூட வாங்கலாம் என்று தோன்றியது. ஆனால் பலூன் விற்பவனிடம் ரப்பர் பந்து இல்லை. பேருந்து நிலையத்தில் வாங்கிக்கொள்ளலாம் என்றபடியே அவள் கோவிலை விட்டு வெளியேறி நடக்கும் போது வெயில் வடிந்திருந்தது.

மொட்டைத் தலையும் திருநீறுமாக அவள் மிக மெதுவாக நடந்து திரும்பிக்கொண்டிருந்தாள். கோவிலை விட்டு வெகுதூரம் வந்தபிறகு ஒரு முறை திரும்பிப் பார்த்து மனதிற்குள் பிரார்த்தனை

செய்துகொண்டாள். பேருந்து நிறுத்தம் அருகே வந்தபோது மிட்டாய்க் கடையின் கண்ணாடியில் அவளது உருவம் தெரிந்தது. அது அவள் உருவம்தானா என்று சந்தேகமாக இருந்தது. தலையைத் திருப்பிக்கொண்டாள். தன்

பேருந்தில் ஏறியபோது மருத்துவமனைக்குப் போய் மகளிடம் திருநீற்றைக் கொடுத்துவிட்டுப் போவதற்குள் எப்படியும் இருட்டி விடும். அப்புறம் தன்னால் இட்லிக் கடையை எடுத்து வைத்து நடத்த முடியாது. இன்றைக்கு ஒரு நாள் விட்டுவிட வேண்டியதுதான் என்று தோணியது. பேருந்து வளைந்து திரும்பும்போது தன்னால் முடிந்தது அவ்வளவுதான் வேறு என்ன செய்துவிட முடியும் என்று நாச்சியார் தனக்குத் தானே சொல்லிக்கொண்டாள்.

திடீரென அவளுக்குத் தன் கேசத்தை அந்த நாவிதன் என்ன செய்வான் என்ற கேள்வி எழுந்தது. உதிர்ந்து கிடந்த கேசத்தில் தனது கேசத்தை மட்டும் தனியே அடையாளம் கண்டுகொள்ள முடியுமா என்ன? எல்லா கேசமும் ஒன்றுதானில்லையா? யோசிக்க யோசிக்க எதற்கெனத் தெரியாமல் துக்கம் திரும்பவும் அவளைப் பற்றிக்கொள்ளத் துவங்கியிருந்தது. பூக்காரி, அந்த நாவிதன், சர்வேயரின் மனைவி என்று யாவரின் மீதும் நாச்சியாருக்கு துக்கமாக வந்தது. உலகமே இப்படித்தானிருக்கிறதா?

எங்காவது வழியில் இறங்கி கொஞ்சநேரம் அழுதுவிட்டு பஸ்ஸில் ஏறிக்கொள்ளலாம் என்றுகூட தோணியது. அவள் வெறித்த கண்களுடன் சாலையைப் பார்த்துக்கொண்டிருந்தாள். மனதில் மகளின் முகம் தோன்றி அழிந்து கொண்டேயிருந்தது.

பிரார்த்தனைக்கு வெளியே

ஐந்து நாட்களுக்கு முன்பு நாச்சியாரின் மூத்த மகள் மீனாவின் கணவனான துரைப்பாண்டி மனைவியின் நடத்தை மீது சந்தேகம் கொண்டு அவளை அடித்து வலது கையை முறித்ததோடு நாச்சியார் முன்னிலையில் மீனாவின் சேலையை உருவி அம்மணமாக்கி அப்படியே கொளுத்திவிடப் போவதாக கரைச்சல் செய்தபோது நாச்சியார் இப்படியொரு பயலுக்குப் பொண்ணைக் கொடுத்து விட்டோமே என்று வேதனைப்பட்டு தலையில் அடித்துக்கொண்டு புழுதியை வாரித் தூற்றிவிட்டு தன் மகளை வீட்டிற்குக் கூட்டிப் போய்விட்டாள்.

அன்றிரவு முழுப்போதையில் தன் பெண்டாட்டியை வெட்டியே தீருவேன் என்று தெருவில் கூச்சலிட்டபடியிருந்த துரைப்பாண்டி

பின்னிரவில் எங்கோ தனது ஆட்டோவை ஓட்டிக்கொண்டுபோய் இடித்து ரத்தக்காயத்தோடு மருத்துவ மனையில் அனுமதிக்கப்படவே அவனுக்காக நாச்சியாரின் குடும்பமே பகலிரவாக உடனிருந்து வைத்தியம் பார்த்தது. அதன் தொடர்ச்சியாகத் தான் மருமகன் நலனுக்காக தானே முடி இறக்குவது என்று நாச்சியார் முடிவு செய்தது நடந்தேறியது.

இந்தச் சம்பவங்கள் யாவையும் கடவுள் அறிந்திருப்பாரா என்பதுதான் சந்தேகமாக இருக்கிறது.

◀ ● ▶

உதிரிப் பொய்கள்

ஸ்கூலில் கட்ட வேண்டிய நூற்றி அறுபது ரூபாய் பீஸை வாங்கித் தருவதாகச் சொல்லி மம்மி என்னை அவள் வேலை செய்கின்ற வீட்டுக்குக் கூட்டிக்கொண்டு போய்க் கொண்டிருந்தாள். அசோக்பில்லர் அருகில் வரும்போது அங்கே வந்து நான் சொல்றதுக்கு எல்லாம் தலையை தலையை ஆட்டணும். நீயா எதுவும் பேசக்கூடாது. ஏதுனாச் சிம் கேட்டா இங்கிலீஷ்லதான் பதில் சொல்லணும் என்றாள். நான் தலையாட்டிக்கொண்டேன்.

என்னுடைய மம்மி நாலஞ்சு வீட்டில் வேலை செய்கிறாள். தரை துடைக்கிறது, துணி துவைப்பது, பாத்திரம் கழுவி வைக்கிறது எல்லாம் அவளோட வேலை. காலையில் எட்டு மணிக்கு கோடம்பாக்கத்தில் உள்ள மங்களம் மாமி வீடு, அப்பாலே பத்து மணிக்கு சேட்டு வீடு, அங்கிருந்து பஸ்ஸைப் பிடித்து சாமியார் மடத்தருகே போய் இறங்கி நடந்து போனா டிவி சீரியலில் நடிக்குற அபர்ணா வீடு, சாயங்காலமாக ஜெபமணி வீடு.

ரெண்டு பேரும் டவுன் பஸ்ஸில் ஏறி நின்றுகொண்டோம். கடன் கேட்கப் போகிற மாமி வீடு கோடம்பாக்கத்தில் இருக்கிறது. அது வர்றதுக்குப் பத்து நிமிசம் ஆகும். அதுவரைக்கும் என்னைப் பத்தி நானே சொல்லிக்கொண்டு வருகிறேன்.

எங்க வீடு சீனிவாசா தியேட்டருக்குப் பக்கத்தில் உள்ள சந்துக்குள்ளே இருக்கு. எங்க டாடி கொசு மருந்து

அடிக்கிற வேலை செய்றாரு. ஆனா பாதி நாள் வேலைக்குப் போக மாட்டாரு. அவரும் ஆட்டோ ஓட்டுற தனசங்கரும் ரொம்ப தோஸ்து. ஒண்ணாவே சுத்திட்டு அலைவாங்க. ரெண்டு பேரையும் நானே பாலத்தாண்டே இருக்கிற ஒயின்ஷாப்ல பார்த்திருக்கிறேன்.

அப்பா தன்னை டாடினுதான் கூப்பிடணும்னு கட்டா யமா சொல்லியிருக்கிறார். அம்மாவும் யார் வீட்டுக்காவது கூட்டிகினு போகையில் மம்மினு கூப்பிடச் சொல்லும். இங்கலீஷ் கத்துகிடுறதுக் காகவே என்னை ஜாக்கிசான் படங்களுக்கு எல்லாம் டாடி கூட்டிக்கொண்டு போயிருக்கிறார். ஆனால் ஜாக்கிசான் பேசுற இங்கிலீஷ் ஒரு வார்த்தையும் புரியாது. சண்டை போடுறது ரொம்பவும் பிடிக்கும். வழியில் எங்கனாச்சும் டாடியைப் பார்த்தா குட்மார்னிங்டாடினு சல்யூட் அடிக்கணும். இல்லேன்னா செவுளைப் பேத்துருவாரு.

எனக்கு ரெண்டு பேரு இருக்கு. வீட்ல கூப்பிடுற கன்னியப்பன். இன்னொன்னு பள்ளிக்கூடத்தில் பதிஞ்சிருக்கிற அஜய்குமார். நான் ஐந்து விளக்கு கார்ப்பரேஷன் ஸ்கூல்ல எட்டாவது படிக்கிறேன்.

வேலை செய்ற எந்த வீட்டுக்கும் என் டாடி வரக் கூடாதுனு மம்மி சொல்லி வைச்சிருக்கிறாங்க. முன்னாடி மம்மி கோபால்சாமி சார் வீட்டில் வேலை செய்து கொண்டிருந்தபோது டாடி ஒரு நா மம்மியை லாரி அடிச்சிப் போட்ருச்சினு பொய் சொல்லி ஆயிர ரூபாய் வாங்கிட்டுப் போயிட்டாரு. அன்னைக்கு வீட்ல பெரிய சண்டை. டாடி அதிலிருந்து மம்மியை தேடிப் போகவே மாட்டார்.

ஆனால் என்னை மம்மி சில தபா அவங்க வேலை செய்ற வீடுகளுக்கு இட்டுகிட்டு போயிருக்கிறாங்க. என்னை இட்டாந்தாலே அது காசு கடன் கேட்கிறதுக்குதானு வீட்டுக்காரர்களுக்கே தெரிஞ்சி இருக்கும்.

ஆனால் அங்கே யாரு எது கொடுத்தாலும் சாப்பிடக் கூடாதுனு சொல்லியே கூட்டிகிட்டுப் போவாங்க. அது எனக்குப் பிடிக்கவே பிடிக்காது. அந்த வீட்ல நாய்க்குப் போடுற பிஸ்கட்டு கூட ரொம்ப டேஸ்டா இருக்கும். அத்தோட பாதி தின்ன ஆப்பிள், நமத்துப் போன பிஸ்கட், முறுக்கு, கார சேவுனு எவ்வளவோ சாப்பிடக் கிடைக்கும்.

மம்மிகிட்டே அடிவாங்க முடியாது. அதுக்கு பயந்து எதையும் சாப்பிட மாட்டேன். ஆனா ஆசை ஆசையா இருக்கும்.. தெரியாமல் ஒரு வாய் அள்ளித் தின்னுட்டாகூட வீட்டுக்கு வர்ற வழியில் மம்மி காதைப் பிடித்துத் திருகி முதுகிலேயே அடிப்பாங்க. அவங்களுக்கு

ஏன் இதையெல்லாம் பார்த்தா சாப்பிடணும்னு ஆசையே வர மாட்டேங்குது. அதை

எனக்கு எதைப் பார்த்தாலும் திங்கணும்னு ஆசை ஆசையாக இருக்கு. வீட்டில் சாப்பிடுறதுக்கு எதுவுமேயிருக்காது. அஞ்சுகம் அக்கா வீட்டிற்குச் சாயங்காலம் போனா டிவி சீரியல் பார்க்கும்போது மிக்சர் திங்கக் கொடுப்பார்கள். ஆனால் ஒரு வாய்க்கு மேல கேட்டால் தர மாட்டாங்க.

எனக்கு டீவியில் வர்ற மேகி நூடுல்ஸ், சிப்ஸ், மிட்டாய், எல்லாத்தையும் வாங்கித் திங்கணும்னு ஆசை. யாரும் பார்க்காதப்போ டிவியை நாக்கால் தொட்டு நக்கிப் பார்த்திருக்கிறேன். எங்க வீட்ல டிவியில்லை. தீபாவளிக்கு வாங்கணும்னு சொல்லியிருக்காங்க. டிவி வாங்கி வச்சா அதை டாடி அடமானம் வைக்கக் கொண்டுபோய் விடு வாருனு மம்மிக்கு பயம்.

நாலு வருஷத்துக்கு முன்னாடி என் தங்கச்சி ராணி பிறக்குறப்போ மம்மி எக்மோர் ஆஸ்பிட்ல இருந்தாங்க. அப்போ ரவி மாமா வாங்கிக் குடுத்த டயனோரா டிவி எங்க வீட்டில இருந்துச்சி. அது பிளாக் அண்ட் ஒயிட். அதை டாடி முந்நூறு ரூபாய்க்கு அடமானம் வச்சி குடிச்சிட்டாரு. மம்மியாலே மீட்கவே முடியலை. அதுக்கு அப்புறம் நாங்க டிவி வாங்கவேயில்லை. எங்க வீட்ல ஏழு பேரு இருக்கோம். எனக்கு மூணு சிஸ்டர். ஒரு பிரதர். எங்க வீட்ல டாய்லெட் கிடையாது. கார்ப்பரேஷன் கக்கூசுக்குத்தான் போகணும். அதுக்காக நாங்க அஞ்சு மணிக்கு எல்லாம் எந்திருச்சிப் போயிருவோம்.

மம்மி வீட்டு வேலை முடிஞ்சி ராத்திரி வீட்டுக்கு வர்றப்போ ஏதாவது கொண்டுவரும். சில நேரம் சிக்கன், பிஷ் எல்லாம்கூட தூக்குவாளியில் போட்டுக் கொண்டு வரும். ஒரு தடவை டாடி என்னை வடபழனியில் இருக்கிற கல்யாணம் மண்டபத்துக்குக் கூட்டிகிட்டுப் போனாரு. கல்யாணம் முடிஞ்சி மண்டபமே காலியாக இருந்துச்சி. ரெண்டு பெரிய டபரா நிறைய மிஞ்சிப்போன சாதம். நாலைஞ்சு வாளியில் குழம்பு, பாயாசம், உருளைக்கிழங்குப் பொரியல், பட்டாணி, முட்டைகோசு, கேரட்டு, ரசம் எல்லாம் இருந்துச்சி. எனக்கு அதைப் பாத்தவுடனே எச்சி ஊற ஆரம்பிச்சிருச்சி.

அங்கேயே சாப்பிடலாமானு பாத்துகிட்டு இருந்தேன். ஆனா அந்த மண்டபத்து ஆளு டாடிகிட்டே நாற்பது ரூபா தந்துட்டு எல்லாத்தையும் தூக்கிட்டுப் போகச் சொன்னான். தனசங்கர்தான் துட்டு கொடுத்து சரி பண்ணிச்சி. டாடி ஆட்டோவில் எல்லாத்

தையும் தூக்கி வச்சி வீட்டுக்குக் கொண்டுவந்து சாதத்திலேயே குழம்பு, பொரியல் எல்லாத்தையும் ஒண்ணா போட்டுக் கலந்து வீட்டாண்டை இருக்கிறவங்க எல்லாருக்கும் ஒரு வாளி அஞ்சு ரூபானு வித்துட்டாரு. அதுல முந்நூறு ரூபா கிடைச்சிருச்சி. அதுக்கு இன்னா அடிபுடி தெரியுமா?

நான் அன்னைக்கு எட்டு டம்ளரு பாயாசம் குடிச்சேன். வயிறு முட்ட முட்ட சாப்பிட்டேன். டாடி அள்ளி அள்ளி உருளைக்கிழங்கை வெறும் வாயாலே தின்னுகிட்டு இருந்தாரு. மறுநா வீட்ல ஒரே குசு. எனக்கு சிரிப்பை அடக்கவே முடியலை.

எங்க வீட்ல இருக்கிற தண்ணிப்பானை, அடுப்பு, சைக்கிள், ஸ்கூல் புத்தகம், நாற்காலி எல்லாமே மம்மி வாங்கினதுதான். டாடி எதுவும் வாங்கினதா எனக்கு ஞாவகமேயில்லை. தீவாளிக்கு பாண்டிபஜார்ல விக்கிற டிரஸ் எடுக்கப் போறப்போ மட்டும் டாடி தனசங்கரோட ஆட்டோ எடுத்துகிட்டு வருவாரு. அன்னைக்கு ஒரு நாள்தான் டாடி கையில் காசைக் குடுத்து மம்மி செலவு பண்ணச் சொல்லும். டாடி அதுலயும் எப்படியும் நூறு இருநூறு அடிச்சிருவாரு. முன்னாடி நிறைய குடிச்சிகிட்டு வந்து மம்மியை அடி அடினு டாடி அடிப்பாரு. இப்போ அப்படியில்லை கொஞ்ச நாளா குடிச்சிட்டு வந்தா உடனே தூங்கிருவாரு... இல்லே ஆட்டோவில் போய் படுத்துகிடுவாரு.

மம்மி தமிழ், தெலுங்கு எல்லா சினிமாவும் பாத்துரும். ஆனா யாரையும் கூட்டிகிட்டுப் போக மாட்டாங்க. மம்மி வேலைக்குப் போறப்போ மட்டும் செருப்பு போட்டுக்கிடுவாங்க. பிளாஸ்டிக் பூ வாங்கி வச்சிருக்காங்க அதைத் தலையில் வச்சிகிட்டுப் போவாங்க. மங்களம் மாமி பொண்ணு கல்கத்தாவில் இருந்து வந்தப்போ தந்துச்சின்னு ரெண்டு சுடிதார்கூட வச்சிருக்காங்க. அதை பீச்சுக்குப் போனா மட்டும் போட்டுகிட்டு வருவாங்க. மம்மிக்கு இங்கிலீஷ் எழுத்து கூட்டி படிக்கத் தெரியும். என்னோட ரேங்க் கார்டுல கூட இங்கிலீஷ்லதான் கையெழுத்து போட்டு இருக்காங்க. எங்க வீட்ல எல்லாமே மம்மிதான்.

மாமி வீடு வந்துருச்சி. இறங்கிப் போனாதான் இன்னா நடக்கப் போகுதுனு தெரியும். நீங்களும் கூட வாங்க.

முதல் பொய்

மங்களம் மாமியோட வீடு பழைய காலத்தது. உள்ளே பெரிய ஊஞ்சல் போட்டு இருக்காங்க. அதுல உட்கார்ந்து மாமி

இட்லி சாப்பிட்டுக்கிட்டு இருந்துச்சி. நான் கிச்சன்ல போய் உட்கார்ந்துகிட்டேன். என்னை மாமி திரும்பிப் பாத்துச்சி. ஆனா சாப்பிடுறயானு கேட்கவேயில்லை.

அம்மா வீட்டைத் துடைக்கிறதுக்காக பினாயில் பாட்டிலை எடுத்து வாளியில் தண்ணி பிடிச்சி ஊத்திக்கிட்டு இருந்துச்சி. மாமி வீட்ல எப்பவும் யாருமே இருக்கிறதில்லை. அவங்க எல்லாரும் அமெரிக்காவில் இருக்கிறதா மம்மி சொல்லியிருக்கு. தரையைத் துடைச்சிக்கிட்டே மம்மி டிவியில் என்ன பாட்டுஓடுதுன்னு பாத்துகிட்டு இருந்துச்சி.

மாமி கையைக் கழுவிட்டு வந்து இன்னைக்கு பள்ளிக் கூடத்துக்கு இவன் போகலையானு கேட்டுச்சி. மம்மி அவனுக்கு நாலு நாளா காச்சல். டாக்டரு தினம் பத்து மாத்திரை சாப்பிடச் சொல்லியிருக்காரு... வேலை முடிச்சி கிட்டு ராயப்பேட்டை ஜி.ஹெச்சுக்குக் கூட்டிகிட்டுப் போகணும்னு சொல்லியபடியே வேலை செய்யத் துவங்கியது.

மாமி என்னைத் திரும்பவும் பார்த்தாள். காய்ச்சல் வந்தவனைப் போல நான் தலையைக் கவுந்து உட்கார்ந்து கொண்டேன். மாமி திரும்பவும் டிவி பாக்கத் துவங்கி விட்டாள். தரையைத் துடைத்து முடித்த கையோடு மம்மி பாத்திரங்களை அள்ளிப் போட்டு தேய்ப்பதற்காக உட் கார்ந்துகொண்டபடியே எங்க ஏரியாவில நேத்து ஒரு வீட்ல திருடன் புகுந்து அபார்ட்மெண்ட்ல தனியா இருந்த பொம்பளை நகையைத் திருடிகிட்டுப் போயிட்டான் என்று சொன்னாள்.

மாமி டிவியை ஆப் செய்துவிட்டு ஊஞ்சலை விட்டு இறங்கி வந்து மரநாற்காலியை இழுத்துப் போட்டு உட்கார்ந்து கொண்டு. யார் வீடு அது என்று கேட்டது. மம்மி கூசாமல் பொய் சொல்லத் துவங்கினாள்.

'அதுவும் ஒரு அமெரிக்காகாரங்க வீடுதான். தினம் நோட்டம் விட்டுக்கிட்டே இருந்துருக்காங்க. பிறகு கூரியர்க்காரன் மாதிரி வீட்டுக்குள்ளே புகுந்து கத்தியைக் காட்டி மிரட்டியிருக்காங்க. இந்த மாமி பயத்துல போலீஸ்க்கு போன் பண்ணப் பாத்து இருக்காங்க. இரும்புக் கம்பியாலே நாலு அடி. மண்டை உடைஞ்சி, உதடு பிஞ்சி போச்சாம். நகையைக் கழட்டிக் கொடுத்திட்டாங்க. நாற்பத்தைந்து பவுனு நகை' என்றபடியே குழாயில் பாத்திரங்களைக் கழுவிக்கொண்டிருந்தாள்.

மாமி என்னிடம் 'இட்லி சாப்பிடுறயாடா' என்று கேட்டாள். நான் 'வேணாம் வாந்தியா வருது' என்று சொன்னேன். மாமியும்

மம்மியும் திருட்டுப் போன வீட்டைப் பத்திய கதையைப் பேசிக்கொண்டேயிருந்தார்கள். பிறகு மம்மி துணியை ஊற வைத்துவிட்டு இவனை ஹாஸ்பிடலுக்குக் கொண்டுபோய்க் காட்டிட்டு வந்துருறேன் எனத் தயங்கி தயங்கிச் சொன்னபோது மாமி சரி போய்ட்டு வாடி என திரும்பவும் டிவியை ஆன் செய்தாள்.

மம்மி அவளிடம் நூறு ரூபாய் பணம் வேணும் என்றது. மாமி உள் அறையில் இருந்த பீரோவைத் திறந்து நாற்பது ரூபாய் எடுத்து வந்து இவ்வளவுதான் இருக்கு. பேங்க்கு போயிதான் எடுக்கணும் என்றபடியே டிவி பார்க்கத் துவங்கினாள். மம்மி என்னை அழைத்துக்கொண்டு வெளியே வந்தபோது எனக்குச் சிரிப்பாக வந்தது. எந்த மாமி வீட்ல திருட்டுப் போச்சி என்று கேட்டேன். மம்மி நேத்து பாத்த தெலுங்குப் படத்தில் அப்படியொரு சீனு வந்துச்சி என்று சொல்லிச் சிரித்தது.

இரண்டாவது பொய்

சேட்டு வீட்டில் இருபது பேர்களுக்கும் மேல் இருந்தார்கள். பின் வாசல் கதவு வழியாக நானும் மம்மியும் உள்ளே போனபோது சேட் மனைவி உருளைக்கிழங்கை உரித்துக் கொண்டிருந்தாள். அருகில் அவளது தங்கை வெங்காயம் வெட்டிக்கொண்டிருந்தாள். தினம் தினம் எவ்வளவு உருளைக்கிழங்கு வெங்காயம் சாப்பிடுவார்களோ, எப்போ பாத்தாலும் இதையே செய்து கொண்டிருக்கிறார்கள். மம்மி அவர்கள் வீட்டின் கிச்சனுக்குப் போகக் கூடாது. பின்வாசல் வழியாகப் போனால் துணி துவைக்கும் திண்டும் சிறிய பாத்திரம் கழுவும் இடமும் இருந்தது. அங்கேயே வேலையை முடித்துக்கொண்டு விட வேண்டும்.

மம்மி போன வேகத்தில் அங்கிருந்த சோப்பை எடுத்து பாத்திரங்களைத் தேய்க்கத் துவங்கினாள். சேட்டு மனைவி என்னிடம் எந்த வகுப்பில் படிக்கிறேன் என்று கேட்டுக் கொண்டிருந்தாள். அநேகமாக இதைப் பத்துத் தடவைக்கு மேல் சொல்லிவிட்டேன். அவளுக்கு மனசில் நிக்காது போல.

வீட்டிற்குள் இருந்து சேட்டின் மருமகள் நாய்க்குட்டியைக் குளிக்க வைப்பதற்காகக் கொண்டுவந்தாள். மம்மி அந்த நாய்க் குட்டியை வாங்கி தண்ணீர் குழாயில் அதைக் காட்டியபோது நாய் கூச்சத்தில் துள்ளியது. நாயின் உடம்புக்கு ஷாம்பு போட்டுவிட்டபடியே மம்மி இப்போ தெல்லாம் நாய்களுக்குக்

கண்ணுக்குத் தெரியாத ஒரு உண்ணி பிடித்துக் கொள்கிறது என்று சொல்லி அந்த உண்ணி நாயிடமிருந்து மெல்ல வீட்டு ஆட்களுக்கும் தொற்றிக்கொண்டுவிட்டால் கை கால் எல்லாம் அரிப்பு ஏற்பட்டுவிடுகிறது என்றபடியே தான் வேலை செய்யும் டிவி நடிகை வீட்டில்கூட இப்படி நாயால் ஏற்பட்ட சொறி சிரங்கால் அவளது அம்மா மிகவும் அவதிப்படுவதாகச் சொல்லி இருபதாயிரம் கொடுத்து வாங்கிய நாய்க் குட்டியை தெருவில் வீசி எறிந்துவிட்டார்கள் என்று சொன்னாள்.

சேட்டு மனைவியும் மருமகளும் அது என்ன வகையான நாய்? அந்த உண்ணி எப்படியிருக்கும். அதை எப்படித் தெரிந்துகொள்வது என்று கேட்டுக்கொண்டிருந்தார்கள். அம்மா தான் விசாரித்து வந்து சொல்வதாகச் சொல்லியபடியே என்னை ஹாஸ்பிடலுக்குக் கூட்டிப் போக வேண் டிய கதையை அங்கேயும் சொன்னாள். நாய்க்குட்டியைக் குளிப்பாட்டிய பிறகு துண்டால் துடைத்துவிட்டு மரு மகளிடம் தந்தாள். மருமகள் சில நிமிஷங்களுக்குப் பிறகு வீட்டிற்குள்ளிருந்தபடியே மம்மியை தனியே அழைத்தாள்.

மம்மி உள்ளே போனபோது அவர்கள் இருவரும் ரகசியமாகப் பேசிக்கொண்டார்கள். சில நிமிஷத்திற்குப் பிறகு உள்ளே இருந்து சேட்டின் மருமகள் ஐம்பது ரூபாய் எடுத்து வந்து தந்தாள். மம்மி என்னை ஹாஸ்பிடல் அழைத்துக்கொண்டு போய்விட்டு திரும்பி வந்து வேலை செய்வதாகச் சொல்லியபடியே அங்கிருந்து என்னை அழைத்துக்கொண்டு வந்தாள்.

மூன்றாவது பொய்

டிவி நடிகை உறங்கிக்கொண்டிருந்தாள். அதிகாலையில் தான் படப்பிடிப்பு முடிந்து வந்ததாக அவளது அம்மா சொல்லிக் கொண்டிருந்தாள். மம்மி அவர்கள் வீட்டில் நடிகையின் தொடரை நான் தினமும் தவறாமல் பார்ப்பதாகவும் ஒரேயொரு முறை நேரில் பார்த்து ஆட்டோகிராப் வாங்கிக்கொண்டு போவதற்காக அழைத்து வந்திருப்பதாகவும் சொன்னாள்...

டிவி நடிகையின் அம்மா என்னிடம் உனக்கு அபர்ணா நடிப்பு பிடிக்குமா என்று கேட்டாள். சினிமா நடிகைகளை விடவும் அபர்ணா பிரமாதமாக நடிப்பதாகச் சொன்னேன். டிவி நடிகையின் அம்மா தன் மகளுக்கு மதுரையில் ரசிகர் மன்றம் திறந்திருப்பதாகவும் முதல்முதலாக ஒரு டிவி நடிகைக்கு இப்போதுதான் மன்றம் ஆரம்பித்திருக்கிறார்கள் என்று பெருமையடித்தாள்.

மம்மி என்னைக்காட்டி இவனே ரசிகர் மன்றம் ஆரம்பிக்கிறேன்னு சொல்லிகிட்டு இருக்கான். ஆனா நான் தான் மேடம் திட்டுவாங்கன்னு பயந்து வேணாம்னு தடுத்து வச்சிருக்கேன் என்று ஆதங்கத்தோடு சொன்னாள். தன் மகளின் நடிப்பை ஆறு கோடிப் பேர் பார்க்கிறார்கள் என்று அவளின் அம்மா ஒரு புள்ளிவிபரக் கணக்கை விளக்கிச் சொல்லத் துவங்கினாள். அதைத்தான்

நடிகையின் வீட்டில் எல்லா அறைகளிலும் டிவி இருந்தது. அதில் ஒரு பெரிய டிவியில் நடிகையின் தொடர் ரிக்காடிங்செய்யப்பட்டு திரும்பத் திரும்ப ஓடிக்கொண்டேயிருந்தது. மம்மி வாக்யூம் கிளீனரை வைத்து வீட்டை சுத்தம் செய்துகொண்டிருந்தபடியே காலையில் மேடம் பற்றி தந்தி பேப்பரில் நியூஸ் போட்டிருந்தது பாத்தீங்களா என்று கேட்டாள்.

நடிகையின் அம்மா தனக்குத் தமிழ் பேப்பர்கள் படிக்கத் தெரியாது என்று சொல்லியபடியே ஒரு பேப்பர் வாங்கி வந்து தர முடியுமா என்று என்னிடம் கேட்டாள். நான் சரி என்றதும் அவள் பத்து ரூபாய் எடுத்து வந்து தந்தாள். அருகில் இருந்த கடையில் போய் தந்தி பேப்பர் வாங்கி வந்து தந்தேன். அதை அங்குமிங்கும் புரட்டியபடியே எந்தப் பக்கத்தில் வந்திருக்கிறது என்று கேட்டாள்.

மம்மி பேப்பரைப் புரட்டிப் பார்த்துவிட்டு நான் மறந்து போய்ச் சொல்லிட்டேன். அது நேத்து மாலைமுரசு என்று சொன்னாள். எனக்குச் சிரிப்பாக வந்தது. அறைக்குள் டெலிபோன் அடிக்கும் சப்தம் கேட்டு நடிகை எழுந்து கொண்டாள். பாதித் தூக்கம் கலைந்த முகத்துடன் கிச்சனுக்கு வந்தவளிடம் அவளது அம்மா பாப்பா உன்னைப் பத்தி மாலைமுரசுல நியூஸ் வந்திருக்காம். நம்ம வேலைக்காரி சொல்றா என்றாள்.

நடிகை அதைப் பெரிதாகக் கேட்டுக்கொள்ளவில்லை. மம்மி அவளுக்கு ஒரு குட்மார்னிங்சொல்லியபடியே உங்களைப் பாத்து ஆட்டோகிராப் வாங்கணும்னு சொன்னான். அதான் கூட்டிகிட்டு வந்தேன் என்றாள். நடிகைக்கு நானும் ஒரு குட்மார்னிங்சொன்னேன். அவள் என்னை முறைத்துப் பார்த்தபடியே தன் அம்மாவிடம் தெலுங்கில் ஏதோ சொன்னாள். பிறகு மம்மி ஒரு காகிதத்தில் அவளிடம் கையெழுத்து வாங்கித் தந்தாள்.

மம்மி என்னை அனுப்பிவிட்டு வருவதாகச் சொல்லியபடியே புறப்பட இருந்த போது நடிகையின் அம்மா மாலைமுரசு எங்கே கிடைக்கும் என்று கேட்டாள். அதை எக்மோரில் போய் வாங்கி வர வேணும். இப்போ கிடைக் குமா தெரியலை என்று இழுத்தாள்

மம்மி. நடிகையின் அம்மா ஐம்பது ரூபாய் தந்து உடனே எப்படி யாவது வாங்கிக்கொண்டு வரும்படியாகச் சொன்னாள். நானும் தலையாட்டிக் கொண்டேன். வெளியே வந்தபோது அம்மா தன்னிடமிருந்த பணத்தை எண்ணிப்பார்த்தாள். இன்னும் இருபது ரூபாய் வேண்டியிருந்தது. அதற்கு என்ன செய்வது என்றபடியே ஜெபமணி வீட்டிற்குப் போகலாம் என்றாள்.

நான்காவது பொய்

ஜெபமணியின் வீட்டில் உறவினர்கள் வந்திருந்தார்கள். வீட்டில் ஏதோ பிரார்த்தனை நடக்கப் போகிறது போலும். பாதிரியார் கூட இருந்தார். மம்மி என்னை அழைத்துக் கொண்டு வாசல் வரை போனவள், ஏதோ யோசனைக்குப் பிறகு என்னிடம் இரண்டு ரூபாய் தந்து அவளை போன் பண்ணி உடனே கூப்பிடும்படியாக அந்த வீட்டின் போன் நம்பரைச் சொன்னாள்.

நான் காசை வாங்கிக்கொண்டு அருகில் இருந்த எஸ்டிடி பூத்தை நோக்கி நடந்து சென்றேன். அந்த வீட்டு நம்பர் போகவேயில்லை. திரும்பத் திரும்ப முயற்சி பண்ணிக் கொண்டேயிருந்தேன். அரைமணி நேரத்திற்குப் பிறகு போன் அடித்தது. மம்மியின் பெயரைச் சொல்லி உடனே பேச வேண்டும் என்று சொன்னேன்.

அடுத்த ஐந்து நிமிசத்தில் அம்மா நான் நின்றிருந்த எஸ்டிடி பூத் அருகே வந்து நின்றாள். அவள் கையில் முழுசாக ஒரு நூறு ரூபாய்த்தாள் இருந்தது. எப்படி என்று கேட்டேன். அவள் உங்க டாடியை லாரி அடிச்சிருச் சினு சொல்லிட்டேன் என்றாள். இப்போது அவள் கையில் ஸ்கூல் பீஸுக்கும் மேலாக எண்பது ரூபாய் இருந்தது.

மம்மி என்னிடம் பசிக்குதா என்று கேட்டாள். நான் தலை யாட்டினேன். இருவரும் நடந்து போய் தேவர் பிரியாணிக்கடையில் சாப்பிட்டோம். வெளியே வந்த அம்மாவிடம் எதுக்கு மம்மி இவ்வளவு பொய் சொல்றே என்று கேட்டேன். அவள் சிரித்துக் கொண்டே உனக்கு ஸ்கூல் பீஸ் கட்ட வேணும்னு கேட்டா தரமாட்டாங்கடா. அதுக்கு எல்லாம் அவங்களுக்கு மனசு கிடையாது. நாம் படிக்கிறது அவங்களுக்கு எல்லாம் பிடிக்காது என்றாள். அது சரிதான் என்று பட்டது.

மம்மி என்னை மதியம் ஸ்கூலுக்குப் போய் பீஸ் கட்டும் படியாகச் சொல்லி நூற்று அறுபது ரூபாய் தந்துவிட்டு தான் லிபர்டியில் தர்மதுரை படம் பார்க்கப் போவதாகச் சொன்னாள். ஸ்கூலுக்குப் போவதற்காக பஸ் ஏறினேன்.

மம்மி சொன்ன பொய்களை நினைத்து சிரிப்பாக வந்தது. தனியே சிரித்துக்கொண்டே வந்தேன். மம்மிக்குப் பொய் சொல்லத் தெரியாமல் போயிருந்தால் என்னவாகியிருப்போம் என்று நினைத்தபோது பயமாக இருந்தது. நாளைக்கு மம்மி இதைச் சமாளிப்பதற்காக புதிதாக என்ன பொய்கள் சொல்வாள் என்று நினைத்தபோது என்னால் சிரிப்பை அடக்க முடியவேயில்லை. ஆனால் சில நிமிஷங்களில் மனதில் ரொம்ப வருத்தமாக இருந்தது. பாவம் அம்மா என்று தோன்றியது. அதே நேரம் ஆத்திரம் தீருமளவு யாரையாவது அடிக்க வேண்டும் போலவும் இருந்தது.

◀ ● ▶

வாலை வெட்டுவதற்கு முன்பு நாயும் இரண்டு மனிதர்களும்

தனது வளர்ப்பு நாயின் வாலை வெட்டிவிடுவது என்று நாயின் உரிமையாளராக இருந்த அந்தப் பெண்ணும் அவளது கணவனும் முடிவு செய்த மறுநாளிலிருந்து அதற்கான வழிமுறை திட்டமிடத் துவங்கினார்கள். உண்மையில் அந்த யோசனையை நாயின் உரிமையாளன்தான் முதலில் தெரிவித்தான்.

அவன் பன்னாட்டு நிறுவனம் ஒன்றின் உயர் பதவியிலிருந்தான். கடற்கரையோரமான வசதியான வீடு. அந்தஸ்தின் அடையாளமாக அவன் மனைவி நாய் வளர்ப்பதில் ஈடுபாடு கொண்டிருந்தாள். அந்த நாய் பனிப்பிரதேசத்தில் வளர்க்கப்படும் இனத்தைச் சேர்ந்தது.

அவனால் நாய் தன் நாக்கை வெளியே தொங்கப் போட்டுக்கொண்டு எப்போதும் வாலை ஆட்டிக் கொண்டேயிருப்பதை சகித்துக்கொள்ள முடியவில்லை. அது ஏதோ விதத்தில் தன்னைக் கேலி செய்வதாகவே தோணியது. பல நேரங்களில் அவன் ஊஞ்சலில் அமர்ந்தபடியே மது குடித்துக்கொண்டிருக்கும்போது நாய் தன் வாலை ஆட்டிக்கொண்டிருப்பதை கவனித்திருக்கிறான்.

நாய் உறக்கத்திலிருப்பது போல கண்ணை மூடியிருந்த போதும் அதன் வால் தானே அசைந்து கொண்டேயிருந்தது. என்ன மிருகம் இது, உறக்கத்தில்கூட நிம்மதியற்று இருக்கிறதே என்று அவனுக்கு ஆத்திரமாக வந்தது.

தனது இருக்கையிலிருந்தபடியே நாயைப் பெயர் சொல்லி அழைத்தவுடன் அது பதற்றத்துடன்

தலையைத் தூக்கிப் பார்த்து வேகவேகமாக அவன் அருகில் வந்து உட்கார்ந்து வாலை ஆட்டியது. அவன் நாயின் வாலைப் பிடித்து அசையாமல் இருக்கும்படியாக அழுத்தினான். வால் துடித்துக்கொண்டேயிருப்பதை அவனால் உணர முடிந்தது. வாலை இறுக்கிப் பிடித்தபோதும் அது அசைந்து கொண்டேயிருந்தது. ஆத்திரத்தில் அப்படியே அதை வெட்டி எறிந்துவிடலாமா என்று யோசித்தான்.

நாய் புட்டத்தை அசைத்தபடியே வாலை அவன் கையிலிருந்து விடுவித்தது. அன்றிரவு அவன் மனைவியோடு அதைப் பற்றி விவாதித்தான். அவளும் நாய்க்கு எதற்காக வால்? அதனால் நாய்க்கு ஒரு பிரயோசனமும் இல்லை வெட்டி எறிந்துவிட வேண்டியதுதான் என்று சொன்னாள். இதற்காக கால்நடை மருத்துவரை வீட்டிற்கு வரவழைக்கலாம் என்று முடிவு செய்து கொண்டார்கள்.

நாய் தன் வாலாட்டத்தைப் பற்றிய பிரக்ஞையே இன்றி எல்லா நாட்களையும் போல பகல் முழுவதும் வீட்டின் அறைகளுக்குள்ளே சுற்றிக்கொண்டிருப்பதும் இரவில் வீட்டின் வெளியே காம்பவுண்ட் சுவர்களுக்குள்ளாகவே சுற்றியலைவதுமாக இருந்தது.

ஒரு ஞாயிற்றுக்கிழமையின் காலையில் கால்நடை மருத்துவர் வீட்டிற்கு வந்திருந்தார். நாய் எப்போதும் போலவே தோட்டத்துச் செடிகளில் அலைந்துகொண்டிருக்கும் வண்ணத்துப்பூச்சிகளைத் துரத்தியபடியே பொய்யாக விளையாடிக்கொண்டிருந்தது.

சமீபமாக நாயின் வாலைத் துண்டிக்க வேண்டும் என்பதில் பரவலாக ஆர்வம் அதிகமாகி வருகிறது என்றும் தான் இதுவரை ஐம்பத்திரண்டு நாய்களுக்கு வாலைத் துண்டித்திருப்பதாகவும் பெருமையோடு கால் நடை மருத்துவர் சொன்னார். உரிமையாளன் வாலை வெட்டுவதற்கான கட்டணம் குறித்து அவரோடு பேரம் பேசத் துவங்கினான்.

வாலை வெட்டுவது அற்பமான வேலைதான் என்றாலும் சில வேளைகளில் அது நாயின் உயிரைப் பறித்து விடும் என்று பய முறுத்திய மருத்துவர் கட்டணமாக இரண்டாயிரம் ரூபாயை உறுதி செய்து கொண்டு பணத்தை அறுவை சிகிச்சைக்கு முன்னதாகவே தந்து விட வேண்டும் என்று சொன்னார். உரிமையாளன் அதை ஏற்றுக்கொண்டான்.

நாயின் எஜமானி வாலை அவர் விலைக்கு வாங்கிக் கொள் வாரா என்று கேட்டதும் மருத்துவர் அதைப் பாடம் செய்து

வரவேற்பறையில் மாட்டி வைக்கலாம் என்று யோசனை சொன்னார். அறுவை சிகிட்சைக்கான பணம் தரப்பட்டதும் அவர் மருத்துவக் கருவிகளை எடுத்து வெளியே வைத்தபடியே நாய்களின் பெரிய பலவீனம் அது மனிதர்களை நம்புவதுதான் என்று கேலி செய்தபடியே மயக்கமடையச் செய்யும் ஒரு ஊசியைப் போட்டதும் நாய் துவண்டு போகத் துவங்கியது.

மயங்கிக் கிடந்த நாயை துணி துவைக்கும் கல் அருகில் கொண்டுபோய்க் கிடத்தினார். நாயின் அடிவயிறு துடித்துக் கொண்டேயிருந்தது. கண்கள் சொருகியிருந்தன. உஷ்ணமான மூச்சுக்காற்று கைகளில் படிந்து கொண்டிருந்தது. நாயின் உடல் ரோமங்கள் குத்திட்டு நின்று கொண்டிருந்தன.

மருத்துவர், நாயின் ரோமங்களைத் தடவிவிட்டபடியே அதன் புட்டத்தைத் தூக்கிப் பார்த்தார். அதைக் கண்டு நாயின் உரிமையாளன் தன் மனைவியைப் பார்த்துச் சிரித்தான்.

பொதுவாகவே வால் உள்ள மிருகங்கள் மனிதர்களைப் போலவே நடத்தை கொண்டவை. குரங்குகளைப் பாருங்கள். நரியைப் பாருங்கள். யாவும் மனித சுபாவங்களைக் கொண்டிருக்கின்றன. நமக்கேகூட வால் இருந்து தான் துண்டிக்கப்பட்டிருக்க வேண்டும். நீங்கள் வேண்டுமானால் இடுப்பின் அடியில் தடவிப் பாருங்கள் சிறிய முடிச்சுபோலத் தென்படும் என உற்சாகமாகச் சொல்லிய படியே அறுவை சிகிட்சை செய்யத் துவங்கினார்.

வாலைத் துண்டித்துவிட்டால் நாயும் மனிதர்களும் சமமானவர்கள் ஆகிவிடுவார்களில்லையா என்று உரி மையாளன் கேட்டான். மருத்துவர் தலையாட்டியபடியே எல்லாம் ஒன்றுதான் என பதிலளித்தார். கூரான கத்தியால் நாயின் வாலைத் துண்டிக்க துவங்கியதும் ரத்தம் பீச்சியடித்தது மயக்கத்தினூடாகவும் நாயின் உடல் லேசாக அசைந்தது...

நினைத்தது போல வாலைத் துண்டிப்பது எளிமை யானதாக இல்லை. ரத்தம் பீறிடத் துண்டிக்கப்பட்ட வாலைத் தனியே எடுத்து விட்டு காயத்தைச் சுற்றிலும் மருந்திட்டுக் கட்டிய மருத்துவர் நாலு நாட்கள் சிறப்பு மருந்துகளைத் தர வேண்டும், முடிந்தவரை நாயை வெளியே விடாமல் பார்த்துக்கொள்ள வேண்டும் என்று சொல்லியபடியே தனது கைகளைக் கழுவிக்கொண்டார்.

நாயின் உரிமையாளன் துண்டிக்கப்பட்ட வாலை தன் கையில் எடுத்துப் பார்த்தான். அதில் எவ்விதமான துடிப்புமில்லை. ஏதோ வொரு பிளாஸ்டிக் பொருள் போலவே தெரிந்தது. தன் கையில்

வைத்து மேலும் கீழுமாக ஆட்டிப் பார்த்தான். வேடிக்கையாக இருந்தது. அவன் மனைவி அந்த வாலைப் பறித்து கணவனின் முதுகில் அடித்துப் பார்த்தாள். இருவரும் சிரித்துக் கொண்டார்கள்.

நாயின் மயக்கம் சில மணி நேரங்களில் தெளிந்து விடும் என்றபடியே தனது டயரியில் அந்த நாயின் பெயர் மற்றும் சிறப்பு விபரங்களைத் தொகுத்துக் கொண்டு விடை பெற்றுச் சென்றார் மருத்துவர்.

நாய் எப்போது கண்விழித்தது என்று தெரியாது. தன்னுடைய வால் எங்கே போனது என்று தெரியாமல் அது வலியோடு புட்டத்தை ஆட்டி ஆட்டிப் பார்த்தது. கண்ணிற்குத் தெரியாமல் வால் ஒளிந்து கொண்டு விட்டதோ எனும்படியாக அது முகத்தைத் திருப்பித் திருப்பிப் புட்டத்தை உற்றுப் பார்த்தது. ஆனால் வாலைக் காணவில்லை. வலியும் புரியாமையும் தாக்கியதாக அது ரௌத்திரத் தோடு வீட்டைச் சுற்றி ஓடத்துவங்கியது.

உரிமையாளன் மாடியில் நின்றபடியே வால் இல்லாமல் நாய் ஓடுவது எவ்வளவு அழகாயிருக்கிறது பார் என்று மனைவியிடம் காட்டிக்கொண்டிருந்தான். வீட்டிற்கு வெளியில் நாய் வெறி கொண்டது போல பகலும் இரவும் ஓடிக்கொண்டேயிருந்தது. தோட்டத்துச் செடிகளின் மீது பறக்கும் வண்ணத்துப்பூச்சிகளைக் கூட அது வெறியோடு கடிக்கப் பாய்ந்தது. நாயின் குரைப் பொலியும் பயமும் அதை நிம்மதியற்றதாக்கியது.

பகல் நேரங்களில் புல்வெளியில் துள்ளிக்கொண்டிருக்கும் வெயில் கூட நாயை மிரட்சி கொள்ளச் செய்திருக்க வேண்டும். இடைவிடாமல் குரைத்தபடியே இருந்தது. தனக்கு வைக்கப்பட்ட உணவை நாய் சாப்பிடவேயில்லை. இரும்பு கேட்டை, வீட்டின் சுற்றுச்சுவர்களை, ஏன் மரங்களின் நிழல்களைக்கூட முறைத்தபடியே குரைத்துக்கொண்டிருந்தது. ஆங்காங்கே நின்றபடியே காலைத் தூக்கி மூத்திரம் பெய்தது.

நாயின் உரிமையாளன் அலுவலகம் கிளம்புவதற்காக காரை எடுத்துக்கொண்டு போகையில் நாயின் சப்தம் நரி ஊளையிடு வதைப் போல் இருப்பதைக் கண்டான். அற்ப விஷயத்திற்கு எதற்காக இவ்வளவு ஆர்ப்பாட்டம் செய்கிறது என்றபடியே அவன் அலுவலகம் சென்றான். நாயின் ஆவேசம் யாவும் சில நாட்களில் வடிந்து விட்டன.

வால் இருந்ததையே அது மறந்துவிட்டது போல புட்டத்தை மட்டும் அசைத்தபடியே அவன் அருகில் வந்து காலை நக்கத்

துவங்கியது. அவன் இப்போது எவ்வளவு அழகாயிருக்கிறாய் பார் என்று நாயைக் கொஞ்சிக் கொண்டிருந்தான். ஆனால் நாய் எப்போதாவது தன் வால் இருந்த இடத்தை உற்றுப் பார்த்துக்கொண்டேயிருப்பதை உரிமையாளன் கவனித்தான். அதுபோன்ற நேரங்களில் நாயின் முகத்தில் தோன்றும் பாவம் விவரிக்க முடியாததாக இருந்தது. நாய் எதையோ உற்றுப் பார்த்துக் கொண்டிருக்கிறதோ என்றுகூட நினைத்தான்.

இது நடந்த சில நாட்களின் பிறகு ஊஞ்சலில் ஆடிக் கொண்டிருந்தவன் தற்செயலாகத் திரும்பிப் பார்த்த போது நாய் தன் வாலை ஆட்டிக்கொண்டிருப்பது போலத் தெரிந்தது. அவனால் நம்ப முடியவில்லை. எப்படி துண்டித்த பிறகும் நாயின் வால் ஆடிக்கொண்டிருக்க முடியும் என்றபடியே அவசரமாக நாயை அருகில் அழைத்துப் பார்த்தான். நாயின் புட்டம் அசைந்து கொண்டேயிருந்தது. வாலில்லை. அவன் புட்டத்தைத் தொட்டுப் பார்த்தான். கண்ணுக்குப் புலன் ஆகாத வாலொன்று ஆடிக்கொண்டேயிருப்பதைப் போலவே இருந்தது.,

அவன் எரிச்சல் அடைந்தவனைப் போல நாயைத் தன்னிடமிருந்து துரத்தினான். அன்றிரவு அவன் மனைவியிடம் தனது பயத்தைப் பற்றிச சொன்னபோது அவளும் வாலைத் துண்டித்த. மறு நாளில் இருந்து நாயைப் பார்க்கும்போதெல்லாம் வால் நினைவிற்கு வந்தபடியே இருக்கிறது என்றும் பல நேரங்களில் திரும்பவும் அந்த வாலை ஒட்ட வைத்துவிடலாமா என்றுகூட தான் யோசனை செய்வதாகச் சொன்னாள்.

அன்றிலிருந்து வாலைப் பற்றி நினைக்காமல் அவர்களால் நாயைப் பார்க்கவே முடியவில்லை. வால் இல்லாதது அவர்களைக் கொஞ்சம் கொஞ்சமாக உறுத்தத் துவங்கியது. இதற்காகவே நாயின் கண்ணில் படாமலே அவன் காரை எடுத்துக்கொண்டு போவதும் முடிந்தவரை தன் அறைக்குள் நாயை அனுமதிக்காமலுமே இருந்தான்.

ஏன் இந்த நாய் தன்னை இம்சை செய்கிறது என்றபடியே அவன் அதை மறக்க முயன்றான். ஆனால் நாளுக்கு நாள் அவனது காரணமற்ற பயம் அதிகமாகிக் கொண்டே வந்தது. நாய் எங்கே நின்றபோதும் அதன் வால் தனியே ஆடிக்கொண்டிருப்பது போலவே அவனுக் குத் தெரிந்தது. வாகனம் ஓட்டும்போதும் அலுவலகத்தில் வேலை செய்யும்போதும் ஏன் தன் மனைவியோடு கூடும் போதுகூட அவனுக்கு நாயின் வாலைப் பற்றிய நினைவு வந்துகொண்டேயிருந்தது.

எஸ்.ராமகிருஷ்ணன் 149

முடிவாக அவன் நாயைத் தன் வீட்டிலிருந்து துரத்தி விடுவது என்று முடிவு செய்து தோட்டக்காரனிடம் அதைக் கடற்கரையில் விட்டுவிட்டு வந்துவிடும்படியாக அனுப்பி வைத்தான். அன்றிரவு அவர்கள் வீட்டில் நாய் இல்லை. ஆனால் நள்ளிரவில் நாய் தெருவில் நின்று வாலை ஆட்டிக்கொண்டிப்பது போல அவனுக்கு ஏனோ தோன்றியது.

விளக்கைப் போட்டு பால்கனியில் வந்து நின்றபடியே தெருவைப் பார்த்தான். அவனது வீட்டின் வெளியே நாய் சலனமில்லாமல் படுத்துக் கிடந்தது. அதன் வால் ஆடிக்கொண்டிருந்தது. அவன் ஆத்திரம் அதிகமாகி ஒரு பூந்தொட்டியை எடுத்து நாய் மீது வீசினான். பயத்தோடு இருட்டிற்குள் ஓடி மறைந்தது. அன்றிரவு அவனால் நிம்மதியாக உறங்க முடியவில்லை.

ஆனால் அதன்பிறகு தங்களது வளர்ப்பு நாயை அவர்கள் திரும்பவும் பார்க்கவேயில்லை. மாறாக சாலையில் தென்படும் நாய்கள் ஒவ்வொன்றின் வாலும் துல்லியமாக அவர்களுக்குத் தெரியத் துவங்கியது. எந்த நாயின் வால் எவ்வளவு நீளமாக இருக்கிறது. எத்தனை முறை நாய் வாலை ஆட்டுகிறது என்று மனது கணக்கிட்டபடியேயிருந்தது.

எங்கு செல்லும்போதும் அவர்களால் நாயைக் கவனிக்காமல் இருக்க முடியவேயில்லை. மனிதர்களுக்குச் சம்மாக இந்த நகரில் நாய்கள் நிரம்பியிருக்கின்றன என்றும் தோன்றியது. சில உறக்கமற்ற இரவுகளில் இருவரும் வெட்டப்பட்ட நாய் வாலைப் போன்று ஏதாவது துணியைச் சுருட்டி தனக்குத் தானே ஆட்டிக் கொண்டிருந்தார்கள்.

சில வாரங்களுக்குப் பிறகு அவர்கள் இருவருக்கும் விசித்திரமான ஒரு புதுப்பழக்கம் துவங்கியிருந்தது. அது தனியே குளியல் அறையில் நின்றபடியே தன் உடலில் வால் இருந்து துண்டிக்கப்பட்ட அடையாளம் இருக்கிறதா என்று கண்ணாடியில் தன்னைத்தானே உற்றுப் பார்த்துக்கொண்டிருப்பது. இதற்காக இருவருமே புட்டத்தை ஆட்டியாட்டி கண்ணாடியில் தன்னைப் பார்த்துக்கொண்டிருந்தனர்.

நாளடைவில் கணவனும் மனைவியும் இந்தப் பழக் கத்தை ஒருவர் அறியாத ரகசியமாக வைத்துக்கொண்டார்கள். காரணம் வால் இருப்பதும் துண்டிக்கப்படுவதும் அற்பமான விஷயமில்லையா?

◂ ● ▸

எல்லா நாட்களையும் போல

ஒரு சிறிய தவறு அது. காலையில் வங்கியில் செலுத்துவதற்காக எடுத்துச் சென்ற அலுவலகப் பணத்தைப் பறி கொடுத்துவிட்டேன். இவ்வளவிற்கும் பணத்தைச் செலுத் துவதற்குத் துணையாக என்னோடு பழனியப்பனும் வந்திருந்தான். எப்போதும் போலவே வங்கியின் வாசல் வரை ஒன்றாக வந்தோம். அப்போது பழனியப்பனின் செல்போன் அடித்தது. அவன் இரைச்சல் சப்தத்தை விட்டு ஓரமாக நின்று பேசத் துவங்கினான்.

கையில் பணப்பையை வைத்துக்கொண்டு நான் எப் போதும் போலவே கண்ணாடிக் கதவைத் திறந்து வங்கியின் உள்ளே நுழைந்தேன். வாசலையொட்டி நின்றிருந்த நடுத்தர வயது நபர் கையில் இருந்த சிறிய காகிதம் ஒன்றைப் பலமாக ஊதியது தெரிந்தது. மறு நிமிஷம் என் கண்கள் எரியத் துவங்கியது. ஒரு நிமிஷம் என்னையும் அறியாமல் கைகளால் இரண்டு கண்களையும் தேய்க்கத் துவங்கினேன். மிளகாய்ப்பொடி பட்டது போல திகுதிகு வென எரியத் துவங்கியது.

கண்ணைத் துடைத்துக்கொண்டு பார்க்கும்போது நான் கொண்டுவந்திருந்த லெதர் பை காணாமல் போயிருந்தது. என்னால் நம்ப முடியவேயில்லை. என் கையிலிருந்த பணம் ஆறு லட்சத்தி நாற்பதினாயிரம் பறி போய் விட்டிருக்கிறது. என்னால் கத்த முடியவில்லை. கைகள் நடுங்கத் துவங்கின. சுற்றிலும் பார்த்துக் கொண்டிருந்தேன். எப்போதும் போலவே காசாளார் கத்திக் கொண்டிருந்தார். பணம் செலுத்துவதற்காக நாலு

பேர் வரிசையில் நின்றிருந்தார்கள். ஒரு ஆள் நாலைந்து மஞ்சள் நிற ஸ்லீப்புகளை நிரப்பிக்கொண்டிருந்தார்.

என்னிடமிருந்த பணத்தைப் பறித்தது யாராக இருக்கும். அந்த ஆள் இவ்வளவு நேரம் இங்கேயே நின்று கொண்டிருப்பானா என்ன? அடுத்து என்ன செய்வது என்று தெரியவில்லை. கண்களில் எரிச்சல் அதிகமாகி நீர் வடிந்து கொண்டிருந்தது. பழனியப்பன் என் தோளில் கைவைத்தபடியே என்ன சார் என்றபோதுதான் எனக் குத் தன்னிலை உணரத் துவங்கியது.

பணம் போய்விட்டது. பழனியப்பனிடம் எப்படிச் சொல்வது என்று தெரியவில்லை. தொண்டையில் வலி ஏற்பட்டு உடல் நடுங்கத் துவங்கியது. முகம் வியர்த்து வழிந்திருக்க வேண்டும். பழனியப்பன் என் கையில் பையில்லாததைக் கண்டுபிடித்தவனைப் போல என்ன சார் ஆச்சி என்று கத்தினான். யாரோ பணத்தைத் திருடிட்டாங்க என்று நான் மென்று விழுங்கிச் சொன்ன மறுநிமிசம் வங்கியே ஸ்தம்பித்துப் போகுமளவு பழனியப்பன் கத்தினான்.

கண்ணாடிக் கதவுகள் சாத்தப்பட்டன. வங்கியின் மேலாளரும் அலுவலக ஊழியர்களும் என்னைச் சுற்றிலும் நின்று ஏதேதோ கேட்டுக்கொண்டிருந்தார்கள். வங்கியின் காவலர் சந்தேகத்துக்கு உரியவராக யாரும் வெளியே செல்லவில்லை என்று திரும்பத் திரும்பச் சொல்லிக்கொண்டிருந்தார். பழனியப்பன் யாருக்கோ போன் செய்துகொண்டிருந்தான்.

வங்கியினுள்ளே நின்றிருந்தவர்கள் அவரவர்களுக்குத் தெரிந்த திருட்டு கொடுத்த பழைய சம்பவங்கள் பற்றிப் பேசிக்கொண்டிருந்தார்கள். மேலாளர் தனது அறைக்குள் வரும்படியாக என்னை அழைத்துக்கொண்டு போனார். திடீரென அந்த வங்கி இதற்கு முன்னதாக நான் பார்த்து அறியாதா ஒரு புதிய இடம் போலத் தோற்றமளிக்கத் துவங்கியது. கண்ணாடித் தடுப்புகள். கணிப்பொறி. மேஜை மீதுள்ள கண்ணாடிக் கோளம் யாவும் விசித்திரமான பொருட்கள் போலத் தெரிந்தன.

மேலாளர் அறைச் சுவரில் தொங்கிக்கொண்டிருக்கும் காலண்டரில் இருந்த குழந்தை ஏன் இத்தனை நாட்கள் கண்ணில் படவேயில்லை. அந்தக் குழந்தை என்னைப் பார்த்து சிரிப்பது போலவே இருந்தது. அந்தக் குழந்தை யாராக இருக்கும். அதற்கு நான் திருட்டு கொடுத்த விபரம் தெரியுமா? நான் அதை உற்றுப் பார்ப்பதை விரும்பாமல் தலையைத் தொங்கவிட்டு கொண்டிருந்தேன்.

வங்கிக்கும் எனக்குமான உறவு ஆறாண்டு காலமாக நடந்து கொண்டிருக்கிறது. அநேகமாக தினமும் ஒருமுறை இங்கே வந்து போயிருக்கிறேன். ஊழியர்களுக்கு என்னை எளிதாக அடையாளம் தெரிந்திருந்தது. ஆனால் இன்றைக்கு அது எதுவும் பலன் அளிக்கவில்லை. வங்கியின் கணக்காளராக இருந்த பெண்மணி ரொம்ப நாளாக உங்களை கவனிச்சிட்டு இருந்தவங்கதான் யாரோ திருடியிருக்கிறாங்க என்று சொன்னாள். என்னை யார் தினமும் கவனித்துக்கொண்டிருந்திருப்பார்கள்?

நான் என்ன உடை உடுத்துகிறேன். எப்படி தலை சீவியிருக்கிறேன் என்பதில் என் மனைவிக்கே அக்கறை கிடையாது. அநேகமாக எனக்கே அது தன்னிச்சை செயல்போலதான் நடக்கிறது. என்னைக் கவனித்துக் கொண்டேயிருந்த மனிதன் எப்படியிருந்திருப்பான். என்னைப் பற்றி எந்தவிதமான எண்ணங்கள் கொண்டிருப்பான். அவன் முகம் எவ்வளவு யோசித்தும் நினைவிற்கு வரவில்லை.

வங்கியின் காசோலைப் பிரிவில் உள்ள கண்ணாடி அணிந்த பெண், 'சார் எப்பவும் எதையோ யோசிச்சி கிட்டு வேற நிப்பாரு. நானே பாத்திருக்கேன். ஒரு நாள் பேனாவை மூடிகிட்டே கையெழுத்து போட்டாரு. எனக்கே சிரிப்பா இருந்துச்சி' என்று சொல்லிக்கொண்டிருந்தாள். அது எல்லோருக்கும் ஏற்படக்கூடிய ஞாபகக் குறைவு தானில்லையா? ஏன் என்னிடம் இத்தனை நாள் அவள் இதைச் சொல்லவேயில்லை. ஒருவேளை மற்ற அலுவலர்கள் இதைப்பற்றிப் பேசிச் சிரித்திருப்பார்களா? நான் அவர்களில் எவரையும் நேர்கொண்டு பார்க்க விரும்பவில்லை.

பழனியப்பன் அலுவலகத்திற்குத் தகவல் சொல்லியிருக்க வேண்டும். எனது அலுவலகத்திலிருந்து உயரதி காரி திருட்டு எப்படி நடந்தது என்பதைப் பற்றி விசா ரிக்கத் துவங்கினார். என்னால் கோர்வையாகப் பதில் சொல்ல முடியவில்லை. தான் அங்கே வருவதாகவும் அதன் பிறகு காவல் நிலையம் செல்லலாம் என்றும் உறுதியாகச் சொன்னார்.

இந்த நாற்பத்திரண்டு வயது வரை நான் பறி கொடுத்தவை எல்லாம் அற்பமான பொருட்கள் மட்டுமே. ஒரு முறை திருப்பதி போகும்போது எனது சூட்கேஸ் ஒன்றை யாரோ ரயிலில் திருடிக் கொண்டு போய்விட்டார்கள். மற்றவகையில் நான் ஏமாந்தவை யாவும் சில்லறைக் காசுகள், தலைவாறும் சீப்பு, குடை, ஒன்றிரண்டு டிபன்பாக்ஸ், வாழைப்பழங்கள் இவ்வளவு மட்டுமே.

வங்கி மேலாளர் என்னைப் பற்றிய சுயவிபரங்களைக் கேட்டுக்கொண்டிருந்தார். ஆறுவருடத்திற்கும் மேலாக தினமும் இதே

வங்கிக்கு வந்து கொண்டிருக்கிறேன். ஒன்றிரண்டு சந்தர்ப்பங்களில் மேலாளருடன் பேச வேண் டிய் சந்தர்ப்பம் கிடைத்திருக்கிறது. ஆனால் அவர் என் பெயரைக் கேட்டுக்கொண்டதேயில்லை. இன்றைக்கு முதல் முறையாக எனது பெயர், வீடு எங்கேயிருக்கிறது. பிள்ளைகள் எங்கே படிக்கிறார்கள் என்பதைப் பற்றி விசாரித்துக் கொண்டிருந்தார்.

பழனியப்பன் வெளியில் நின்றபடியே யாருடனோ பேசிக் கொண்டிருந்தான். அவன் முகத்தில் கடுமையேறியிருந்தது. எனது உயரதிகாரி வந்துசேர்ந்து வங்கி மேலாளருடன் ஏதோ பேச்சு வார்த்தை நடத்தி முடிவில் என்னையும் பழனியப்பனையும் மட்டும் காவல் நிலையம் அனுப்புவது என்று முடிவு செய்தார்கள். ஆனால் அலுவலகத்தின் காரை உபயோகப்படுத்த வேண்டாம், ஆட்டோ பிடித்துப் போய் வரவும் என்று உயரதிகாரி கண்டிப்புடன் கூறினார்.

என்னைக் கைது செய்வார்களா என்று பயமாக இருந்தது. பழனியப்பனிடம் இதைப் பற்றி எப்படிக் கேட்பது என்று கூச்சமாக இருந்தது. ஒரு வேளை கைது செய்யப்பட்டால் என்ன செய்வது. உடனே ஜெயிலுக்கு அனுப்பி விடுவார்களா? வீட்டிலிருந்து கொண்டுவந்த டிபன் பாக்சை என்ன செய்வது? அலுவலகத்தில் உள்ள வேறு யாரையாவது சாப்பிடச் சொல்லிவிட வேண்டும். நேரமாகி விட்டால் அது கெட்டுப் போய்விடும். யாரைச் சாப்பிடச் சொல்லலாம் என்ற யோசனை திரும்பத் திரும்ப வந்து கொண்டிருந்தது.

பழனியப்பனுக்கு என்னோடு பேசுவதற்குப் பிடிக்கவில்லை போலும். அவன் ஆட்டோவில் இருந்தபடியே சாலையை வெறித்து பார்த்துக்கொண்டு வந்தான். நான் அவனிடம் தயங்கித் தயங்கி என்னைக் கைது செய்தால் வீட்டுக்குத் தகவல் தெரியப் படுத்துவார்களா என்று கேட்டேன். அவன் பதில் சொல்லவில்லை. என்னால் அவனுக்கு அதிக சிரமமில்லையா என்று மறுபடியும் கேட்டேன். அவன் ஆத்திரத்துடன் நீ ஒரு மசிரும் பேச வேண்டாம். உன்னாலே நானும் தாலி அறுக்க வேண்டியிருக்கு என்று கோபத்தோடு சொன்னான்.

பழனியப்பன் எனக்குக் கீழ் வேலை பார்க்கும் ஊழி யன். இதுவரை அவன் இப்படி என்னிடம் பேசியதில்லை. பல நாட்கள் நாங்கள் வங்கியில் பணம் செலுத்திவிட்டு வெளியே வந்து இண்டியானா பேக்கரியில் சாவகாசமாக அமர்ந்து பிளம் கேக்குகள் சாப்பிட்டிருக்கிறோம். ஒரு முறை பழனியப்பன் வங்கிக்கு

என்னோடு துணைக்கு வரவேயில்லை. நானோ அவன் என்னோடு சேர்ந்து வந்ததாக ரிஜிஸ்தரில் பதிவு செய்திருக்கிறேன். இவ்வளவு இருந்தும் இன்றைக்கு அவன் என்னிடம் நடந்து கொள்ளும் விதம் எனக்கு அதிருப்தி தருவதாக இருந்தது.

போலீஸ் ஸ்டேஷனிற்கு இதற்கு முன்பு நான் சென்றதே யில்லை. பேருந்தில் பயணம் செய்யும்போது ஒன்றிரண்டு முறை பார்த்திருக்கிறேன். அதுவே அச்சம் தருவதாக இருக்கும். எப்போதும் உள்ளே சிலரை லத்தியால் அடித்துக்கொண்டேயிருப்பார்கள் என்ற எண்ணமே எனக்கிருந்தது. சில திரைப்படங்களில் அப்படி காவல் நிலையங்களைக் காட்டியதும் நினைவிலிருக்கிறது.

நாங்கள் சென்ற காவல் நிலையம் மிக நவீனமாக இருந்தது. உள்ளே யாரையும் அடிக்கும் சப்தம் கேட்கவில்லை. காவலர்கள் அதி நவீன செல்போன்கள் வைத்திருந்தார்கள். கம்ப்யூட்டர் திரை முன்பாக உட்கார்ந்திருந்த ஒரு காவலரிடம் பழனியப்பன் ஏதோ சொன்னதும் எங்களை உள்ளே அழைத்துச் சென்றார்கள். இளவயதிலிருந்த போலீஸ் அதிகாரி விசாரிக்கத் துவங்கினார். வங்கி மேலாளர் கேட்ட அதே கேள்விகள். அதே பதில்கள்.

திருட்டைக் கண்டுபிடித்துவிடலாம் என்று ஆறுதல் சொல்லியபடியே இரண்டு நாட்களுக்குப் பிறகு வரும்படியாக அனுப்பி வைத்தார். பழனியப்பன் தனக்கு வேலையிருக்கிறது என்று சொல்லி என்னை மட்டும் தனித்து விட்டு கிளம்பிச் சென்றான். பேருந்தில் அலுவலகம் செல்லலாம் என்ற யோசனையோடு காத்திருக்கத் துவங்கினேன்.

பரபரப்பாக வாகனங்கள் போவதும் வருவதுமாகவிருந்தன. நகரில் எத்தனையோ ஆயிரம் பேர் வசிக்கிறார்கள். அவர்களில் எவன் என்னிடமிருந்த பணத்தைத் திருடிச் சென்றது. ஒரு ஆளாக இருக்குமா அல்லது கும்பலா? என்னைப் போல் பணம் பறி கொடுத்தவர்கள் எவ்வளவு பேர் இருப்பார்கள். அந்தப் பணத்தை என்ன செய்வார்கள்? ஒவ்வொரு நாளும் என்னைப் போல யாரோ சிலர் இப்படித் திருட்டுக் கொடுத்துவிட்டுப் புலம்பிக்கொண்டுதானிருப்பார்கள் இல்லையா? உடம்பு முழுவதும் எறும்பு ஊர்வது போல ஏதோ கேள்விகள் என்மீது ஊர்ந்து கொண்டிருந்தன. அதன்

என்ன யோசனை இது என்று என் மீதே எனக்கு ஆத்திரமாக வந்தது. நடந்தே அலுவலகம் செல்வது என்று முடிவு செய்து நடந்து செல்லத் துவங்கினேன். இந்த நேரம் அலுவலகம் முழுவதும் என்னைப் பற்றி தான் பேசிக்கொண்டிருப்பார்கள்.

வீட்டிற்கு போன் பண்ணிச் சொல்லியிருந்தால் மரகதம் அழுது கொண்டிருப்பாள். அல்லது பள்ளியிலிருந்து பிள்ளைகளைக்கூட பாதியில் அழைத்துக் கொண்டு வந்திருப்பாள்.

அவளுக்கு போன் செய்து பேசலாமா என்று தோணி யது. ஆனால் என்ன பேசுவது என்று தெரியவில்லை. இத்தனை வருடத்தில் அலுவலகத்திலிருந்து அவளுக்கு ஒரு முறைகூட போன் பண்ணிப் பேசியதேயில்லை. பொதுவாக வீட்டிலேயே அவளுடன் பேசுவது குறைந்து போய்த்தானிருந்தது. இந்த வருடம் அவர்கள் கல்யாண நாளைக்கூட இருவருமே மறந்து போயிருந்தார்கள். அதைப்பற்றி பிறகு நினைவு வந்தபோது அவர் வெளிக் காட்டிக் கொள்ளவேயில்லை.

நடக்க நடக்க தான் காணாத நகரம் ஒன்றில் நடந்து போய்க் கொண்டிருப்பது போலவே இருந்தது. சாலை யோரம் உள்ள மரநிழலில் ஒரு ஆள் நன்றாக உறங்கிக் கொண்டிருந்தான். வாகன இரைச்சலோ, ஜன நடமாட்டமோ அவனை எதுவும் செய்யவில்லை. உறக்கத்திலும் அவன் முகத்தில் சிரிப்பு கசிந்து கொண்டிருந்தது. தான் வாழ்நாளில் ஒரு முறைகூட இப்படி சாலையில் உறங்கியதில்லை. ஒரு வேளை உறங்க வேண்டிய சந்தர்ப்பம் வந்தால்கூட இப்படி தன்னால் உறங்க முடியுமா என்று தெரியவில்லை.

கட்டிடங்கள், விளம்பரப் பலகைகள், சாலையோரக் கடைகள் என யாவும் புதிதாகத் தெரிந்தன. அலுவலகம் வந்து சேர்ந்தபோது யாரும் அவனோடு பேசவேயில்லை. உயரதிகாரி மட்டும் அவனை தற்காலிக நீக்கம் செய்திருப்பதாகவும் அவன் திருட்டுக் கொடுத்த பணத்தை ஒருவாரத்திற்குள் திரும்பச் செலுத்த வேண்டியது அவனது பொறுப்பு என்றும் அப்படிச் செலுத்த முடியாவிட்டால் அவன் மீது கிரிமினல் நடவடிக்கை எடுக்கப்படும் என்றும் தெரிவித்தார்.

தனது சம்பளம் முழுவதையும் பிடித்துக்கொண்டால் கூட இந்தப் பணத்தைக் கட்டுவதற்கு ஏழெட்டு வருஷசங்களாகிவிடும். அதுவரை வீட்டிற்கு என்ன செய்வது என்று குழப்பமாக இருந்தது. தனது மேஜையின் அடியிலிருந்து டிபன்பாக்சையும் தண்ணீர் பாட்டிலையும் எடுத்துக் கொண்டு கீழே வரும்போது கடைநிலை ஊழியர் ஒருவர் தன்னைப் பற்றி ஏதோ சொல்லிச் சிரிப்பது தெரிந்தது.

வீட்டிற்குப் போவதற்கு மனதில்லை. வங்கிக்குத் திரும் பச் சென்று ஏதாவது தகவல் கிடைத்திருக்கிறதா என்று கேட்கலாம்

எனத் தோணியது. ஒரு ஆட்டோ பிடித்து வங்கிக்குப் போனபோது உள்ளே கூட்டமேயில்லை. காலையில் நடந்த சம்பவத்தின் அறிகுறியே அற்றது போல இயங்கிக்கொண்டிருந்தது.

மேலாளர் அறைக்கதவைத் தள்ளி உள்ளே போன போது அவர் தேநீர் அருந்திக்கொண்டிருந்தார். போலீசில் புகார் கொடுத்து வந்த விபரத்தைச் சொன்னபோது அவரிடம் எந்த முகமாற்றமும் இல்லை. தேநீர் குடித்து முடித்துவிட்டு எங்களாலே ஒரு உதவியும் பண்ண முடியாது. இது உங்க தப்பு என்றபடியே எழுந்து வங்கியின் உள்ளே செல்லத் துவங்கினார். அந்த அறையில் தனித்து இருந்தபோது சுழன்று கொண்டிருக்கும் காற்றாடிகூட என்னை திருட்டு கொடுத்தவன் என்று திரும்பத் திரும் பச் சொல்வது போலவேயிருந்தது.

ஐந்து மணிக்கு வெளியே வந்தபோது வங்கியின் முத் திரை போடுகின்றவன் என்னைத் தனியே அழைத்து இப்படித் திருட்டு போறது இந்த பேங்கில நாலைந்து தடவை நடந்திருக்கு. நீங்க எதுக்கும் வெட்டுவான் கோயில் வரைக்குப் போய் காசை வெட்டிப் போட்டுப் பாருங்க. திருடிட்டுப் போன பயலுக யாரா இருந்தாலும் ரத்தம் கக்கிச் செத்துப்போயிருவாங்க என்றான்.

என்னால் அதை நம்பமுடியவில்லை. அதே நேரம் நம்பாமலும் இருக்க முடியவில்லை. வெட்டுவான் கோவில் எங்கேயிருக்கிறது என்ற விபரத்தைக் கேட்டுக் கொண்டு பேருந்தைப் பிடித்து பிராட்வேயில் உள்ள குறுகலான தெருக்களைத் தாண்டிப் போனபோது சிறிய கோவிலாக இருந்தது. தூண்கள் கருமையேறியிருந்தது. ஆனால் கோவிலுக்குள் நிறைய கூட்டமிருந்தது. — பூசாரி ஒருவர் என்னிடம் திருடு போயிருச்சா என்று கேட்டார். நான் தலையசைத்தவுடன் பைக்கா? பர்சா என்னது என்று மறுபடியும் கேட்டார். அலுவலகப் பணம் என்று சொன்னதும் அவர் இதுக்கு எலுமிச்சைப் பழம் வெட்டிப் போடணும். இருநூறு ரூபாய் கொடுங்கள் என்று வாங்கிக்கொண்டு உள்ளே அழைத்துச் சென்றார்.

எண்ணெய் விளக்கின் நெடி நாசியில் ஏறியது. உள்ளே பத்திற்கும் அதிகமானவர்கள் நின்றுகொண்டிருந்தார்கள். பூசாரி அவர்களும் திருட்டுக் கொடுத்தவர்கள் தான் என்று சொன்னார். ஏனோ அவர்களைப் பார்க்கையில் சற்று ஆறுதலாக இருந்தது. எல்லோரது கண்களிலும் பயம் ஒளிந்து கொண்டிருந்தது. வயதை மறந்து அவர்களோடு நெருக்கமாக இருப்பது போன்று தோன்றியது.

பூசாரி எலுமிச்சம்பழங்களைக் குங்குமம் பூசி அறுத் துப் போட்டுக்கொண்டிருந்தான். ரத்தம் போலவே சொட்டிக்

எஸ்.ராமகிருஷ்ணன்

கொண்டிருந்தது. திருட்டுக் கொடுத்தவர்களுக் காகவே இப்படி யொரு கோவில் இருப்பது இன்றுதான் எனக்கு முதல் முதலில் தெரிந்திருக்கிறது.

இந்த நகரில் இதுவரை எவ்வளவு திருட்டு நடந்திருக்கும். ஏன் தினசரி பேப்பர் வாசிக்கையில் திருட்டு நடந்ததுபற்றிய செய்திகள் இதற்கு முன்பாக நமக்கு அதிர்ச்சியளிக்கவில்லை என்று யோசனையாக இருந்தது.

ஒரு வேளை நாளை காலை என்னைப்பற்றியும் செய்தி வெளியாகும். புகைப்படத்தோடு வெளியிடுவார்களா என்று தெரியாது. நான் சமீபமாக புகைப்படம் எடுத்துக் கொள்ளவில்லை. ஒருவேளை பழைய புகைப்படம் எதையாவது வெளியிடுவார்களாக இருக்கும். இப்படித்தான் இதற்கு முன்னால் வெளிவந்த திருட்டுக் கொடுத்த மனி தர்களின் புகைப்படங்களுக்கு பழையதாக இருந்திருக் குமா?

மனது ஒரு இடத்தில் நிற்கமறுத்து அலைந்து கொண்டேயிருந்தது. கோவிலில் தீபாராதனை காட்டும் மணிச்சப்தம் கேட்டது. பூசாரி என்னிடம் பாதி எலு மிச்சைபழம் ஒன்றைத் தந்து ஒரு ரூபாய்க் காசை வெளியே உள்ள பீடத்தில் வைத்து வெட்டிப் போடும்படியாகச் சொன்னார். ரத்தம் போல் வடியும் எலுமிச்சைப் பழத்தை வாங்கிக்கொண்டு வெளியே வந்தேன்.

ஒரு முரட்டு ஆள் பலிபீடத்தின் அருகே நின்றபடியே காசை வெட்டிப் போட்டுக்கொண்டிருந்தான். அவனிடம் ஒரு ரூபாய் நாணயத்தை எடுத்துத் தந்தேன். அவன் ஓங்காரத்தோடு வெட்டித் துண்டாக்கினான். பலிபீடத்தின் கீழே எண்ணிக்கையற்ற நாணயங்கள் துண்டாகிக் கிடந்தன.

கோவிலை விட்டு வெளியே வரும்போது இருட்டத் துவங்கியிருந்தது. வழக்கமாக இந்த நேரம் வீட்டிற்குப் போயிருப்பேன். அதன் பிறகு காலை அலுவலகம் கிளம் பும் வரை வீட்டை விட்டு வெளியே வரவே மாட்டேன். ஆனால் இன்றைக்கு இங்கேயே இருட்டத் துவங்கியிருந்தது.

நான் திருட்டுக் கொடுத்தவன். ஜெயிலுக்குப் போக இருப்பவன். எனது வாழ்நாள் எண்ணப்பட்டுவிட்டது. இனிமேல் நான் வேறு விதமான வாழ்க்கைக்குப் பழகிக் கொள்ள வேண்டும். கோவிலை விட்டு நடந்து பேருந்தில் ஏறி கடற்கரையை அடைந்தபோது கடற்கரை கொள்ளாமல் மக்கள் அலைந்து கொண்டிருந்தார்கள்.

வயதான குதிரையொன்று தனியே மணலை மேய்ந்து கொண்டிருந்தது. கடற்கரை மணலில் நடந்து உள்ளே போய் உட்கார்ந்துகொண்டேன். தொலைவில் குழந்தைகள் விளையாடிக் கொண்டிருந்தார்கள். நடைப்பயிற்சி செய்கின்றவர்கள் பரபரப்பாக நடந்து கொண்டிருந்தார்கள்.

நான் நடைப்பயிற்சி செய்கின்றவன் இல்லை. எனது குழந்தைகள் கடற்கரையில் இப்படி விளையாடியதில்லை. இத்தனை மனிதர்களுக்கு நடுவிலும் நான் தனித்து இருப்பது போலவேயிருந்தது. என்ன செய்வது என்று புரியாமல் மணலை கை நிறைய அள்ளி அள்ளிக் கொட்டிக்கொண்டேயிருந்தது.

மணலில் புதைந்து கிடந்த ஒரு சாவியொன்று கையில் அகப்பட்டது. வீட்டுச் சாவிபோல இருந்தது. யாருடைய வீட்டுச் சாவியது. யார் தொலைத்திருப்பார்கள். தொலைத்த மனிதன் அன்று கடற்கரையெங்கும் தேடியிருப்பான் இல்லையா? அந்தச் சாவியை என்ன செய்வது என்று தெரியாமல் கையில் வைத்த படியே இருந்தேன்.

எவ்வளவு நேரம் கடற்கரையில் இருந்தேன் என்று தெரியாது. நியான் வெளிச்சம் கடல் மணலில் ஒளிர்ந்து கொண்டிருந்தது. காற்று மெல்ல என் உடலைத் தழுவி ஆடையை நெகிழச் செய்துகொண்டிருந்தது. யாரோ ஒரு ஆணும் பெண்ணும் என்னருகே தழுவிக்கொண்டிருந்தார்கள். கடலின் சப்தம் மனதை சாந்தம் கொள்ளச் செய்திருந்தது. கடற்கரையில் கிடக்கும் கோடானு கோடி மணல் துகள்களில் ஒன்றுதான் தானும் என்று தோணி யது.

ஆகாசம் நட்சத்திரங்களால் நிரம்பியிருந்தது. நீண்ட நாட் களுக்குப் பிறகு நெடுநேரம் வெளியே இருந்துவிட்டேன் என்று தோணியது. காலையில் இருந்து மனது கொண்டிருந்த பரபரப்பு அடங்கியிருந்தது. வீடு வந்து சேர்ந்தபோது குழந்தைகள் உறங்கி யிருந்தார்கள். என்னைப் பார்த்த மாத்திரத்தில் மனைவி கதறி அழத் துவங்கினாள். அவள் சப்தம் கேட்டு அருகாமை வீட்டிலிருப்பவர்கள் சிலர் வந்து சேர்ந்தார்கள். என்னிடம் மாறி மாறி எப்படிப் பணத்தைத் தொலைத்தீர்கள் என்று கேட்டுக் கொண்டேயிருந்தார்கள்.

உறங்கிக்கொண்டிருந்த குழந்தைகள்கூட எழுந்து வந்து அழத் துவங்கின. என் வீட்டில் இவ்வளவு அழுகையை நான் கேட்டதேயில்லை. யாருக்கும் பதில் பேசாமல் நின்றுகொண்டே

யிருந்தேன். அருகாமை வீட்டுப் பெண் தனக்கு நினைவுள்ள பழைய திருட்டுச் சம்பவம் ஒன்றைச் சொல்லிக்கொண்டிருந்தாள். எவ்வளவு நேரம் என் மனைவி அழுது கொண்டிருந்தாள் என்று தெரியாது.

எனக்குப் பசிக்கத் துவங்கியிருந்தது. காலையிலிருந்து நான் எதுவும் சாப்பிடவில்லை என்று உணரத் துவங்கியது. அவளிடம் பசிக்கிறது என்றேன். அவள் அதான் எங்களை விழுங்கிட்டு வந்துட்டீங்களே... இனிமே நாங்க பிச்சை எடுத்துத்தான் சாப்பிடணும் என்று கத்தினாள். என்ன பதில் சொல்வது என்று தெரியவில்லை. எதை நம்புவது என்று தெரியவில்லை.

தெரியாமல் நடந்துவிட்டது என்று நான் திரும்பத் திரும்பச் சொல்லிக்கொண்டேயிருந்தேன். அதை யாரும் கேட்டுக்கொண்டது போலத் தெரியவேயில்லை. வீடும் பிள்ளைகளும் மனைவியும் கூட யாரோ போலத் தெரிந்தார்கள். எனக்கு என் மீதே ஆத்திரமாக வந்தது.

அப்போதுகூட என்னிடமிருந்த பணத்தைத் திருடிய மனிதன் விழித்துக்கொண்டிருப்பானா? தூங்கியிருப்பானா? அவன் மனைவிக்கு திருடிய விஷயம் தெரிந்திருக்குமா? அவனது பிள்ளைகள் பணத்தை எண்ணியெண்ணிப் பார்த்து சிரிப்பார்களா என்ற எண்ணம் வந்து கொண்டேதானிருந்தது. அதன்

நீண்ட நேரத்திற்குப் பிறகு துக்கமும் வலியும் தாள முடியாமல் நான் தனியே அழத்துவங்கினேன். அப்போது யாவும் மறந்து வீடே உறங்கிக்கொண்டிருந்தது.

◀ ● ▶

திரும்பிச் செல்லும் மலைகள்

கதை இந்தத் தெருவில் நின்றபடியே நிறைய நாட்கள் நான் அழுதிருக்கிறேன் என்று அம்மா சொன்ன போது நான் தலையசைத்துக்கொண்டேன். சில அடிகள் முன்னே நடந்து விட்டு இங்கே நாம் உட்காரலாமா என்று அம்மா கேட்டாள். கிராமத்தின் வீதிகள்தான் என்றபோதும் எனக்குக் கூச்சமாகவே இருந்தது. அம்மா தெருவின் புழுதியைப் பற்றிய கவலையின்றி சம்மணமிட்டு உட்கார்ந்துகொண்டு என்னையும் உட்காரச் சொன்னாள்.

வெயில் வடிந்திருந்த தெருவில் யாருமேயில்லை. நீண்டோடிக்கிடந்த தெருவின் ஒருபக்கம் ஒன்றிரண்டு வீடுகளில் மட்டுமே ஆட்கள் இருந்தார்கள். பெரும்பான்மை வீடுகள் இடிந்தும் சிதலமடைந்தும் போய்விட்டன. தனித்திருந்த வீடுகளில்கூட வசிப்பதற்கு யாருமில்லை.

அம்மா தன் விரலால் புழுதியில் எதையோ ரகசியமாகக் கிறுக்கி நான் அறியாமல் அழித்துக்கொண்டிருந்தாள். அம்மாவிற்கு எழுபது வயது முடிந்துவிட்டிருக்கிறது. அவள் தன் வயதை மறந்து சிறுமியைப் போல் தெருவில் உட்கார்ந்து விரலால் கோலம் எழுதி அழிப்பது வியப்பாக இருந்தது. அம்மாவின் விரல்கள் புழுதியை ஆசையோடு கோதிக் கொண்டிருந்தன.

மூன்று மாதமாகவே தான் பிறந்த ஊருக்கு ஒரு முறை போய்வர வேண்டும் என்ற எண்ணம் அம்மாவிற்கு மேலோங்கிக் கொண்டேயிருந்தது. சில வேளைகளில் அவளாகத் தன் ஊரைப் பற்றி நினைத்துக்கொண்டு அழ வேறு துவங்கியிருந்தாள் என்பதால் கோடை

எஸ்.ராமகிருஷ்ணன்

விடுமுறையில் நான் மட்டுமே அவளை அழைத்துக் கொண்டு ஊருக்குப் போய்வருவது என்று முடிவு செய்தேன்.

எனக்கே இப்போது வயது ஐம்பதைக் கடந்து விட்டிருக்கிறது. இருபத்தி நாலு வயதில் புதுடெல்லிக்கு உத்யோகத்திற்கு வந்து இங்கேயே காலூன்றி திருமணம் செய்து கொண்டு பிள்ளைகள் பிறந்து அவர்களும் படிக்க அமெ ரிக்கா சென்றுவிட்டார்கள். ஆனால் அம்மாவின் மனதில் தனது ஊர் இன்னும் அழியவேயில்லை.

அம்மாவின் ஊரை தாத்தா ஊர் என்றே மனது சொல்லிப் பழகியிருந்தது. அப்பா இருந்தவரை அங்கே போவதற்கு எரிச்சல் படுவார். அநேகமாக பள்ளிவயதில் ஒன்றிரண்டு முறை சென்றதைத் தவிர துக்க நிகழ்ச்சிகளுக் காகச் சில முறைகள் சென்றிருக்கிறோம். தாத்தாவோ, மாமாக்களோ ஏதாவது விசேஷம் என்றால் எங்கள் வீடுதேடி வருவார்கள்.

அம்மா தன் பிராயத்தில் சொந்த ஊரைப்பற்றி ஆதங்கப்பட்டு நான் அறிந்ததேயில்லை. ஆனால் அப்பாவின் மரணத்திற்குப் பிறகு அவளிடம் ஏற்பட்ட மாற்றங்களில் ஒன்று தன்னுடைய ஊரைப்பற்றிப் பேசத் துவங்கியது. ஆனால் அதைப் பகிர்ந்து கொள்வதற்கு யாரும் கிடையாது.

வீட்டில் நானும் மனைவியும் வேலைக்குச் சென்றுவிடுவ தால் அம்மா இறுக்கமடைந்து போயிருந்தாள். மாலை வீடு திரும்பிய பிறகு பள்ளிச்சிறுமியைப் போல என் அருகில் வந்தமந்தபடியே ‘அன்னைக்குச் சொன்னனே ஞாபகம் இருக்கா அதான் தங்கம் பிள்ளைனு, அதான் டிராயிங்மாஸ்டரா இருந்தாரு... அவரோட பெண்டாட்டி... ஏகானு பேரு... மறந்துட்டயாடா’ என்பாள். அவள் சொல்லும் பெயர்கள். ஆட்கள் எவரும் என் நினைவில் தங்குவதேயில்லை.

ஆனாலும் தெரிந்ததைப் போல அவளிடம் இப்போ அதுக்கு என்ன என்று கேட்டவுடன் அந்த ஏகா வீட்டில் என்மேல கொள்ளைப் பிரியம். அவ வீட்டில் சுத்தமான வெள்ளை எள் கிடைக்கும். அப்படி எள்ளை இப்போ பாக்க முடியாது தெரியுமா என்று சொல்வாள் அம்மா.

வெள்ளை எள்ளைப் பற்றி எதற்காக இப்படிக் கவலைப் படுகிறாள் என்று நிஜமாகவே வருத்தமாக இருக்கும். நிச்சயம் அன்றைக்கு முழுவதும் அதைப்பற்றியே யோசித்துக் கொண்டிருந்திருப்பாள். அவள் நினைவில் அந்த எள்ளின் மணம் நிரம்பியிருந்திருக்கும். அத்தோடு ஏகாவைப் பற்றி நினைத்து அழுதுமிருப்பாள். போக்கு

நான் அம்மாவிடம் உனக்கே வயசு எழுபதைத் தாண்டிருச்சி இந்நேரம் அந்த ஏகா இருக்காளோ இல்லையோ... எதுக்கு அவளைப் போட்டு நினைச்சிகிட்டு இருக்கே என்பேன். அம்மா சில நிமிடங்கள் மௌனமாக இருந்துவிட்டு என்னைப் பொறுத்தவரை உங்கப்பாவைக் கட்டிகிட்டு அந்த ஊரை விட்டு வந்த மறுநாளே ஏகா செத்துப் போயாச்சி. அவளை நான் திரும்பப் பாக்கவே யில்லையே. நான் தான் எல்லாத்தையும் மறந்துட்டனே. பிறகு எப்படி அவ நினைப் பிருக்கும். ஏன்டா தெரியாமத்தான் கேட்கிறேன். செத்துப் போயிட்டா அவளைப் பத்தி பேசக்கூடதா. இல்லை சின்னவயசில் அவளோட விளையாடுவது, சிரிச்சது இல் லேனு ஆகிடுமா. ஏன்டா புரியமாப் பேசுறே என்பாள். அதன் பிறகு அவளிடமிருந்து பேச்சு அறுந்து போய்விடும். விடுவிடுவெனத் தனதுப் படுக்கைக்குப் போய் படுத்துக் கொள்வாள்.

நெடுநேரம் அவள் காற்றாடியை வெறித்துப் பார்த்துக் கொண்டிருப்பது தெரியும். ஆறுதல் படுத்த வழியில்லாமல் நான் அம்மாவைப் பற்றி நினைத்தபடியே படுத்துக் கிடப்பேன். திடீரென என் பிள்ளைகள் நினைவில் வந்து சேர்வார்கள்.

அம்மாவைப் போல எனது நினைவுகள் துல்லியமாக இல்லை. அப்பா வேலை பார்த்த பொன்மலை ரயில்வே பற்றி கொஞ்சமும், படித்த பள்ளிகள், பயிற்சிக்காகச் சென்ற நாக்பூர் மற்றும் டெல்லிக்குப் புதிதாக வந்த நாட்களில் அறிமுகமான ஒன்றிரண்டு நண்பர்கள், திருமணமான புதிதில் மனைவியோடு சென்ற ஹரிதுவார், சண்டிகர். இவ்வளவுதான் என் மனதில் தங்கியிருக்கின்றன. அநேகமாக நினைவுகளே என்னிடமில்லை என்று கூடச் சொல்லலாம்.

என் மனைவிக்கும் அப்படியேதானிருந்தது. அவள் டெல்லியிலே பிறந்து வளர்ந்து படித்து சுருக்கெழுத்துப் பயிற்சி பெற்று வேலை செய்திருக்கிறாள். அவளுக்கு உள்ள நினைவுகள் முழுவதும் வாடகைக்கு வீடு மாறிமாறி அலைந்ததும் கொசுக்கடி நிரம்பிய இரவுகளும் மட்டுமே.

எப்போதாவது மிக அரிதாக தனது பன்னிரண்டாவது வயதில் காசிக்குச் சென்றுவந்த பயணத்தைப் பற்றி நினைவு கொள்வாள். அவளது நினைவில் குழந்தைப்பேறும் அவர்களது கல்விக்காகச் செலவழிக்கப்பட்ட பணமும், டெல்லி நகரக் குளிரில் ஏற்பட்ட உடல்நலக்கோளாறும் கசப்பாக ஏறியிருந்தன.

பதினைந்து வருஷத்தின் முன்பாக அம்மாவை டெல் லிக்கு அழைத்துக்கொள்வது என்று முடிவு செய்தவுடன் மறுப்பில்லாமல்

கிளம்பி வந்துவிட்டாள். இன்று வரை இந்த நகரம் பற்றி அவளுக்கு எவ்விதமானக் குறைபாடும் இல்லை. குளிர் அவளை எதுவும் செய்யவுமில்லை. உறக்கம் மட்டுமே அவளிடமிருந்து நழுவிப் போய்க்கொண்டேயிருந்தது. எப்போது உறங்குகிறாள் எப்போது விழிக்கிறாள் என்பது மட்டும் யாரும் அறியாதது. பின்னிரவில்கூட அவள் முணுமுணுப்பு சப்தம் கசிந்து ஊறிக்கொண்டேயிருப்பதைக் கேட்டிருக்கிறேன். விளக்கைப் போட்டால் பேச்சு நின்று போய்விடும்.

ஒருவேளை அவளது நினைவு முழுவதும் வேறு எங்கோ நிலை கொண்டிருப்பதுகூட காரணமாக இருந்திருக்கக்கூடும். அம்மா இத்தனை வருடங்களுக்குப் பிறகு சமீபமாக ஊருக்குப் போவதைப் பற்றி தினமும் சொல்ல ஆரம்பித்துவிட்டாள். சில நேரங்களில் நான் செத்துட்டா பிறகு போகவே முடியாமப் போயிடும்டா என்று வேறு பிதற்றத் துவங்கினாள்.

வழியின்றி நான் ஒருவன் மட்டுமே துணைக்கு வருவதாகச் சொல்லியபடியே அம்மாவை அழைத்துக்கொண்டு ரயில் பயணத்தைத் துவக்கியிருந்தேன், தன் ஊரை நெருங்கும் வரை அம்மா எதுவும் பேசவேயில்லை. கழுகுமலைக்கு அருகாமையில் உள்ள தென்வடல் கிராமம் அம்மாவுடையது.

தொலைவில் தெரியும் இரட்டை மலைகளை பேருந்திலிருந்து பார்த்தவுடனே அவளது முகத்தில் மாற்றம் தெரிய ஆரம்பித்து விட்டது. உற்சாகமான சிறுபெண்ணைப் போல அங்கே பாருடா. அந்த ரெண்டு மலையும் பறவை ரெக்கையை விரிச்சிகிட்டு மிதக்குற மாதிரியிருக்குல்லே. இத்தனை வருசமாகியும் அப்படியே இருக்கு பாரு என்று அந்த மலையைப் பார்த்துக்கொண்டே வந்தாள். அவள் கைகள் அசைந்தபடியே வந்தன. மலையைத் தன்னை நோக்கி அழைக்கிறாளோ என்னவோ...

ஊர் காலமாற்றத்தில் தேய்ந்துபோயிருந்தது. சீரற்ற பாதைகள், புழுதி பறக்கும் வீதிகள். நூற்றுக்கும் குறைவான வீடுகள். நீரேற்றும் நிலையம். ஆரம்பப் பள்ளி, புதிதாக முளைத்துள்ள நாலைந்து கடைகள் என்பதைத் தவிர ஊரின் இயக்கம் அப்படியே ஒடுங்கிப் போயிருந்தது.

யாருடைய வீட்டிற்குப் போவது என்று தெரியவில்லை. அம்மாவின் பூர்வீக வீட்டில் பலவருடமாகவே யாருமேயில்லை. சிதிலமடைந்து போயிருக்கக்கூடும். உறவினர்களும் நகரங்களை நோக்கி இடம் பெயர்ந்து போய்விட்டிருந்தார்கள். பேருந்தை விட்டு இறங்கியதும் யாரையும் இனி எதிர்பார்க்க வேண்டியதில்லை

என்பதைப் போல் அம்மா விடுவிடுவென நடந்துபோகத் துவங்கினாள். பால்,

இந்த ஊர் அவளது உள்ளங்கை ரேகைகளைப் போல துல்லியமாகத் தெரிந்ததுதானே. எதற்காக இனி மற்றவர்கள். சில இடங்களில் அம்மா நின்றபடியே வெட்ட வெளியை வெறித்துப் பார்த்துக்கொண்டிருந்தாள். என்ன என நான் கேட்டாலும் பதில் சொல்ல மாட்டாள்.

தெற்கு வடக்காக நீளும் தெருமுனையில் அப்படி நின்றபோது அருகில் சென்று கால் வலிக்குதா என்று கேட்டேன். இல்லை இந்த இடத்தில் ஒரு பெரிய வேம்பு இருந்தது. அதில் ஊஞ்சல் கட்டி ஆடியிருக்கிறேன். அந்த ஊஞ்சல் கட்ட கயிறு வேணும் இல்லையா. அதற்குக் கிணற்றில் தண்ணீர் இறைக்க வைத்திருந்த வாளியிலிருந்த கயிற்றை அவிழ்த்துக்கொண்டுவந்து ஊஞ்சல் கட்டி ஆடியிருக்கிறேன். பெரிய மரம். வேப்பம்பூ வாசனை வீடு வரை மணக்கும் என்றாள். அந்த

அந்த இடத்தில் மரம் இருந்த அறிகுறியே இல்லை. ஆனால் அம்மாவின் முகத்தை உற்று நோக்கியபோது அம்மாவிற்கு அந்த மரம் கண்ணில் தெரிந்துகொண்டிருந்தது. அவள் தன் பால்யத்தில் விளையாடிய அதே நிழலில் இப்போதும் நின்று கொண்டிருப்பது போலவே உணர்ந்தாள். அவள் கைகள் தானே அந்த மரத்தின் கிளைகளைப் பற்ற உயர்கின்றன. அவளது நாசி வேப்பம்பூவின் சுகந்தத்தை உறிஞ்சுகின்றன. அம்மாவின் கேசம் காற்றில் பறக்கத் துவங்குகின்றன. வேப்பிலைகள் சலசலக்கின்றன. மரம் அசையத் துவங்குகிறது.

அம்மா என் கையைப் பிடித்து இழுத்து, மரத்தில பொம்பிளைப் பிள்ளைக ஆடக்கூடாதுன்னு எங்கப்பா அடிக்க வருவாரு. இப்படித்தான் ஓடுவேன் என்று வடக் காகத் தெரிந்த தெருவைக் காட்டினாள். அவள் விரல் நீண்ட நிமிஷத்தில் அதே தெருவில் அம்மா ஒரு சிறுமியாக ஓடிக்கொண்டிருப்பது போலவேயிருந்தது. வீதியினுள் நடக்க நடக்க அம்மாவின் நினைவுகள் துல்லியமாகிக்கொண்டே வந்தது. அவள் நினைவில் இருந்த ஊரும் நடப்பில் உள்ள ஊரும் வேறு வேறாக இருந்தன. ஆனால் அது அம்மாவின் கண்ணில் விழவேயில்லை. அப்போதுதான் அம்மா சொன்னாள்.

இந்தத் தெருவில் நான் நிறைய தடவை அழுதுகிட்டே நின்றுகொண்டிருந்திருக்கிறேன் என்று. எதற்கு என அவள் சொல்லவேயில்லை. அதன்பிறகு தெருவில் உட்கார்ந்து கொண்டாள். அது அவளுடைய ஊர் என்பது அந்த நிமிஷத்தில் பூரணமாக

எஸ்.ராமகிருஷ்ணன் 165

அறிந்து கொள்ள முடிந்தது. சில நிமிஷங்களுக்குப் பிறகு தெருவில் இருந்து எழுந்து கொண்டாள்.

அம்மாவின் பூர்வீக வீடு இடிந்து கிடப்பதை இருவரும் அருகில் சென்று பார்த்தோம். வேலி அடர்ந்து போயிருந்தது. கட்டைச் சுவரைத் தவிர வேறு எதுவுமில்லை. கோழி ரோமங்கள் காற்றில் பறந்து கொண்டிருந்தன. அம்மா வேலியை விலக்கிக்கொண்டு உள்ளே நடந்து போனாள். பிறகு என்னை சப்தமாக சிவசைலம், சிவசைலம் என்று கூப்பிட்டாள்.

நான் வேலிமுள்ளை விலக்கி உள்ளே போன போது தூர்ந்து மேடேறிப்போய் இருந்த கிணற்றின் அருகில் நின்று கொண்டிருந்தாள் அம்மா. ஒரே குப்பையால்லே கிடக்கு. வா போகலாம் என்று அவளை இழுத்தேன். இந்தக் கிணற்றுத் தண்ணியில குளிச்சிதான் இன்னும் முடி கொட்டமா இருக்கு. கை எட்டுற உயரத்தில் தண்ணியிருக்கும். அதுவும் மழைபெஞ்சிட்டா செம்பை விட்டு தண்ணி மோந்து கிடலாம். காலையில் பச்சைத் தண்ணியில குளிக்கும்போது உடம்பு வெடவெடனு நடுங்கும். இங்கே ஒரு பட்டியக் கல் போட்டு வச்சிருந்தோம். அதுல மஞ் சள் உரசி உரசி எப்பவும் மஞ்சள் கறை படிந்து போயிருக்கும்.

இந்த இடத்தில் ஒரு வாழை மரம் இருந்துச்சி. அதில் உட்கார்றதுக்கு தினம் மதியமா ரெண்டு குருவிகள் வரும். வாய் ஓயாம ரெண்டு பேசிக்கிட்டு இருந்துட்டு பறந்து போயிரும். அப்புறமா அந்த இடத்தில் ஒரேயொரு கேந்திப் பூச் செடி வச்சிருந்தோம். மழைபெஞ்சா இந்த இடம் தெரியாத இருட்டு நிரம்பிப் பூச்சிகள் சப்தம் போட ஆரம்பிக்கும். நானும் படுத்துகிட்டே சப்தம் போடுவேன். அதுகள் ஏதோ திரும்பச் சொல்லும் என்று மடமடவென சொல்லிக்கொண்டேயிருந்தாள்.

நான் பார்த்தவரை அங்கே கிழிந்துபோன கந்தல் சாக்குகளும், எலிப்புழுக்கையும், முட்டுதுணிகளும், ஒன்றிரண்டு மலம் துடைத்தெறிந்த காகிதங்களும் தவிர வேறு எதுவுமேயில்லை. அம்மாவிற்கு அந்த ஊரிலிருந்த யாரையும் பற்றி ஏன் நினைவுகளே இல்லை என்று திடீரெனத் தோணியது. கேட்பதா வேண்டாமா என்ற யோசனையுடன் நின்று கொண்டிருந்தேன். சில நிமிடங்கள் அந்த இடத்தை உற்றுப் பார்த்துக்கொண்டிருந்துவிட்டு அந்த வாழைமரம், குருவி எதுவும் மிச்சமில்லை என்று கண்ணீரைத் துடைத்துக் கொண்டாள்.

பிறகு வேலியை விலக்கி வெளியே வந்தாள். தெருவில் உச்சி வெயில் ஏறி நின்றிருந்தது. சில நிமிடம் தெருவையே வெறித்துப்

பார்த்துக்கொண்டிருந்தாள். ஏகா வீடு எங்கே இருக்கு என்று கேட்டேன். அம்மா விருப்பமற்றவள் போல அவ செத்து இன்னேரம் தும்பைச் செடியாகிப் போயிருப்பா அதை ஏன் கேட்குறே என்றபடியே நடக்கத் துவங்கினாள். மௌனமாகப் பின்னால் நடக்கத் துவங்கினேன்.

பாதையோரம் இருந்த தும்பைச்செடிகள் திடீரெனத் தெரிந்த மனிதர்களைப் போலானார்கள். இரண்டு மணி நேரம்கூட செலவிடாத இந்தப் பயணத்திற்காகவா மூன்று நாட்கள் செலவழித்திருக்கிறோம் என்று தோணியது. அம்மாவின் முகத்தில் விவரிக்க முடியாத இறுக்கம் படிந்து போயிருந்தது.

பேருந்து நிறுத்ததில் தண்ணீர் குடிக்கிறாயா என்று கேட்டபோது கூட அம்மா மறுத்துவிட்டாள். பேருந்தில் ஏறிய பிறகு அம்மா சொன்னாள். நான் உங்கப்பாவைக் கல்யாணம் பண்ணிகிட்டு இந்த ஊரைவிட்டுப் புறப்பட்டப்போ யாருமே எனக்காக ஒரு சொட்டு கூட அழவேயில்லை. அதைத்தான்டா இப்பவும் என்னாலே தாங்கவே முடியலை.

இந்த ஊர்ல பிறந்து இந்தத் தெருப்புழுதியில் அழுது புரண்டு, அடிவாங்கி இதுதான் என் வீடுனு நினைச்சிகிட்டு இருந்தவளை எல்லாம் போதும்போடினு கட்டிக்கொடுத்து அனுப்பி வச்சாங்க. அய்யோ இதெல்லாம் விட்டுப் போறா ளேனு ஒரு ஆள் என்கிட்டே கேட்கலை.

மடைச்சி எனக்கும் அப்போ தோணவேயில்லை. ரெட்டை ஜடையைப் போட்டுகிட்டுக் கிளம்பிட்டேன். எனக்குனு இந்த ஊருல யாருமேயில்லை. பிரியமா இருந்தா ஏகா. அவ இருக்காளா செத்தாளானு தெரியாது. அப்படித் தான் வாழ்ந்திருக்கிறேன்.

உங்களை வளர்த்து படிக்க வச்சி ஆளாக்கிவிட்டுட்டேன். அதுல என்னடா பெரிய பெருமையிருக்கு. பூனைகூடத் தான் குட்டியைக் கவ்விக்கிட்டே திரியுது. வாழ்ந்து என்னத்தைக் கண்டேன்,

எனக்கு இங்கே எதுவுமேயில்லைடா. இந்த ஊரைப் பொறுத்த வரைக்கும் நான் செத்து ரொம்ப வருசம் ஆகியிருச்சில்லே என்றாள். என்னால் பதில் பேசமுடியவில்லை.

பேருந்து சாலை வளைவில் திரும்பியபோது மலைகள் தென்படத் துவங்கின. அம்மா அதை நிமிர்ந்து பார்ப்பாளோ என்று நினைத்தேன். ஆனால் அம்மாவின் குனிந்த தலை நிமிரவேயில்லை. நான் பார்த்தபோது மலையின் மௌனம் நீண்டோடியிருந்தது. மலையின் அருகாமை வளைவில் பேருந்து

வருகையில் அம்மா புறங்கையால் முகத்தைத் துடைத்துக்கொண்டு வெளியே பார்த்தாள். மலை அவள் கண்களை விட்டு வெகு தொலைவிற்குப் பின்னால் போய் விட்டது போன்றிருந்தது. தலையை உலுக்கியபடியே வெறித்துப் பார்க்கத் துவங்கியிருந்தாள்.

யாரும் தொட முடியாத தூரத்திற்கு மலை பின்னால் போய்க்கொண்டிருப்பது போலிருந்தது. அவள் கண்கள் குருவிகளைப் போல படபடத்துக்கொண்டிருந்தன. அது வரையில்லாத துக்கம் அப்போதுதான் எனக்குள் பீறிடத் துவங்கியிருந்தது. அம்மாவை நேர்கொண்டு பார்க்க என்னால் முடியவில்லை.

◀ ● ▶

சற்றே மகிழ்ந்து கொள்க

சித்ராவிற்கு வாரத்திற்கு ஆறு நாள் கோவில்களுக்குப் போகிறாள். சில வேளை ஒரே நாளில் மூன்று கோவில்களுக்கும் போயிருக்கிறாள். எல்லாக் கோவில்களிலும் அவளைப் போலவே நூற்றுக்கணக்கான பெண்கள் எலுமிச்சைப்பழங்களும் எண்ணெய் வாளியுமாக மனதில் பிரார்த்தனையோடு காத்துக் கொண்டிருக்கிறார்கள். ஒவ்வொரு எண்ணெய் தூக்கு வாளிக்குள்ளும் வெளியே சொல்லாத பிரச்சினைகள் தான் மிதந்து கொண்டிருக்கின்றன.

இவ்வளவு சிறிய தூக்குவாளியை இதற்காகவே தயாரித்திருக்கிறாள் போலும். அவள் ஆரம்ப நாட்களில் எவர்சில்வர் பாட்டிலில் தான் எண்ணெய் கொண்டுபோய்க்கொண்டிருந்தாள். இந்த

முன்பொரு நாள் பிரதோஷத்தின் போது பரிமளம் கொண்டு வந்திருந்த சிறிய தூக்குவாளியைக் கண்டது முதல் அவளும் அதைப் போல ஒன்றை வாங்க வேண்டும் என்று ஆசை கொண்டாள். அதற்காகவே தேடி அவள் ரங்கநாதன் தெருவில் அந்தத் தூக்கு வாளியும் வாங்கிக் கொண்டாள். இவ்வளவு சிறியதாக எப்படி தூக்குவாளியைத் தயாரிக்க முடிந்தது என்ற ஆச்சரியம் ஒவ்வொரு முறையும் அதைக் கையில் எடுக்கும்போது ஏற்படுவதைத் தவிர்க்க முடியாது.

கோவில்களுக்கு வரும் பெண்களைப் பார்க்கும் போது சித்ரா இனம்புரியாத நெருக்கம் கொண்டுவிடுகிறாள். அதற்கு முக்கிய காரணம் தன்னைப் போலவே

அத்தனை பெண்களுக்கும் பிரச்சினையிருக்கிறது. அதை மறைத்துக் கொண்டு வெளியே சொல்ல யாருமில்லாமல் கோவிலுக்கு வந்து சேர்கிறார்கள். மனதின் வலியை ஏதாவது கோவிலின் ஏதாவது ஒரு மூலையில் உதிர்த்துவிட்டு போய்விடுகிறார்கள்.

சித்ராவிற்கு சாமியிடம் பேசுவதற்கு எவ்வளவோ இருக்கின்றன. அவள் திருமணமாவதற்கு முன்பாக இவ்வளவு கோவில்களுக்குப் போனதில்லை. ஆனால் திருமணமான பிறகு கோவிலுக்குப் போகாமல் இருந்தால் மனத்துயரங்களைத் தாங்க முடியாது என்ற நிலை உருவானது.

திருமணமான இந்த ஆறு வருஷத்தில் ஒவ்வொரு நாளும் ஏதாவது ஒரு பிரார்த்தனை அவள் கூடவே இருந்து கொண்டிருந்தது. ஒவ்வொரு முறை கோவிலின் வாசலில் நுழையும்போதும் இந்தமுறை எதையும் பிரார்த்தனை செய்யக்கூடாது என்று தோன்றும், ஆனால் அந்தப் படிக்கட்டுகளைத் தாண்டியதும் மனது தானே பிரார்த்தனைகளின் பட்டியலை வாசிக்கத் துவங்கிவிடுகிறது. அந்தப் பட்டியல் முடிவற்று நீண்டுகொண்டு போவதைச் சில நாட்கள் அவள் உணர்ந்திருக்கிறாள்.

ஒரு உற்சவத்தின்போது அவள் மதியம் இரண்டு மணிக்கே போய்ப் பிரகாரத்தில் காத்துக்கொண்டிருந்தாள். அன்றைக்கு ஆயிரத்துக்கும் மேற்பட்ட பெண்களின் கூட்டம். அவளுக்கு அருகில் இருந்த பெண்களில் ஒருத்தி ஒரு வார்த்தைகூடப் பேசாமல் கண்ணீர் விடுவதும் அதைச் சேலையால் துடைத்துக்கொள்வதும் திரும்ப அழுவதுமாக இருந்தாள். அந்தக் காட்சி சித்ராவை வெகுவாக பாதிப்பதாக இருந்தது.

சித்ராவும் அழக்கூடியவள்தான், ஆனால் அழுவது அவளுக்கு ஏதோ ஒரு சுதந்திரத்தைத் தருவதைப் போலிருந்தது. அவள் சில இரவுகளில் விழித்து எழுந்து சமையல் அறையில் போய் நின்றபடியே இருட்டிற்குள்ளாக அழுவாள். எதற்காக தான் இப்படி அழுகிறோம் என்று அப்போது யோசிப்பதேயில்லை. அழுது முடித்துவிட்டு ஒரு டம்ளர் தண்ணீர் குடித்துவிட்டு வந்து படுத்தால் மனசு சற்றே அடங்கியது போலிருக்கும்.

சித்ராவின் கணவன் அரசு அதிகாரியாகப் பணியாற்றிக் கொண்டிருந்தான். அவர்கள் அடுக்குமாடிக் குடியிருப்பு ஒன்றில் வசித்தார்கள். சித்ராவிற்குத் திருமணத்திற்கு முன்பாக ஒரேயொரு பயம் மட்டுமே இருந்தது அது அவளுக்குத் திருமணம் நடக்க வேண்டும் என்று. ஆனால் மணமான அடுத்த நாளில் இருந்து

திருமண வாழ்க்கையை எப்படிக் காப்பாற்றிக்கொள்வது என்ற பயமாக மாறி விட்டது.

ஒவ்வொரு நாளும் தான் ஏதாவது காரணம் சொல்லித் துரத்தப்பட்டு விடுவோமோ என்ற பயம் அவளுக்குள் வளரத் துவங்கியிருந்தது. அது வளர்ந்து கிளைவிட்டது. பின்னாளில் எதற்கு பயப்படுகிறோம் என்று அறியாதபடியே அவள் நூற்றுக்கணக்கான பயங்களுடன் வதைபடத் துவங்கினாள்.

மாதம் கோவிலுக்காக அறுநூறு ரூபாய் செலவழிக்கிறாள் என்று வீட்டில் உள்ளவர்கள் அவளைத் தொடர்ந்து திட்டிக் கொண்டேயிருந்தபோதும் அவளது பட்டியலில் புதிய புதிய கோவில்கள் பெருகிக்கொண்டேயிருந்தன. ஏதாவது ஒரு புதிய கோவிலைக் கண்டுபிடித்துப் போய்வருவது மிக சந்தோஷம் தருவதாக இருந்தது. ஆனால் எல்லாக் கோவிலிலும் அவளது பிரார்த்தனைகள் மாறவேயில்லை.

சில வாரங்களுக்கு முன்பாக அவள் நகரிலிருந்து ஒரு மணி நேர தூரத்திலிருந்த நிமிஷாம்பாள் கோவிலுக்குப் போயிருந்தாள். இப்போதுதான் அக்கோவில் பிரபலமாகியிருந்தது. வயல் வரப்பின் வழியாக நடந்து கோவிலை அடைந்தபோது ஒரு கிளி பறந்து வந்து சுவரில் உட்கார்ந்தபடியே கத்திக்கொண்டிருந்தது.

அவள் கோவிலில் பூஜை முடிந்து வெளியே வந்து பார்த்தபோது எங்கோ, யாருமேயில்லாமல் தான் தன்னந்தனியாக இருப்பது போலத் தோணியது. தான் ஏன் இப்படியே செத்துப் போய்விடக் கூடாது என்று திடீரெனத் தோணியது. அப்படி நினைக்க நினைக்க கை கால்கள் நடுங்கத் துவங்கின. கோவிலில் நின்றுகொண்டு எதற்காக இப்படி யோசனை வருகிறது என்று மனதை மாற்ற முயற்சித்தபோதும் அது அடங்கவேயில்லை.

அவள் பேருந்திற்காகக் காத்திருக்காமல் சாலையில் நடக்கத் துவங்கினாள். பாதி தூரம் நடந்தபோது தான் எதற்காக இப்படி கடவுளைத் துரத்திக்கொண்டே அலைகிறோம் என்று அவள் மீது அவளுக்கே எரிச்சலாக வந்தது. வழியில் இருந்த ஒரு டெலிபோன் பூத்திற்குள் சென்று அவள் அப்பாவை உடனே புறப்பட்டு வரும்படியாகக் கத்தி அழுதாள். அப்பா என்னம்மா ஆச்சி. என்ன ஆச்சி என்று கேட்கக் கேட்க அவள் நீங்க, வரலைன்னா நான் செத்துப் போயிருவேன்பா என்றாள்.

மறுநாள் காலை அவள் அப்பா தஞ்சாவூரிலிருந்து புறப்பட்டு, கவலை படிந்த முகமும் உறக்கமற்ற கண்களுமாக என்னடா

நடந்துச்சி... மாப்பிள்ளை ஏதாவது சொன்னாரா என்று கேட்டார். இங்கே வேணாம் கோவில்ல போயி பேசுவோம் என்று சித்ரா அடங்கிய குரலில் சொன்னாள். அப்பாவும் அவளும் புறநகரிலிருந்த கோவிலுக்குப் போன போது அவள் மனது கொஞ்சம் கொஞ்சமாக ஆறுதல்படத் துவங்கியது.

அப்பா அவளுக்கு ஏதேதோ ஆறுதல்கள் சொல்லிக் கொண்டிருந்தார். இருவரும் சக்கரைப்பொங்கல் வாங்கிச் சாப்பிட்டார்கள். அப்பாவிடம் அவள் எதையும் சொல்லிக் கொள்ளவில்லை. ஆனால் அவர் வந்தது அவளுக்கு ஆறுதல் தருவதாக இருந்தது. அப்பா மிகவும் பக்தி பூர்வமாக சாமி கும்பிட்டு திருநீறு பூசிக்கொண்டார்கள். அன்றைக்கு அப்பாவும் மகளும் மூன்று கோவில்களுக்குப் போனார்கள்.

ஒன்றாகச் சாப்பிட்டார்கள். ஆட்டோவில் வீடு திரும்பும் போதுதான் இரவே ஊருக்குப் போகப் போவதாக அப்பா சொன்னார். அவள் மறுக்கவில்லை. அம்மாவிடம் தரச் சொல்லி கோவிலில் வாங்கிய குங்குமத்தைத் தந்தாள்.

அப்பா அலுத்துக்கொண்டபடியே உங்க அம்மாவும் கோவில் கோவிலாகத்தான் அலைந்துகிட்டு இருக்கா... அவளுக்கு என்ன குறையோ என்றார். அதைக்கேட்டதும் அம்மாவின் மீது அதிகமான நெருக்கம் உண்டானது.

அவள் உடனே அம்மாவிற்காக தான் தாமரைப்பூ வாங்கி நேர்ச்சை செய்ய வேண்டும் என்று நினைத்தபடியே வீட்டின் முன்னால் வந்து ஆட்டோவில் இறங்கிக்கொண்டாள். அவர்கள் வீடு இருந்த வீதியில் தெருவிளக்குகள் எரியவில்லை. பாதி இருளுக்குள் நடந்து சென்றார்கள். வழியில் இருந்த பிள்ளையார் கோவிலில் இருளுக்குள் நின்றபடியே ஒரு பெண் சாமி கும்பிட்டுக்கொண்டிருந்தாள். அப்பாவும் மகளும் கோவிலைப் பார்த்ததும் கன்னத்தில் போட்டுக்கொண்டு நடந்து செல்லத் துவங்கினார்கள்.

◂ ● ▸

இல்மொழி

சுப்பையாவிற்குத் திருமணமாகிய நாட்களில்தான் இந்தப் பழக்கம் உருவானது. அப்போது சாலை தெருவில் குடியிருந்தார். ரெட்டை யானை முகப்பு போட்ட வீடு. வீட்டில் அவர்களையும் சேர்த்து இருபத்தி ஏழு பேர் இருந்தார்கள். இரண்டு அண்ணன், அண்ணி, ஆச்சி, சித்தப்பா என்று யாவரும் ஒன்றாக வாழ்ந்தார்கள். அதற்கிருந்த ஒரே காரணம் அவர்களது கோவில்கடைகள்.

கோவிலின் மண்டபத்தில் அவர்களுக்கு மூன்று கடைகளிருந்தன. ஒன்று படக்கடை, காலண்டர், சுவாமிப் படங்கள், குங்குமம் விபூதி விற்பது. இன்னொன்று வளையல் கடை. மூன்றாவது கடை கல்கண்டுபால் விற்பது. இவை மூன்றையும் நிர்வாகம் செய்வதற்காக ஆட்கள் தேவைப்பட்டார்கள். அதற்காகவே அவர்கள் ஒன்றாக இருந்தார்கள்.

சுப்பையா பிள்ளைக்கு தாழையூத்தில் பெண் எடுத்தார்கள். கல்யாணம் ஆனது என்ற பெயர்தானே தவிர அவர்களால் பெண்டாட்டியோடு தனித்திருந்து பேச நேரம் கிடைப்பதேயில்லை. ஒரு வேளை பேசிக்கொண்டாலும் அடுத்தவர் காதிற்குக் கேட்காமல் பேசுவது சாத்தியமேயில்லை. சாப்பாடு பரிமாறும்போது வேணாம் போதும் என்று சொல்வதுதான் அவர் உபயோகித்த அதிகமான வார்த்தைகள். சுப்பையா பிள்ளைதான் படக்கடையைக் கவனித்து வந்தார். உண்மையில் அதில் கவனிப்பதற்கு என்று தனியே எதுவுமில்லை. சாமிக்கு பயந்தவர்கள் இருக்கும்வரை

உறுதியான வியாபாரம். பொம்பளைகள் இருக்கும் வரை குங்குமம் மஞ்சள் விற்பனை. பிறகு என்ன?

கடையைத் திறந்து வைத்தவுடன் அவர் தினமணியைப் பிரித்து வைத்துப் படிக்க ஆரம்பித்தால் சாப்பிட வீடு வரும்போதுதான் முடிப்பார். அப்படி ஒரு நாள் வீடு நோக்கி வந்துகொண்டிருக்கும் போது பாலத்தின் அருகில் தான் அந்த யோசனை உண்டானது.

இந்த சள்ளையை எத்தனை நாள் கொண்டு கழிக்கிறது. பேசாம நாமளா ஒரு பாஷையை உண்டாக்கினா என்ன? யோசித்தவுடன் பளிச்சென்றிருந்தது. வீடு வரும்வரை அந்த பாஷையைப் பற்றியே நினைத்துக்கொண்டிருந்தார். அன்றிரவு மனைவியிடம் அந்த யோசனையைச் சொன்னார். அவள் உங்க இஷ்டம். நாலும் யோசிச்சி செய்யுங்க என்றாள். இது வழக்கமாக அவர் எதைப் பற்றிக் கேட்கும் போதும் அவள் சொல்வதுதான் என்பதால் மறுநாள் கடைக்குப் போகும் வழியில் கவனமாக சைக்கிளை லாலாகடை அருகில் நிறுத்தி செந்தில்விலாசில் எண்பது பக்க நோட்டு ஒன்றை வாங்கிக்கொண்டார்.

கடையில் போய் உட்கார்ந்தவுடன் கர்மசிரத்தையாக தான் உருவாக்கப் போகின்ற மொழியைப் பற்றி யோசிக்கத் துவங்கினார். முதலில் அதற்கு என்ன பேர் வைப்பது என்று யோசனை எழுந்தது. சாமி பெயரிலே இருக்கட்டும் என்று நெல்பா என்று அந்த பாஷைக்குப் பெயரிட்டார்.

அதற்கு எழுத்து வடிவம் வேண்டுமே என்று முடிவு செய்து அவராக அனா, ஆவன்னா போல எழுத்தை உருவாக்கினார். அது போலவே அதற்கு என்று ஒலிக் குறிப்பு வேண்டும் என்று உச்சரிப்பும் உருவாக்கினார். கடையில் இருந்த நேரங்களில் எல்லாம் ஒவ்வொரு பொருளுக்கும் அவர் நெல்பாவில் எப்படி வரும் என்று நோட்டில் எழுதத் துவங்கினார். தினசரி அவர். கணக்கு நோட்டு போட்டு எழுதி வருவதைக் கண்ட மணியம்பிள்ளை சுப்பையாவின் தகப்பனாரிடம் உம்ம பிள்ளை ரொம்ப கணக்காக வியாபாரம் பண்றான் என்று புகழ்ந்து தள்ளினார்.

ஒரு மாசத்திற்கு நோட்டு நிரம்பிப் போகும் அளவு வார்த்தைகள் அதிகமாகின. அந்த நோட்டை பர்வதத்திடம் தந்து மனப்பாடம் செய்துவிடும்படியாகச் சொன்னார். அவளுக்கு இந்த மனுசன் வேற கோட்டி புடிச்சி அலை யுறானே என்று எரிச்சலாக வந்தது. ஆனாலும் வழியில்லாமல் அந்த பாஷையைப் பழகிவிட்டாள். அதை சோதித்துப் பார்ப்பதற்காகச் சாப்பாடு போடும்போது நெல்பா பாஷையில் அவர் கேட்பார். அவளும் நெல்பாவில்

பேசுவாள். இரவில் படுக்கையில் கொஞ்சுவதுகூட நெல்பாவிற்கு மாறிப்போனது. அதன்பிறகு அவர் பெரிய நோட்டாக வாங்கி நெல்பாவிற்கான சொற்களைச் சேகரிக்கத் துவங்கினார். ஒரு வருஷத்திற்குள் அந்த பாஷை அவர்கள் ரெண்டு பேருக்கும் அத்துபடியாகியது.

வீட்டில் உள்ளவர்கள் மீது ஆத்திரமானால் கூட வெளிப் படையாக நெல்பாவில் பர்வதம் திட்டுவாள். யாருக்கும் அவள் என்ன சொல்கிறாள் என்று புரியாது. சுப்பையா மிகுந்த சந்தோஷ மானார். உலகில் தங்கள் இருவருக்கும் மட்டுமே தெரிந்த மொழி இருக்கிறது என்பது பெரிய விஷயமில்லையா.

ஒரு நாள் கடை திறப்பதற்காக வந்த சுப்பையாவின் அப்பா கடையில் வைத்திருந்த நெல்பா நோட்டுகளைப் புரட்டிப் பார்த்துவிட்டு இந்த எழவைக் கூட்டுறதுக்காக கடைக்கு உன்னை வச்சிருந்தனர் என்று கோவித்துக்கொண்டு எல்லா நோட்டுகளையும் கடையின் முன்னால் போட்டு எரித்ததோடு எல்லோரிடமும் சொல்லியும் காட்டினார். சுப்பையாவிற்கு ஆத்திரமாக வந்தது. ஆனால் கடையை நம்பிப் பிழைப்பதால் மனதிற்குள்ளாக நெல்பாவில் திட்டிக் கொண்டார்.

இது நடந்த இரண்டாம் வருஷம் சுப்பையாவின் அப்பா இறந்து போகவே கடைபாகம் பிரிக்கப்பட்டது. சண்டை போட்டு படக்கடையை தன்வசமாக்கிக்கொண்டு குறுக்குத் துறையில் வேறு வீடு பார்த்துக் குடிபோய்விட்டார் சுப்பையா பிள்ளை. வீடு மாறியதும் செய்த முதல் வேலை இனிமேல் வீட்டில் நெல்பாவில்தான் பேச வேண்டும் என்றார். அதன்பிறகு அவர் மட்டுமில்லாது அவரது பிள்ளைகள், பெண்கள் யாவரும் அதைக் கற்றுக்கொண்டார்கள். எப்போ தாவது வீட்டில் சண்டை நடக்கும்போது அவர்கள் நெல்பாவில் கத்தி சண்டையிடுவார்கள். அருகாமை வீட்டில் ஒருவருக்கும் ஒன்றுமே புரியாது.

ஒரு முறை பங்குனி உத்திரத்திற்குத் திருச்செந்தூர் போவதற்கு பர்வதம் கிளம்பிய போது சுப்பையா கடையில் வேலையிருப்பதாக போகக்கூடாது என்று தடுத்தவுடன் அவள் கோபத்தில் மடமடவென நெல்பாவில் கத்தினாள். ஆனால் அவள் பேசியதில் பாதி சொற்கள் என்னவென்று அவர் அறிந்தேயிருக்கவில்லை. அவளிடம் எப்படிப் போய் அர்த்தம் கேட்பது என்று யோசனையும் வலியுமாகக் கடைக்குப் போனார். ஒரு உண்மை அவருக்குப் புரிந்திருந்தது. அவள் தனக்காக மட்டும் அந்த மொழியில் சிறப்புச் சொற்கள் நிறைய கற்றுக்கொண்டு விட்டாள் என்றாள். இதை வளர விட்டால் தனக்குத்தான் ஆபத்தாக முடியும் என்று தோன்றியது.

எஸ்.ராமகிருஷ்ணன்

அன்றிரவே வீட்டில் யாரும் இனிமேல் நெல்பாவில் பேசக்கூடாது என்று உத்தரவிட்டார். சில நாட்களுக்கு அவர்களுக்கு சங்கடமாக இருந்தது. ஆனால் சுப்பையாவின் கோபத்திற்கு பயந்து நெல்பாவை மறந்து போனார்கள். நல்லவேளை பிரச்சினை முடிந்தது என்று தன் இயல்பான வாழ்க்கைக்குத் திரும்பியிருந்தார்.

நீண்ட நாட்களுக்குப் பிறகு ஒரு மதியம் தலைவலி அதிகமாகி அவர் வீடு திரும்பிய நேரம் பர்வதமும் அவரது மகனும் ஏதோவொரு பாஷையில் பேசிக்கொண்டிருந்தார்கள். என்ன பேசுகிறார்கள் என்று ஒருவரியும் புரியவில்லை, அவர்கள் சரளமாக பேசிக்கொண்டார்கள். சுப்பையா தன் சாய்வு நாற்காலியில் சாய்ந்தபடியே குடிக்கத் தண்ணீர் கேட்டார். உள்ளே மகள் சிரிப்போடு அதே புரியாத பாஷையில் தன் அண்ணனிடம் ஏதோ சொல்லிக்கொண்டிருந்தாள். சுப்பையாவிற்கு எதற்காக இந்த எழவைக் கட்டி அழுகிறோம் என்று எரிச்சலாக வந்தது.

அந்த நிமிஷம் அவர் தன் அப்பாவை நினைத்துக்கொண்டார். தெரிந்த பாஷையை என்ன எழவுக்கு மாத்தினோம் என்று அவர் மீதே அவருக்குக் கோபம் கோபமாக வந்தது.

◂ ● ▸

கூந்தலில் எரிந்த நெருப்பு

கெந்தியம்மாள் கத்திக்கொண்டிருந்தாள்.

"ஆரு சொல்றதையும் கேட்காம நடந்தா எப்படி... அதான் காது எழவு கேட்கமாட்டேங்குது. கண்ணு வேற அவிஞ்சி போச்சி. வீட்ல கிடக்க வேண்டியதுதானே. இன்னும் அப்படி என்னதான் அந்தப் பொட்டக்காட்டிலே இருக்கோ... எங்கயாவது வழியில் விழுந்து செத்துப் போனா... தூக்கிட்டு வந்து போடுறதுக்குக் கூட வீட்ல நாலு ஆளு கிடையாது பாத்துக்கோங்க. யாராவது வந்து மண்டையைப் போட்டுட்டாருனு சொன்னாக்கூட எனக்கு என்னனுதான் உட்கார்ந்து இருப்பேன். சிறுக்கி புலம்பிகிட்டு கிடக்கானு போறதைப் பாரு... ஏலே முருகேசு. நீயாச்சி இந்தக் கிழவன்கூட போயிட்டு வாய்யா... இந்த வீட்ல என் பேச்சை ஒரு நாதி கேட்கிறதில்லை. ஆக்கிப் போட்டதைத் திங்க மட்டும் வந்து நில்லுங்க. அப்போ வைக்குறேன் சட்டு அகப்பையாலே."

வாசலில் மேய்ந்துகொண்டிருந்த கோழிக்குஞ்சுகளில் ஒன்றிரண்டு அவள் கால்களைச் சுற்றியலைந்து கொண்டிருந்தன. தன் ஆத்திரம் தீருமட்டும் கத்தியபடியே கோழிக்குஞ்சுகளுக்கு வடிகஞ்சியோடு தவிட்டைக் கலந்து போட்டுக் கொண்டிருந்தாள். வீட்டு நாய் கோழிக் குஞ்சுகளை முந்திக் கொண்டு திங்க வந்தது. அதைக்கண்டதும் அவளது ஆத்திரம் நாயின் மீது திரும்பியது. கையில் இருந்த அகப்பையால் நாயின் தலையில் ஓங்கி ஒரு போடு போட்டபடியே கத்தினாள்.

“அதான் உனக்குத் தனியாக வைக்கனே. மூதி அதுக்குள்ளே ஏன் வாயை வைக்குறே...”

நாய் அவள் அடியை உதறிவிட்டபடியே உடைந்த மண்கலயத்தில் ஊற்றிய கஞ்சியை நாக்கால் நக்கத் துவங்கி யது. அவள் தெருவையே பார்த்துக்கொண்டிருந்தாள். வேலய்யா கம்பை ஊன்றியபடியே தனியே போய்க்கொண்டிருந்தார்.

வெங்கலம்மா வீட்டின் உரலில் கட்டப்பட்டிருந்த ஆட்டுக் குட்டியொன்று கத்திக்கொண்டிருந்தது. உடைந்து போன மாட்டு வண்டியொன்று நெடுங்காலமாகவே தெருவின் இடப்பக்கம் கிடந்தது. அதை யாரும் கவனித்துப் பார்ப்பதுகூடக் கிடையாது. ஆனால் உடைத்து விறகாக்க யாருக்கும் தைரியம் வரவில்லை போலும்.

கிட்ணப்ப நாயக்கரின் வீட்டுவாசலில் மட்டும் பெரிதாகக் கோலம் போட்டிருந்தார்கள். மற்றவீடுகளில் கோலமிடுவதற்கு யார் இருக்கிறார்கள். வெள்ளி செவ்வாய்க்கு நாலு புள்ளியில் கோலம் போடுவதோடு சரி. அப்படியே கோல மிட்டாலும் பகல் முழுவதும் புழுதியை வாரி இறைக்கும் காற்று சில நிமிசங்களில் கோலத்தை அடையாளம் தெரியாமல் ஆக்கிவிடும்.

முன்பு போல கோலப்பொடி விற்கின்றவனும் அவர்கள் ஊருக்கு வருவதில்லை. அந்தக் குரல் அழிந்து வருஷமாகி விட்டது. கெந்தியம்மாள் தன் வீட்டைத் தெளிப்பதோடு சரி. கோலம் போடுவதை எல்லாம் விட்டுவிட்டாள். வீட்டில் அவளும் இந்த வயசான கிழவனும் அவளது ரெண்டு பிள்ளைகளும் மட்டுமேதானே இருக்கிறார்கள்.

வடக்கே எங்கோ கட்டிட வேலைக்காகப் போன அவளது புருஷன் மாதம் ரெண்டு நாளோ மூணு நாளோ ஊருக்கு வருகிறான். அவன் வருகின்ற நாளில்கூடக் கோலம் போடுவதற்கு அவள் விரும்புவதில்லை. அவனும் அதை எல்லாம் கண்டுகொள்வதில்லை. வீட்டுக்கு வந்த நேரத்திலிருந்து அவன் உறங்கிக்கொண்டேதான் இருப்பான். சாப்பாட்டு வேளையில் எழுப்பினால் தட்டைக் கவனித்துப் பார்க்கக்கூட விருப்பமில்லாமல் தின்றுவிட்டுப் படுத்துக் கொள்வான். எத்தனை நாள் தூக்கம் இல்லாமல் கிடந்தானோ என்று தோன்றும்.

ஊரில் பாதிக்கும் மேலான ஆம்பளை பொம்பளைகள் நகரங்களில் நடக்கும் கட்டிட வேலைக்காகப் போய்விட்டார்கள். பத்து நாட்களுக்கு முன்னதாகக்கூட மருளூத்திலிருந்து பரமசிவம்

வந்து ஆட்களைக் கூப்பிட்டுக்கொண்டிருந்தான். கெந்தியம்மாள் தன் பிள்ளைகளுடன் வேலைக்கு வந்தால் நாள் ஒன்றுக்கு நூற்றியிருபது ரூபாய் கூலி தருவதாகச் சொன்னான். நல்ல வேலைதான். அதுவும் சாப்பாடு போட்டு சம்பளமும் கொடுக்கிறார்கள். ஆனால் இந்தக் கிழவன் இருக்கிற வரைக்கும் தனியே விட்டு எப்படிப் போவது. அவுக வரட்டும் கலந்துகிட்டு சொல்றேன் என்று சொல்லி முன்பணமாக நீட்டிய நூறு ரூபாத் தாளைக்கூட கெந்தி தள்ளிவிட்டாள்.

மருளூத்துக்காரன் விடாப்பிடியாக பாட்டையாவையும் கூடக் கூட்டிட்டு வந்துருங்க. அவங்க தங்குறதுக்கு இடம் ஏற்பாடு பண்ணித் தர்றேன். மூக்கன்கூட அவங்க அய்யா வைக் கூட்டிக்கிட்டுதான் வர்றாப்லே. தயங்காம் ஒத்துக்கோங்க என்று விடாப்பிடியாகப் பணத்தைக் கையில் திணித்தான். அவளுக்குத் தள்ளுவதற்கு மனசே கேட்கவில்லை, எதற்கு ஒரு வார்த்தை கேட்டுவிடலாமோ என்ற நப்பாசையில் அன்றிரவு பாத்திரம் கழுவியபடியே அவரிடம் நீங்களும் எங்ககூட டவுனுக்கு வந்து சௌரியமா இருக்கலாம்லே என்று கேட்டாள். அவர் பதில் சொல்லாமல் தொண்டையில் இருந்த கோழையைக் காறித் தரையில் துப்பிவிட்டு ஈ ஓட்டத் துவங்கினார். அது அவளுக்கு ஆத்திரத்தை உண்டாக்கியது.

டவுன்லயும் மனுசன் மக்கள் எல்லாம் இருக்காங்க. உசிரு போற வரைக்கு இந்த ஊர்லயே இருக்கிறதுக்கு இங்கே என்ன அரண்மனையா கட்டி வச்சிருக்கீங்க என்று கோபத்தோடு சொன்னாள்.

அவர் அந்தப் பேச்சை கவனம் கொள்ளாமல் ஈயைப் பார்த்தபடியே இருந்தார். இந்தக் கிழவனை என்ன சொல்லியும் ஊரைவிட்டுக் கொண்டுபோக முடியாது என்ற ஆதங்கம் அவளைச் சுணங்க வைத்தது. மருளூத்துக்காரன் திரும்பவும் அடுத்த மாசம் வருவதாகச் சொல்லிப் போனான்.

எப்படியும் அதற்குள் அவள் புருஷன் வந்துவிடுவான். அப்போது பேசி எப்படியாவது இந்தக் கிழவனை டவுனுக்குக் கொண்டு போய்விட்டால் நிம்மதியாகப் போய்விடும். இல்லாவிட்டால் கிழவன் பாடு முடியுற வரைக்கும் நாதியத் துப் போன இந்த ஊரில் கெடந்து அவதிப்பட வேண்டியது தான் என்று சலித்தபடியே அவள் தவிட்டைக் கொத்தி மணலில் போடும் கோழிக்குஞ்சுகளைத் தள்ளிவிட்டபடியே வீட்டிற்குள் சென்றாள்.

வேலய்யாவிற்கு நடக்க நடக்க தெரு நீண்டு போய்க் கொண்டே யிருந்தது. ஒரு காலத்தில் இந்தத் தெருவிற்குள் கால் எடுத்து வைப்பதற்குள் வீடு வந்துவிடும். ஆனால் இப்போது வெகு தொலைவிற்குத் தெரு நீண்டுபோய்விட்டது போலிருந்தது. வீட்டு வாசலில் மருமகளின் தலை தென்படுகிறதா. பார்ப்பதற்காக பாதித் தெருவில் நின்றபடியே திரும்பிப் பார்த்தார். ஆளைக் காணவில்லை.

அவள் சொல்வது எல்லாம் வாஸ்தவம்தான். அவருக்குக்காது பட்டுப்போய்விட்டது. கண்களும் பஞ்சடைந்து விட்டன. வீட்டின் முன்னால் நிற்கும் அடிபருத்த வேம்பு கூடத் தெளிவில்லாமல்தான் புலப்படுகிறது.

நேற்று ராத்திரி சாப்பிட உட்கார்ந்தபோது குண்டு பல்பு எரிவது கண்ணில் தெரிந்தபோதும் சாப்பிடுகின்ற தட்டு கண்ணில் தென்படவில்லை. பாதித் தட்டு தெரிகிறது. சாப்பாடு தெரியவில்லை. கண்களை இறுக்கிக்கொண்டு பார்த்தால் தட்டின் விளம்பு தெரிகிறது. அவர் தன் விரலால் சோற்றைத் துழாவினார். கையில் அள்ளிய சாதத்தை உற்றுப் பார்த்தபோதுகூடத் தெளிவாகத் தென்படவில்லை. வாய்க்குக் கொண்டுபோனவர் தன்னை அறியாமல் அதை வாயில் போடுவதாக நினைத்துக் கீழே போட்டார்.

நல்லவேளை மருமகள் பக்கத்தில் இல்லை. கைக்கும் வாய்க்கும் இடைவெளியாகிப் போச்சின்னா இனிமே ரொம்ப நாள் உசிரு தங்காது என்று அவருக்குத் தோணியது. சாப்பாட்டை ஒதுக்கி வைத்துவிட்டு எழுந்து கொள்ள முயன்றபோது மருமகள் அருகில் வந்து நின்று கத்தினாள்.

"வேளை வேளைக்குச் சுடுசோறு வேணும்னா நான் எங்க போறது. காலையில் வடிச்ச சோறு இறங்கலையாக்கும். சாப்பிடுற லட்சணம் பச்சைப் புள்ளை தாவலை. இதை எல்லாம் யாரு கூட்டிப் பெறக்கி சுத்தம் பண்றது. நாளையில இருந்து மண்சட்டியில கஞ்சிதான் தருவேன். குடிச்சிட்டு அப்படியே கட்டிலுக்குக் கீழே வச்சிகிடுங்க."

அவர் காதில் எதுவும் விழவில்லை. அவள் ஏதோ பேசுகிறாள் என்பது மட்டும் கேட்டது. சப்தங்கள் அநேகமாக அவரை விட்டு மறைந்து போய்விட்டது. பகலும் இரவும் உலகம் அமைதியாக இருந்தது. உடம்பில் ஏதாவது ஊர்ந்து போவது போலத் தெரிவதைத் தவிர வேறு உணர்ச்சிகளும் அதிகமில்லை.

ஆனாலும் அவரால் வீட்டில் படுத்துக்கிடக்க முடியவேயில்லை. சில நாட்களாகவே அவருக்கு ஒரு கனவு வந்து கொண்டிருந்தது.

ஊரின் மேற்கில் உள்ள கட்டபனையொன்று தீப்பிடித்து எரிந்து கொண்டிருந்தது போல அக்கனவு வந்தது. அது கனவு என்பதாகக்கூட இல்லாமல் நாசியில் அந்தப் பனையின் மணமேறுவது போல நிஜமாக இருந்தது.

பனைக்கு யார் நெருப்பு வைத்தார்கள். ஏன் பனை எரிவதை யாரும் தடுக்கவேயில்லை என்று புரியாமல் அவர் நெருப்பின் முன்னால் நின்றுகொண்டிருந்தார். திகுதிகுவென நெருப்பு கொளுந்து விட்டு எரிய பனையின் வலப்பக்கக் கூந்தல் கரிந்து விழுந்தது...

அந்த நெருப்பு அவர் முன்பு பார்த்திருந்த நெருப்பைப் போல இல்லாமல் உக்கிரமாக இருந்தது. அதன் ஓசை அவர் காதுகளுக்குப் பாம்பின் சீற்றமெனக் கேட்டது. பற்றி எரிகையில் அது பனையை முறித்து வீழ்த்திவிட்டுதான் ஓய்வேன் என்று சபதமிட்டிருப்பது போன்ற ஆவேசமிருந்தது. பனை எரியுது. பனை எரியுது என்று அவர் வாய் ஓயாமல் சொல்லிக்கொண்டிருந்தார்.

அந்தக்குரல் யாருக்கும் கேட்கவேயில்லை. ஒருவேளை அவர் கத்தவேயில்லையா? அம்மன் கோவிலுக்கு அக்னிச் சட்டி எடுத்து வரும்போது காற்றில் விசிறிச் செல்லும் தணல் போல எரிந்து கொண்டிருந்த பனையிலிருந்து பொறி பட்டு நெருப்பு பறந்து கொண்டிருந்தது. பனை எரிவதைப் பார்க்க, துயரமாக இருந்தது.

எதிர்ப்போ, மறுப்போ இல்லாமல் தன் சுயவிருப்பத்தின்படியே எரிய அனுமதித்தது போல பனை நெருப்பிடம் தன்னை ஒப்படைத்திருந்தது. புகையும் உக்கிரமும் ஆவேசமும்மாக எரிந்து கொண்டிருந்த பனையின் முன்னால் நிற்க முடியவில்லை. வெக்கை வாறியடித்தது. அவர் தன்னை அறியாமல் துக்கமும் வலியுமாகக் காற்றில் கைகளை வீசி போ போ என்று விரட்டிக்கொண்டிருந்தார்.

நெருப்பு மெதுவாகப் பனையை விட்டுத் தரையிறங்கி அவரை நோக்கி வரத்துவங்கி அவர் பார்த்துக்கொண்டிருந்த போதே நாகம் ஒன்று வருவதுபோல நெருப்பு அவர் காலை நோக்கிக் கொத்த வந்துகொண்டிருந்தது. தன்னை மீறிய பயத்தால் அவர் ஓடத் துவங்கினார். நெருப்பு பின்னாடியே ஓடிவந்தது. மண்ணில் அவர் தடுமாறி விழுந்தபோது நெருப்பு அவர் மீது பற்றாமல் அருகில் இருந்து பார்த்துக்கொண்டேயிருந்தது. அவர் கையெடுத்துக் கும்பிட்டபடியே என்னை விட்டு சாமி என்று கதறினார்.

எஸ்.ராமகிருஷ்ணன்

நெருப்பு அவரைப் பார்த்தபடியே இருந்தது. அவர் நெருப்பைப் பார்த்துக்கொண்டிருந்தார். நீண்ட நேரத்தின் பிறகு சர்ப்பம் திரும்பிப் போவது போல நெருப்பு விடுவிடு வெனப் பனையை நோக்கிச் சென்று அதன் கூந்தலில் ஏறிக்கொண்டது.

அவர் மண்ணில் விழுந்து கிடந்தார். உடம்பு நடுங்கிக் கொண்டேயிருந்தது. தன்னை அறியாமல் மூத்திரம் போகத் துவங்கியது. அப்போதுதான் அவருக்கு விழிப்பு வந்தது. கட்டிலிலே மூத்திரம் போயிருந்தார். கட்டியிருந்த வேஷ்டி, விரிப்பு எல்லாமும் மூத்திரமேறியிருந்தது. கைகளால் தடவிப் பார்த்தார். ஈரம்பட்டது. அதை நாசியின் அருகில் வைத்து முகர்ந்து பார்த்தார். நிஜம்தான் மூத்திரம் போயிருக்கிறேன் என்றபடியே எழுந்து கோலை ஊன்றியபடியே தடுமாறி வெளியே வந்து மீதமிருக்கும் மூத்திரத்தைப் பெய்து முடித்தார்.

படுக்கைக்குப் போக மனது வரவில்லை. இருட்டுக்குள்ளாகவே உட்கார்ந்துகொண்டபடியே பனை எரிவதைப் பற்றியே நினைத்துக் கொண்டிருந்தார். இது எல்லாம் மனப்பிரம்மை தானா? இல்லை நிஜமாகவே பனை இப்போது எரிந்து கொண்டிருக்கிறதா? தன் வாழ்வில் பனை எரிந்து ஒருமுறை கூட அவர் பார்த்தது இல்லை. பின்பு எதற்காக இப்படிக் கனவு வருகிறது.

பனை உண்மையில் எரிகின்றதா என்று போய்ப் பார்த்து விட்டு வரலாமா என்று தோன்றியது. ஆனால் வீட்டிலிருந்து எப்படிப் போவது என்று யோசனையாக இருந்தது. கண் ணைக் கசக்கித் தேய்த்துப் பார்த்தபோதும் தெரு தென்படவில்லை.

பகலிலாவது லேசாகப் புகைமூட்டம் போலப் பார்வையிருக்கிறது. இரவில் எதுவுமில்லை. வெளிச்சத்தின் ஒரு துளிக்கூட அவர் கண்ணில் சேகரமாகியிருக்கவில்லை என்பது வேதனை தருவதாக விருந்தது.

ஆத்திரத்துடன் அவர் தன் பலவீனத்தை ஏற்றுக்கொள்ள மறுத்து தெருவில் கோலை ஊன்றி நடந்து இரண்டு மூன்று அடி சென்றபோது எதன்மீதோ மோதி விழுந்தார். என்ன பொருள் அது என்று தெரியவில்லை. உலகம் மிகவும் சுருங்கிக்கொண்டுவிட்டது என்று ஆத்திரமாக வந்தது. விழுந்த இடத்திலிருந்து எழுந்துகொள்ள முடியவில்லை. அப்படியே சுருண்டுகொண்டு படுத்துக்கொண்டார்.

பனை எரிந்துகொண்டிருக்கிறது. பனை எரிந்துகொண்டிருக்கிறது என்று அவராக அரற்றிக்கொள்ளத் துவங்கினார். அதைக் கேட்கப் பின்னிரவில் யாருமேயில்லை.

விடிகாலையின் போது எருமை மாடுகளைக் கறவைக்கு ஓட்டிப்போன முத்தையாலு அவர் தெருவில் விழுந்து கிடப்பதைப் பார்த்து கைத்தாங்கலாகக் கூட்டி வந்து கட்டிலில் படுக்க வைத்துப் போனான். நல்லவேளை கெந்தியம்மாள் முழிக்கவில்லை. ஆனால் பகலானதும் பனையைக் கட்டாயம் ஒரு எட்டுப் போய்ப் பார்த்து வர வேண்டும் போலிருந்தது.

யாரையாவது துணைக்குக் கூட்டிக்கொண்டு போகலாமா என்று நினைத்தார். சொன்னால் சிரிப்பார்கள் முடிஞ்ச வரைக்கும் நாமளே போய் வந்திர வேண்டியதுதான் என்றபடியே அவராக நடக்கத் துவங்கினார். கெந்தியம்மாள் அப்போதுதான் கத்தத் துவங்கினாள்.

தெருவைக் கடந்து போவது மிகச் சிரமமாக இருந்தது. தண்ணீருக்குள் கண்ணை விழித்துப் பார்ப்பது போலத்தான் வீடுகளும் தெருக்களும் இருந்தன. எந்த வீடு யாருடையது என்று தெரியவில்லை. ஆள் முகங்களும்கூட ஒன்று போலாகி விட்டது. மரங்கள் செடிகள், வானம் பூமி எல்லாமும் தெளிவற்றுப் போய்விட்டது. கோலை ஊன்றியபடியே அவர் ஊரின் புறவெளிக்கு வந்தபோது வெயிலேறியிருந்தது.

வெட்டவெளி தரும் இதம் வீடுகளுக்குள் இல்லை என்று தோன்றியது. உடலில் பற்றி ஏறும் வெயிலை ஏற்றுக் கொண்டபடியே அவர் ஊன்றுகோலை வலுவாக ஊன்றி நடக்க ஆரம்பித்தார். காற்றேயில்லை. தும்பைச் செடிகளும் காலில் தென்படவில்லை.

நினைவு தெரிந்த நாளிலிருந்து அவர் ஆடுமேய்ப்பதையே வேலையாகக் கொண்டிருந்தார். சில வருசம் குல்லூரில் ஒரு தோட்டம் குத்தகைக்கு எடுத்துப் பார்த்து வந்தார். அந்த நாட்களில்தான் அவரது மகன் மகள் எல்லாம் பிறந்தார்கள். அப்போது சொந்தமாக இருபது ஆடுகளுக்கும் மேலாக அவரிடமிருந்தன.

குல்லூரிலே இருந்திருக்கலாம். ஆனால் எங்கோ தொலைவிற்குப் போன பிறகும் ஊர் அவரை வா வாவெனக் கூப்பிட்டுக்கொண்டேயிருந்தது. அவராகவே குல்லூர் ரெட்டியாரிடம் சொல்லிக்கொண்டு வந்து ஊர் வந்து சேர்ந்து தன் வீட்டைக் கூரைமேய்ந்து திரும்பவும் ஆடு மேய்க்கத் துவங்கினார்.

ஊரைச் சுற்றிலும் மேய்ச்சல் தரை எங்கும் கிடையாது. ஊர் பசுமையே கண்டதில்லை. எப்போதாவது மழைக்குப் பின்பு லேசாக

ஈரப்பதம் தட்டுப்படும். மற்ற நாட்களில் வேலிச்செடிகளை மேய்வது தான் ஆடுகளின் வாடிக்கை. சில நாட்களில் கண்மாய்க்குள் உள்ள கருவேல மரத்திலிருந்து காய்களை அறுத்துப் போடுவது உண்டு. மற்ற நேரங்களில் ஆடுகள் தரையை முகர்ந்தபடியே தன்னிஷ்டம் போல மேய்ந்து கொண்டிருக்கும். கிழட்டு யானை போல சூரியன் மிக மெதுவாக நடந்து நடந்து வானைக் கடந்து போகும்.

அவர் ஆடுகளை மேய்ச்சலுக்கு விட்டுவிட்டு கட்டபனை அருகே போய் உட்கார்ந்துகொண்டுவிடுவார். அந்தப் பனை அதிகம் வளரவில்லை. கூந்தலும் அதிகமில்லை. சிறுவர்கள் ஏறி விளையாடுவார்கள். அந்தப் பனையடி அவருக்குப் பிடித்திருந்தது.

தொலைவில் ஆடுகள் கானலை மேய்ந்தபடியே இருக்கும். எப்போதாவது சிறு சப்தம் கொடுத்தால் போதும். ஆடுகள் தலை தூக்கிப் பார்த்துவிட்டு சப்தமிடும்.

அவர் ஆடுமேய்க்கும் நாட்களில் பறவைகள் வலசை போவதையும், விதவிதமான மேகக் கூட்டங்களைக் கண்டிருக்கிறார். அதுவும் சில மாலை வேளைகளில் ஆற்றில் ஊற்று எடுப்பது போன்று ஆகாசத்தில் பெருகியோடும் மேகங்களைக் காண்பது ஆச்சரியமாக இருக்கும். அதில் போய் நனைந்து குளிக்கலாம் என்று தோன்றும்.

மழைவட்டம் போடும் நாட்களில் மேகங்கள் ஒன்றோடு ஒன்று மோதி சப்தமிடுவதைக் கேட்டிருக்கிறார். மேலக்கண்மாயைத் தாண்டி ஆடுகளை ஓட்டிக்கொண்டு திரும்பி வந்த ஒரு நாளில் எதிர்பாராமல் மழை பிடித்து முதுகில் அடிக்க ஆரம்பித்தது. ஆடுகள் திசைக்கொன்றாய் ஓடத் துவங்கியது. அதுபோன்ற முரட்டு விரல்களை உடைய மழையை அதன் முன்னே அவர் கண்டதேயில்லை.

சட்டுசட்டு என்று முதுகில் அறைந்தபடியே அந்த மழை அவரைத் தள்ளாடச் செய்தது. எதிரில் இருந்த பூமி தெரியாதபடி மழை வலுவானது. அவர் ஆடுகளை விரட்டியபடியே ஓடினார். ஒதுங்குவதற்கு இடமில்லாத வெட்டவெளியில் அவரும் ஆடுகளும் ஓடிக்கொண்டிருந்தார்கள். மின்னல் வெட்டு பளீர் என்று அடித்து எங்கோ இடி விழுந்தது. நிச்சயம் ஏதாவது ஒரு மரம் பிளந்திருக்கக் கூடும். அவர் மழையைத் தள்ளியபடியே ஓடினார். ஆடுகள் விடாது சப்தமிட்டன.

அவர்கள் ஊரை நெருங்கும் போது ஊரில் ஒரு சொட்டு மழையில்லை. ஆனால் அவரும் ஆடுகளும் நனைந்து ஈரம் சொட்ட

வருவதைக் கண்ட கிராமவாசிகள் எந்தப் பக்கம் மழை பெய்யுது என்று ஆர்வத்துடன் விசாரித்தார்கள். மேற்கிலிருந்து மழை வந்துகொண்டிருக்கிறது என்று சொன்னதும் ஊரே மழையை எதிர்கொள்ளத் தயாராக இருந்தது.

அவர் தன்னுடைய வீடு வந்து சேர்ந்த போது மழைக் காற்று ஊரில் சுற்றியலையத் துவங்கியது. மேகம் இருண்டது. வேலய்யாவின் மகள் இருவரும் பானைகளை மழைத் தண்ணீர் பிடிக்க வெளியே கொண்டுவந்து வைத்தார்கள். இடிச்சப்தம் கேட்டதேயன்றி மழை ஊருக்குள் வரவேயில்லை. ஆளுக்கு ஆள் தெருவில் நின்றபடியே ஆகாசத்தை வெறித்துப் பார்த்தபடியிருந்தனர். அன்று அவர்கள் ஊருக்கு வர வேண்டிய மழை ஓடைப்பட்டியில் பெய்தது.

ஊர்க்காரர்கள் இரவெல்லாம் அதற்காகக் கவலைப்பட்டார்கள். மழையை எதிர்கொண்டு சந்தித்த வேலய்யா மட்டும் மழையின் உன்மத்தம் பற்றி இரவெல்லாம் சொல்லிக் கொண்டிருந்தார். ஏன் மழை அவர்கள் ஊரை விலக்கிப் போனது என்று அவர்களுக்குத் தெரியவில்லை. ஆனால் யாவருக்கும் ஆத்திர ஆத்திரமாக வந்தது. வானத்தோட குரல்வளையைக் கடித்துத் துப்பிரலாம் போலிருக்கு என்று முத்திருளன் சொன்னபோது யாவரும் சேர்ந்து தலையசைத் தார்கள்.

அது நடந்து பல வருசமிருக்கும் ஆனால் அவருக்கு இப்போதுதான் வீட்டை நோக்கி ஓடிவந்தது போலிருந்தது. ஒருவேளை அதுதான் உண்மையோ என்னவோ, தனக்குப் பார்வை தடுமாறியது, கெந்தியம் மாள் கத்தியது எல்லாமும் கனவாக இருக்கக்கூடுமோ என்றும் தோன்றியது.

அவர் தன் உடலைத் தடவிப் பார்த்துக்கொண்டார். அதில் ஈரமில்லை. குனிந்து மண்ணைக் கையில் அள்ளி முகர்ந்து பார்த்தார். அதில் குளிர்ச்சியே இல்லை. மண் புரண்டு நெடுநாட்களாகிவிட்டது போலும். ஆடுமாடுகளின் ஓசை ஊரில் குறைந்துபோய்விட்டது. மொத்தமே ரெண்டு ஜோடிக் காளைகள் இருக்கின்றன. ஆடுகளும்கூட அதிகமில்லை. நாலைந்து எருமைகளும் ரெண்டு பசுவும் இருந்தன. மற்றபடி வாத்து, கௌதாரி போன்றவை இருந்த அடையாளமேயில்லை.

அவர் ஆடு மேய்த்த நாட்களில் கட்டபனை தான் அவரது தங்குமிடம். ஆடுகளை ஓட்டிக்கொண்டு மேய்ச்சலுக்கு விட்டுவிட்டு கட்டபனை அருகே உட்கார்ந்துகொள் வார். ஆள் உட்காருவதற்கு வாகாக அருகில் ஒரு பாறாங்கல் கிடந்தது. அதில் உட்கார்ந்தபடியே

கையில் கோலை வைத்துக்கொண்டு ஏதாவது யோசனை செய்து கொண்டிருப்பார். போட்டருப்பார். பின்

சில நேரம் அவர் யோசனையைக் கலைப்பது போல மைனா சப்தமிடும். சில நேரம் கரிச்சான் குருவிகள் கடந்துபோகும். மற்றபடி ஆள் நடமாட்டமிருக்காது. சிறார்கள் எப்போதாவது கிளி பிடிப்பதற்காகப் பனையைத் தேடி வருவார்கள். மற்ற வகையில் அவர் ஒற்றை ஆளாக மேயும் ஆடுகளும் வீழ்ந்து கிடக்கும் ஆகாசமுமாக உட்கார்ந்திருப்பார். வெட்டவெளியைப் பார்த்துக்கொண்டிருப்பது விசித்திரமாக இருக்கும். சில நேரம் மனதில் நினைத்துக் கொண்ட உருவங்கள் வெட்டவெளியில் நடப்பது போலவே இருக்கும்.

அந்தப் பனைக்கு அருகாமையில் பாம்பு கடித்து செத்துப் போன சௌடியின் ஞாபகம் வரும். மூணு பிள்ளைகளின் தாய். தும்பைச் செடியின் ஊடாக வாயில் நுரை தள்ள விழுந்து கிடந்தாள். வேலய்யாதான் கண்டு தூக்கிக்கொண்டு வந்து சேர்த்தார். வீடு வருவதற்குள் செத்துப் போயிருந்தாள். அவளது பிள்ளைகள் அழுத அழுகை அப்படியே மனசில் நிற்கிறது. இவ்வளவிற்கும் செடியோடு அவள் உயிரோடு இருந்த நாட்களில் ஒரு வார்த்தை பேசியது கிடையாது.

பல நாட்கள் பனையடியில் உட்கார்ந்து கொண்டிருக்கும் போது சௌடி தும்பைச் செடிகளின் நடுவில் உட்கார்ந்திருப்பது போலவே இருக்கும். அவள் யாரோடும் பேசுவதில்லை. அவராக சில நேரம் தொலைவில் இருந்தபடியே சௌடி உன் பிள்ளைகள் எல்லாம் நல்லா இருக்குது. நிம்மதியா போயி பூமிக்குள்ளே ஒடுங்கு தாயி என்று கையெடுத்துக் கும்பிட்டுச் சொல்லுவார். ஆனால் சலளமேயிருக்காது.

ஆடுகள் தனித்தனியாக மேய்ச்சலில் இருந்தாலும் அதுகளுக்குள் பிரிக்க முடியாத சுபாவமிருந்தது. ஒரு ஆடு சப்தமிட்டாலும் உடனே இன்னொரு ஆடு தலை தூக்கிப் பார்க்கும். அதுவும் அவரது குரலைக் கேட்டுவிட்டால் ஆடுகள் தலையைச் சிலுப்பியபடியே பார்க்கும். அவர் தான் சொல்ல விரும்பிய அத்தனையும் ஆடுகளிடம் தான் சொல்லியிருக்கிறார். தன் பெண்டாட்டியைப் பற்றிய குறைகளை, பிள்ளைகளைப் பற்றிய கவலைகளை எல்லாவற்றையும் ஆடுகளிடம்தான் சொல்லுவார். ஆடுகள் தலையசைத்தபடியே நடந்து கொண்டிருக்கும்.

இப்போது அவர் சப்தத்திற்குத் திரும்பும் ஆடுகள் அவரோடில்லை. ஆடுகளுக்கும் வயதாகிப் போனால் தன்னைப் போலவே கண்

பார்வை போய்விடுமா என்ன? தான் வளர்த்த ஆடுகளில் ஒன்றுகூட இன்று உயிரோடு இல்லை. யாவும் எவரெவர் பசிக்கோ உணவாகி விட்டது.

தொலைவிலிருந்து பார்த்தபோது பனை தென்படவில்லை. பனை மட்டுமில்லை. வெட்டவெளியின் பிர மாண்டமும் அடிவானம் வரை விழுந்து கிடக்கும் ஆகாசமும்கூட அவருக்குப் புலப்படவில்லை. அவர் தன் கைகளால் காற்றில் தடவியபடியே முகர்ந்து பார்த்தார். காற்றிலும் ஈரமில்லை.

கலங்கலாகக் காட்சிகள் தெரிந்தன. தடுமாறி நடந்தபடியே அவர் பனையின் அருகாமைக்குப் போன போது அது சலனமற்று நின்றிருந்தது. கட்டபனை அருகே ஆட்கள் வருவதேயில்லை. ஆடு மேய்ப்பது முற்றிலுமாக நின்று போன பிறகு அங்கே வருவதற்கு யார் இருக்கிறார்கள். அவர் தன் கைகளால் பனையைத் தடவிப் பார்த்தார்.

பனை எரியவில்லை. தனக்கு வந்தது வெறும் கனவு என்று தோன்றியது. அவர் தான் வழக்கமாக உட்காரும் பாறை எங்கேயிருக்கிறது என்று கைக்கோலால் தடவிப் பார்த்தார். அந்தப்பாறை காணவில்லை. யாரோ பெயர்த்துக் கொண்டு போய்விட்டார்கள். தும்பைச் செடிகளின் நடுவே இப்போதும் செளடி உட்கார்ந்திருக்கக்கூடுமோ என்ற ஆசையில் செளடி செளடி என்று அழைத்துப் பார்த்தார். காற்று அவர் குரலை அடித்துச் சிதறியது.

பனை எரியவில்லை என்றபோதும் அவர் மனதின் ஆதங்கம் அடங்கவேயில்லை. அவர் மனது அதை நம்ப மறுத்து பனை எரியுது பனை எரியுது என்று சொல்லிக் கொண்டேயிருந்தது. அவர் பனையைக் கட்டிக்கொண்டு காதை உன்னிப்பாக வைத்துக் கேட்டார். வயசாளியின் மூச்சிரைப்பைப் போல ஒரு சப்தம் கேட்பதாகவிருந்தது.

அவர் பனையை அண்ணாந்து பார்த்தார். பனையோலை அறுந்து தொங்கிக்கொண்டிருந்தது. பனையும் காய்ப்பதை நிறுத்திப் பல வருஷமாகிவிட்டது. இனி அதை யார் சீண்டப் போகிறார்கள். அவர் பனையடியில் உட்கார்ந்து கொண்டபடியே கெந்தியம்மாளையும் தன் மகனையும் பற்றி நினைத்துக்கொள்ளத் துவங்கினார்.

தன் சாவோடு அவர்களுக்கு இந்த ஊரின் பந்தம் முடிந்து போய்விடும். அதன் பிறகு ஏதாவது ஒரு நகரத்தில் கூலி வேலை

செய்து பிழைக்கப் போய்விடுவார்கள். இந்த ஊரும் பனையும் ஆடுகளும் மேகங்களும் எதுவும் நினைப் பில் இருக்காது. தன்னையும் அப்படியே மறந்து போய்விடுவார்கள். அதுவும் நல்லதுதான். நினைத்துக் கொள்ளும்படியாக தான் என்ன செய்துவிட்டேன்.

நகரத்தில் பனைகள் இருக்குமா என்று தெரியாது. தன்னைப் போல் ஆடு மேய்க்கின்றவர்கள் நகரில் இருப்பார்களா? நகரில் ஆடுகள் இருக்குமா? அவை மேய்க்கப்பட வேண்டுமா? ஒருவேளை நகரிலும் மழைகள் இல்லாமல் ஆடுகள் தாகமிகுதியால் அலைய வேண்டுமா? நகரில் உள்ள பனைகளும் பற்றி எரியத் துவங்குமா?

ஏதேதோ யோசனையாக வந்துகொண்டிருந்தது.

திடீரென ஊரில் எத்தனை சேவல்கள் இருக்கின்றன, ஒன்றி ரண்டைக் கூட கண்ணில் காணவேயில்லையே என்று பட்டது. தான் பார்த்த மனிதர்கள். தன்னோடு ஆடுமேய்த்தவர்கள், தனக்குக் கஞ்சித்தண்ணி வார்த்த பொம்பளைகள் அத்தனையும் அழிந்து மண்ணுக்குள் போய்விட்டார்கள். அது எத்தனை பேர் ஞாபகத்தில் இருக்கும்.

தானும் அழிந்து மண்ணாகிப் போனால் நிச்சயம் ஒரு தும்பைச் செடியாகிவிடக்கூடும். ஆனால் அதை மேய்வதற்கு ஆடுகள் இருக்குமா? தும்பைப் பூவை இப்போது யாராவது நின்று முகர்ந்து அதில் உள்ள தேனை நாவில் ருசித்துப் பார்க்கிறார்களா என்ன? நாம்

தும்பைச் செடியானாலும் தனித்து இருந்து ஆகாசத்தைப் பார்த்துக்கொண்டுதான் இருக்க வேண்டும்

மருமகள் சொல்வது போல நகரத்திலும் மனிதர்கள் வசிக்கத் தானே செய்கிறார்கள். அவர்கள் சந்தோஷத்திற்காக வாவது இந்த ஊரை விட்டுப் போய்விட வேண்டியதுதானே. ஏன் ஊர் தன்னை விட மறுக்கிறது. அவருக்குக் குழப்பமாக இருந்தது.

நெடுநேரம் அவர் அந்த இடத்தில் தலைகவிழ்ந்தபடியே உட்கார்ந்திருந்தார். சௌடியைக் கடித்த பாம்பும் இந்நேரம் செத்துப் போயிருக்கும் இல்லையா என்று ஏனோ தோணி யது. எழுந்து வீட்டை நோக்கிப் போக மனதேயில்லாமல் உட்கார்ந்தேயிருந்தார். அவரை மீறிய துக்கம் பீறிட அழ வேண்டும் போலிருந்தது. ஆனால் அழுவதற்கு அவர் விரும்பாமலிருந்தார். மனதை அடக்கிக்கொண்டு உட்கார்ந்திருந்தார். திடீரென எழுந்து ஆவேசமானவர் போல பனை எரியுதுடா, பனை எரியுது என்று கத்தினார்.

பிறகு ஏதோ சந்நதம் கொண்டவரைப் போலத் தன் கைக்கோலால், இல்லாத ஆடுகளை விரட்டியபடியே அவர் வீட்டை நோக்கி நடக்கத் துவங்கினார். வழி முழுவதும் பனை எரிந்துகொண்டிருக்கிறது என்று அவர் கத்திக் கொண்டே வந்தார். அதை நின்று கேட்பதற்கு வீழ்ந்து கொண்டிருக்கும் சூரியனைத் தவிர அந்த வெட்டவெளியில் யாருமேயில்லை.

◂ ● ▸

பேசும் மீன்

தனது மனைவியின் பிறந்த நாள் பரிசாக யாருக்குமே கிடைக்காத அதிசயமான பேசும் மீன் ஒன்றை வாங்கி வந்தான் கணவன்.

அந்த மீன் உலகின் ரகசியம் யாவும் அறிந்தது. ஏழு கடலுக்கு அப்பால் பிடிக்கப்பட்டது. அதைப் போல வேறொரு மீன் கிடையாது. அதன் குரல் இசை போன்றது என்றான் விற்பனையாளன்.

வீட்டிற்கு வந்தவுடன் கணவனும் மனைவியும் போட்டி போட்டுக்கொண்டு மீனின் நிறத்தை, அழகை ரசித்தார்கள்.

ஆனால் அந்த மீனுடன் யார் முதலில் பேசுவது என்பதில் கணவன் மனைவி இருவருக்கும் சண்டை வந்தது...

வாங்கி வந்தவன் தான் என்பதால் முதலில் தன்னோடு மீன் பேச வேண்டும் என்றான் கணவன். அவளோ தனக்காக வாங்கி வரப்பட்ட மீனோடு தான் பேசுவதே சரி என்றாள்.

வாக்குவாதம் முற்றியது.

ஒருவரையொருவர் மிக மோசமாகத் திட்டிக் கொண்டார்கள். அவர்களுக்குள் பேச்சுவார்த்தையில்லை.

உலகின் அதிசயமான பேசும் மீன் யாரும் தன்னோடு பேசாமல் இருப்பது கண்டு சோர்வடையத் துவங்கியது. அதன் உடலில் மிளர்ந்த தங்கநிறம் கருமையாகியது.

அதை அந்த ஆணும் கவனித்தான், பெண்ணும் கவனித்தாள். இந்த மீனுக்கு இவ்வளவு அகம்பாவம் கூடாது என்று திட்டிவிட்டு அலுவலகம் சென்றார்கள். மீனைப்பற்றிய நினைவுகள் எதுவுமின்றி வேலை செய்தார்கள். உணவருந்தினார்கள். அவரவர் வேலை அவரவர் உலகம் என்றிருந்தார்கள்.

பேசத்தெரிந்த மீன் யாரோடு பேசுவது என்று புரியாமல் பகலிரவாக அந்த மீன் தொட்டிக்குள் சலனமற்றுக் கிடந்தது. எதையும் சாப்பிட மறுத்தது. ஒரு வாரத்தில் மௌனம் தாளாமல் மீன் செத்தும் போனது.

வீடு திரும்பிய இரவில் மனைவி சொன்னாள், பேசும் மீன் செத்துப் போய்விட்டது என்று. கணவனும் சொன்னான் ஆமாம் செத்துப் போய்விட்டது, அதைத் தூக்கி வெளியே எறிந்துவிடு என்று.

யார் செத்த மீனை எறிவது என்று அவர்களுக்குள் திரும்பவும் சண்டை துவங்கியது. அடுத்த இரண்டு நாள் அவர்கள் பேசிக்கொள்ளவில்லை. செத்துப்போன மீனை வேலைக்கார பெண் பூனைக்குத் தூக்கி எறிந்தாள்.

இரண்டு வாரங்களின் பிறகு அவர்களின் திருமண நாள் வந்தது. உலகில் யாரிடமும் இல்லாத அதிசயமான பொருள் ஒன்றை வாங்குவதைப் பற்றி கணவனும் மனைவியும் இரவெல்லாம் திட்டமிடத் துவங்கினார்கள். கனவு கண்டார்கள். கடை கடையாக ஏறி இறங்கி பார்வையிட்டார்கள். பிறகு இருவரும் அலுத்துக்கொண்டார்கள்.

அதிசயமானது என்று உலகில் எதுவுமேயில்லை, என்ன வாழ்க்கையிது.

◂ ● ▸

புத்தன் இறங்காத குளம்

கபிலவஸ்துவின் அரண்மனைக்கு வெளியேயிருந்த அந்தக் குளம் பற்றி யாரும் அதிகம் அறிந்திருக்கவில்லை. ஆனால் சித்தார்த்தனுக்கு அந்தக் குளம் தொலைவில் விரிந்திருக்கும் கனவைப் போலவே சிறுவயதிலிருந்து தெரிந்து கொண்டிருந்தது. தனது அரண்மனையின் மேல்தளத்தில் நின்றபடியே கிழக்கே பார்க்கும்போது அந்தக் குளமும் அதன் கரையிலிருந்த மரங்களும் பறந்து கொண்டிருக்கும் சிறு பறவைகளின் இயக்கமும் கண்ணிற்குப் புலனாகும்.

அரண்மனைக்குள் பறவைகள் வருவதில்லை. கூண்டில் அடைத்து வைக்கப்பட்ட பறவைகள் நாளுக்கு நாள் தன் இயல்பை மறந்துவிடுகின்றன. அதன் குரலில் பொய்மையேறி விடுகிறது. சிரிக்கப் பழகிய மனிதர்களைப் போல அதுவும் போலியானதொரு தொனியைக் கொண்டுவிடுகிறது.

சித்தார்த்தன் தனது ஏழாவது வயதின் ஒரு மாலை வேளையில் அந்தக் குளத்தை முதன்முதலாகப் பார்த்தான். மழைக்காலத்தின் பின்மாலையது. இருட்டிக்கொண்டிருக்கும் ஆகாசமும் எங்கோ பெய்யும் மழையின் வாசனையும் தொலைதூரத்து இடியோசையும் மிரட்சி கொள்ளச் செய்யும் போது காற்றின் நெருக்கத்தை வேண்டி அவன் மேல் தளத்திற்கு ஓடினான்.

அவனைத் துரத்தி வந்த தாதி மழைக்காற்றில் தன்னை மறந்து அலையும் தன் கேசத்தை ஒதுக்கிவிட்டபடியே கருத்த மேகங்கள் அடர்ந்த வானைப் பார்த்தபடி நின்றிருந்தாள்.

திறந்து கிடந்த மேல்தளத்தில் ஓடிக்கொண்டேயிருந்தான் சித்தார்த்தன்.

அப்போது காற்றின் அலைக்கழிப்பில் சுழன்று கொண்டிருக்கும் விருட்சமும் அதன் அருகாமையில் தாமரை பூத்து நிரம்பிய குளமும் கண்ணில் பட்டது. சித்தார்த்தன் தன்னை மறந்தவனைப் போல அந்தக் குளத்தை வியப்போடு பார்த்துக்கொண்டிருந்தான். கிழக்கிலிருந்த மின்னல் வெட்டு ஒரு நிமிஷம் பூமியெங்கும் வெளிச்சத்தை வாரி இறைத்தது. தாதி தன்னிலை உணர்ந்தவளைப் போல் சித்தார்த்தனை அழைத்தாள். அவனோ பூவில் வந்து அமர்ந்திருக்கும் பட்டாம்பூச்சியொன்றைக் காண்பது போல குளத்தினைக் பார்த்துக்கொண்டிருந்தான்.

தாதி ஓடிவந்து அணைத்துக்கொண்டு மழை வரப் போகிறது இளவரசே... வந்துவிடுங்கள் என்று உரிமையோடு தூக்கியபோது அவன் தன் விரல்களால் குளத்தைக் காட்டினான். மழைக்கு முன்பாக தன் கூடு திரும்பிவிட முயன்ற பறவையொன்று அவசரமாக தன்னிருப்பிடம் திரும்பிக் கொண்டிருந்தது. அவள் தன் இருகைகளால் அவனைத் தூக்கிக்கொண்டு மேல்தளத்திலிருந்து கீழே ஓடத் துவங்கினாள். குளம் பார்வையிலிருந்து நழுவிப் போகத் துவங்கியது.

அவர்கள் அரண்மனையின் உள்ளே வருவதற்குள் மழை பெய்யத் துவங்கியிருந்தது. மழையில் குளம் என்ன செய்து கொண்டிருக்கும்? தன் மேல் பெய்யும் ஒவ்வொரு துளியையும் குளம் அனுமதிக்கிறதா என்ன? தாமரைகள் மழை பெய்யும்போது நடுங்கிக்கொண்டிருக்குமா இல்லை குதூகலம் அடையுமா? இப்படியாக அவன் மனது எண்ணிக்கையற்ற கேள்விகளை ஆகாசத்தில் வீசி எறிந்து விளையாடத் துவங்கியது.

மழை வெறித்த பிறகு அவன் தாதியிடம் அந்தக் குளத்தைப் பற்றி ஏதேதோ கேட்டுக்கொண்டேயிருந்தான்.

அது ஒன்றும் அவ்வளவு அதிசயப்படவேண்டிய குளமில்லை என்று தாதி மறுதலித்தபடியே அவளுக்குத் தெரிந்த நன்னெறிக் கதையைச் சொல்லத் துவங்கினாள். ஆனால் சித்தார்த்தன் மனதில் அந்தக் குளத்தின் சித்திரம் மறையவேயில்லை. அவன் தானாக கற்பனை செய்யத் துவங்கினான்.

ஒரு கொக்கு பறந்து போவது போல் ஏன் இந்த குளம் பறந்து போவதில்லை. தன் இருப்பிடத்திலேதான் குளங்கள் என்றுமே இருக்கும் என்பது துயரமானதில்லை. குளம் வளருமா

இல்லை அப்படியேதான் இருக்குமா என்று அவன் மனது எதையெதையோ கற்பனை செய்து கொண்டது. அன்று அவன் உறக்கத்தில் குளத்திலிருந்த தாமரைகள் எதையோ முணுமுணுத்துக் கொண்டிருப்பதைக் கேட்டுக் கொண்டிருந்தான். ஒவ்வொரு தாமரையும் தன்னிடம் ஏதோவொரு ரகசியத்தைக் கொண்டிருக்கிறது என்று நம்பத் துவங்கினான்.

மறுநாளின் அதிகாலை சூரியன் உதயமாவதற்கு முன்பாக வே அரண்மனையின் மேல்தளத்திற்குச் சென்று குளம் தெரிகிறதா என்று பார்த்துக்கொண்டிருந்தான் சித்தார்த்தன். இரவில் பெய்த மழையில் வானம் இன்னும் இருண்டு கிடந்தது. எங்கும் தண்ணீர் கட்டியிருப்பதால் நீர்ப்பூச்சிகளின் சப்தமும் அறியாதவொரு மணமும் வெளிப்பட்டுக் கொண்டிருந்தது.

குளிரை உணர்ந்தபடியே இருட்டினுள் குளம் என்ன செய்து கொண்டிருக்கும் என்று யோசித்துக்கொண்டிருந்தான். ஒளி எங்கிருந்தோ கசிந்து வரத்துவங்கி மெல்ல வானில் பிரகாசம் ஓடி விரியத் துவங்கியது. மரங்களின் இலைகளிலிருந்த இருட்டு அவசரமாக இறங்கியோடி மறைந்தது. உலகம் பாதரசம் போல் மினுங்கத் துவங்கியது.

அதிகாலையின் மென்னொளியில் புலனாகும் அக் குளத்தை சித்தார்த்தன் நெடுநேரம் பார்த்துக்கொண்டிருந்தான். குளம் அப்போது தான் விழித்துக்கொண்ட பூமியின் கண்ணைப் போலிருந்தது. குளம் ஒரு கண் என்று தோணி யதும் அவன் உற்சாகம் அடைந்தவனைப் போல அந்தக் கண் எதைப் பார்த்துக்கொண்டிருக்கும்? அதன் மறுகண் எங்கேயிருக்கும் என்று அவனாகவே கேட்டுக்கொண்டான்.

அதிகாலையின் காற்று மெதுவாக வானிலிருந்து இறங்கி சிறு செடிகளைத் தாண்டி மரங்களின் மீது ஏறி இறங்கிக் கடந்து சென்று கொண்டிருந்தது. குளம் ஒரு விந்தை என்று அவன் மனது சொன்னது. ஆச்சரியம் அடங்காமல் அவன் தன் கைகளை நீட்டி குளத்தைத் தன் அருகில் வரும்படியாக அழைத்தான். மரங்களுடன் குளம் அவனைத் திரும்பிப் பார்ப்பது போன்றிருந்தது.

அவன் சப்தமாக குளத்தைத் தன் அருகில் வந்துவிடும் படியாகக் கத்தினான். அந்தக் குரல் கேட்டு அரண்மனையில் காவலிருந்த சேவகர்கள் அண்ணாந்து பார்த்தார்கள். சித்தார்த்தன் ஈரத்தில் ஒடுங்கிய உடலோடு அரண்மனையின் உயரத்தில் நின்று கொண்டிருந்தான். எப்படியாவது ஒருமுறை அந்தக் குளத்தை நெருங்கிச் சென்று பார்த்துவிட வேண்டும் என்று விருப்பம்

கொண்டான். ஆனால் தாதிகள் அதை மன்னர் அனுமதிக்க மாட்டார் என்பதால் அவனை அரண்மனையை விட்டு வெளியே செல்ல அனுமதிக்க மறுத்தார்கள்.

கடந்து செல்லும் பறவைகளின் வழியாகவும் காற்றின் ஊடாகவும் குளம் அசைந்து கொண்டேயிருப்பதை உணர்ந்தபடியே இருந்தான். தாதிகளில் ஒருத்தி ஒருநாள் அவனுக் காகக் குளத்திலிருந்து தாமரையொன்றைப் பறித்துவந்து இது நீங்கள் ஆசைப்பட்டது, குளத்தில் பூத்தது என்றாள். சித்தார்த்தனோ தான் காண விரும்பியது தாமரையும் அறியாத குளத்தை என்று மறுத்தான். அதுபோலவே வேலைக்காரிகள் சில வேளைகளில் குளக்கரையிலிருந்த விருட்சத்தின் உதிர்ந்த பழங்களையும் பசுமையான சிறு புல்லையும் உதிர்ந்து கிடக்கும் பறவைகளின் இறகுகளையும் கொண்டுவந்து காட்டும்போதெல்லாம் குளத்தோடு நெருங்கியிருந்தாலும் இவையும் குளமறியாதவையே என்று அவன் மறுதலித்தான்.

அரண்மனையின் அறைகளுக்குள்ளாக அடைபட்டு வளர்க்கப் பட்ட போதும் நாளுக்கு நாள் அவனது எண்ணங்கள் குளத்தையே சுற்றிக்கொண்டிருந்தன. சூரியன் கடந்து போகும் போதும், நீர்ப்பூச்சிகள் நடந்து கடக்கையிலும், நட்சத்திரம் ஒளிந்து தோன்றும்போதும் அவன் குளத்தின் கரையில் நிற்கின்றவனாகவே தன்னை உணர்ந்தான்.

அவன் நினைவை மாற்றுவதற்காக வேடிக்கை காட்டும் குள்ளர்களையும் ஜாலவித்தை செய்பவர்களையும் அழைத்து வந்திருந்தார்கள். சித்தார்த்தன் குளம் தொலைவிலிருந்து நகர்ந்து தன் அரண்மனையின் உள்ளே நுழைந்து அங்கிருப்பவர் ஒவ்வொருவர் கவனத்திலும் புகுந்துவிட்டதைப் பற்றி சிரித்தபடியே மெல்ல தன் நினைவில் குளத்தை தனித்து விட்டு முன்பு போல இயல்பாகத் துவங்கினான்.

ஆனால் யாருமறியாமல் அவன் மனது பறவைகளும் மரத்தின் நிழலும் தவிர வேறு நடமாட்டம் அறியாத குளத்தின் மீதான ஏக்கத்தை வளர்த்துக்கொண்டேயிருந்தது. அதைப்பற்றிப் பேசிக் கொள்ளகூட அந்த அரண்மனையில் யாருமில்லை. ஏதோவொரு நாளின் கனவில் குளம் அவன் காலடியில் விரிந்து கிடந்தது. அவன் தாமரைக் கொடிகள் சிக்கிக்கொள்ள குளத்தினுள் மூழ்கிக் கிடப்பதை போல உணர்ந்தான். ஆனால் விடிகாலையில் எப்போதும் போல தன் இருப்பிடம் மாறாமல் அதே நிலையில் அப்படியே இருந்தது குளம்.

எஸ்.ராமகிருஷ்ணன்

காலம் மரங்களில் பூக்களையும் பூமியில் மழையையும் காற்றில் நறுமணத்தையும் மாறி மாறி தோன்றவும் மறையவும் செய்து கொண்டிருந்தது. அரக்கு பற்றி எரிவதுபோல் பிசுபிசுப் போடு காமம் உடலில் ஒட்டிக்கொள்ளத் துவங்கிய வயதில் அவன் யசோதாவை மணம் செய்துகொண்டான். அவள் உடலின் ஊடாக அவனது காமம் ஒரு மீனைப் போல தாவி தாவி நீந்தி மறைந்தது. அவர்கள் உலகம் மறந்து முயங்கிக் கிடந்தார்கள்.

ஒரு மாலை நேரத்தில் மாயாவிடம் அவன் தனக்கு பால்யத்தி லிருந்து விருப்பமான குளத்தை விரல் நீட்டிக் காட்டினான். அவள் குளத்தை கவனம் கொள்ளாமல் அதன் கரையிலிருக்கும் மரத்தில் ஊஞ்சல் கட்டி ஆடலாம் இல்லையா என்று சொல்லிக் கொண்டிருந்தாள்.

சித்தார்த்தன் அவளுக்கு மறுமொழி சொல்லாமல் ஆச்சரியம் கலையாத அந்தக் குளத்தைப் பார்த்துக்கொண்டிருந்தான். பால்யத்தில் பார்க்காத பறவைகள் இப்போது குளக்கரையில் தரையிறங்கிக் கொண்டிருந்தன. மேகம் எப்போதும் போல தன்னை குளத்தின் நீரில் பார்த்து மயங்கிப் போயிருந்தது. எவ்வளவு காலம் தனிமையிலே இருக்கிறது என்று சொல்லிக்கொண்டான். யசோதா அவன் காதில் ஏதோ சொல்லிச் சிரித்தாள். சித்தார்த்தன் மனது அவளது சிரிப்பில் தொற்றிக்கொண்டு தற்காலிகமாகக் குளத்தை மறந்தது.

அன்றிரவு அவன் யசோதாவோடு கூடும்போது தான் ஒரு குளத்தில் பிரவேசிப்பது போலவே உணர்ந்தான். நேற்றுவரை அறிந்த பெண் உடலைப் போல் இல்லாமல் நீரின் பரவசமும் ஈர்ப்பும் கொண்டதாக அவள் உடல் வழி விட்டது. யசோதாவின் உந்திச்சுழி ஒரு குளத்தைப் போலச் சுழல்வதைப் போலிருந்தது.

அவன் பெண் உடலினுள் மூழ்கத் துவங்கினான். பறவைகள் அறியாத, தாமரையின் வேர் கண்டிராத குளத்தின் அடியாழத்தினுள் மெல்லிய வெளிச்சமொன்று கசிந்து கொண்டிருந்ததைக் கண்டான். அப்போது தன்னிருப்பு ஒரு நீர்ப்பூச்சி ஊர்ந்து செல்வது போன்றிருந்தது. காமம் கரைகள் இல்லாத குளம் அதன் ஆழம் முடிவற்றது என்று முணுமுணுத்துக்கொண்டான். யசோதாவோ காமம் கயிறு இல்லாமல் அசைந்தாடும் ஊஞ்சல் என்று முணு முணுத்தாள். இருவரும் அர்த்தமற்ற சொற்களால் தங்கள் நெருக்கத்தை வெளிப்படுத்திக்கொண்டிருந்தார்கள்.

புணர்ச்சிக்குப்பிறகான நிலையில் படுக்கையில் கிடந்த போது சித்தார்த்தன் மனம் நெகிழ்ந்திருந்தது. யசோதா படுக்கையில் கேசம்

விரிய உறங்கிக் கிடந்தாள். அறையில் இருந்த விளக்கின் வெளிச்சம் அசைந்தபடியே இருந்தது. கலைந்து கிடந்த தனது வஸ்திரங்களை எடுத்து இடுப்பில் கட்டிக்கொண்டு அவன் மாளிகையின் மேல் தளத்திற்கு வந்து நின்றான்.

ஆகாசத்தில் நட்சத்திரங்கள் நிரம்பியிருந்தன. உலகின் கண்ணாக இருக்கிறது குளம். அதன் உள்ளே தாமரைகள் மிதந்து கொண்டிருப்பது போலதான் நாமிருக்கிறோமா என்று தோன்றியது. அவன் இருட்டினுள் தன் கண்களைத் துழாவியபடியே நின்று கொண்டிருந்தான். காவல் வீரர்களில் ஒருவன் அங்குமிங்கும் நடந்துகொண்டிருந்தான். குளம் தன்னை எங்கிருந்தோ உற்று நோக்கிக்கொண்டிருப்பதைப் போலவே இருந்தது.

அதன் பின்பு அவன் உடல் வேட்கையின் போது மட்டும் அந்தக் குளத்தை நினைவில் கொள்வதும் மற்ற நேரங்களில் தவிர்த்து விடுவதுமாக இருந்தான். ராகுலன் பிறந்து அரண்மனையே கேளிக்கை அடைந்தபோது அவன் மனது வெளிப்படுத்த முடியாத துக்கமொன்றில் அப்பிக் கிடந்தது.

எப்போதுமிருக்கக்கூடியது குளம். அதில் தோன்றி மறையும் காட்சிகளுக்கும் குளத்திற்கும் எந்தச் சம்பந்தமுமில்லை. குளம் ஆகாசத்தையும் பூமியையும் பிரித்துப் பார்ப்பதில்லை. மரத்தின் கிளைகள் தன் மீது ஊர்வதற்கும் நட்சத்திரம் மிதந்து செல்வதற்கும் பேதம் காண்பதில்லை. அவை யாவும்விட குளத்திற்கு மூப்பில்லை, நினைவுகளால் அது தொல்லையுறுவதில்லை என்று ஏதேதோ குழப்பம் கொண்டிருந்தான்.

அரண்மனையிலிருந்து வெளியேறி அந்தக் குளத்தை நோக்கிச் செல்வதற்கு யாரும் அவனைத் தடுக்காத போதும் அவன் அருகில் செல்வதற்குத் தயக்கமும் நடுக்கமும் கொண்டவனாக உருமாறியிருந்தான்

இவ்வளவுதானா வாழ்க்கை என்று அவனுக்குள் தோன்றிக் கொண்டேயிருந்தது. பகலும் இரவும் காற்றும் மழையும் வெளிச்சமும் இருளும் யாவும் கடந்து தீராத தனிமையில் எப்போதுமிருந்தது குளம். சித்தார்த்தன் தன் குழந்தையை நெருங்கிச் சென்று பார்க்கும்போது அது தன் நிழல் குளத்தில் தெரிவதைக் காண்பது போலத்தான் என்று உணர்ந்தான். அரண்மனையின் அருகிலிருந்தும் தான் நெருங்கிப்போக முடியாத குளத்தைப் போன்றதுதான் மனித வாழ்வும் என்று அவனுக்குள் புரியத் துவங்கியது.

அவன் அரண்மனையிலிருந்து வெளியேறுவதற்கான நேரத்திற்காகக் காத்துக்கொண்டிருந்தான். யாரும் அறியாத

இருளில் அவன் அரண்மனையைத் துறந்து செல்கையில் அவன் நினைவுகளில் மனைவியோ குழந்தையோ, தான் பிறந்து வளர்ந்த அரண்மனையோ எதுவுமில்லை. குளம் ஒன்று மட்டும் அவன் நினைவில் புதையுண்டதாக கூடவே சென்றுகொண்டிருந்தது. அவன் தன் நினைவுகளில் இருந்தும் இருப்பு குறித்த தனது மனப்பதிவிலிருந்தும் தன்னை விடுவித்துக்கொள்ளத் துவங்கினான்.

உடலை விட்டு மனம் தனித்து இயங்கத் துவங்கிய நிமிஷங்களில் அவன் தானொரு மரத்தின் இலையைப் போல அசைந்து கொண்டிருப்பதாகவும், சில வேளைகளில் தானே ஒரு தவளையைப் போல பாதி மூடிய கண்களால் உலகைக் கண்டுகொண்டிருப்பதைப் போலவும், எப்போதாவது ஒரு கொக்கைப் போல ஆகாசத்தில் பறந்து அலைவதாகவும் உணரத் துவங்கினான். போதி விருட்சம் அவனுக்குள்ளிருந்த தன்னிருப்பு குறித்த முன் எண்ணங்களை அழித்து எழுதத் துவங்கியது. அதிகாலை வெளிச்சத்தில் அவன் கண்ட குளத்தைப் போல உலகம் பற்றிய புரிதல் அவனுக்குள் துல்லியமாகப் புலப்படத் துவங்கியது.

சித்தார்த்தன் மறைந்து புத்தன் தோன்றத் துவங்கிய பிறகு அவனிடம் கடந்த காலத்தின் சுவடுகளும் வேதனைகளும் அற்றுப் போயிருந்தன. எதிர்காலம் குறித்த அச்சமும் தயக்கமும் அவனை நெருங்காமலுமிருந்தன. அவன் ஒரு புல்லைப் போல மெலிதாக தன் இருப்பை அந்தந்த நிமிஷங்களில் அசைவதும் அடங்குவதுமாக வைத்துக் கொண்டிருந்தான்.

பின் ஏதேதோ பாதைகளில் தனித்தும் சீடர்களோடும் நடந்து திரிகையில் அவன் எண்ணிக்கையற்ற நிலக்காட்சிகளைக் கடந்து சென்றான். எந்தக் காட்சியும் அவனை நனைக்கவில்லை. கடந்து செல்லும் வெளிச்சத்தைப் போல அவன் வந்த சுவடின்றி ஒவ்வொரு இடத்தையும் கடந்து சென்றுகொண்டேயிருந்தான். எப்போதாவது சில நாட்களில் சீடர்கள் நினைவுபடுத்தும்போது தன் பால்ய வயதையும் தன்னோடு சேர்ந்து வாழ்ந்தவர்களையும் பற்றி ஒன்றிரண்டு நிமிஷங்கள் பேசிப் பகிர்ந்து கொள்வதோடு அதைப் பற்றிய எவ்வித சுய நினைவுகளுமில்லாமல் இருந்தான் புத்தன்.

மூப்பு அவனையும் பற்றிக்கொண்ட காலத்தில் பாடலம் என்ற நகரை நோக்கிச் செல்ல ஆற்றைக் கடந்து படகில் சென்று கொண்டிருக்கையில் அவன் மனதில் தான் இறங்காத குளத்தைப் பற்றிய நினைவு திடீரெனப் பொங்கி வழியத் துவங்கியது. படகு ஆற்றில் செல்லச் செல்ல தான் ஒரு போதும் அந்தக் குளத்தை

நெருங்கிச் செல்ல முடிந்ததேயில்லை என்பதை அவன் மிக நெருக்கமாக உணரத் துவங்கினான். அவன் முகத்தில் பலரும் அறியும்படியாக துக்கம் வெளிப்படத் துவங்கியது. ஒரு நிமிஷ நேரம் புத்தன் அந்த துக்கத்தில் தன்னை அமிழ விட்டான்.

பின்பு தனக்குத்தானே சொல்லிக்கொண்டான். எப்போதும் யாரும் இறங்காமலும் என்றும் தனிமையிலே இருக்கக் கூடிய குளம் ஒன்று பூமியில் இருந்து கொண்டேதானிருக்குமில்லையா? சீடர்கள் அந்த வார்த்தையை அதன் பூர்வம் அறியாமல் ஆமோதித்தபடியே ஏற்றுக்கொண்டார்கள்.

உரையாடல்களுக்கும் நினைவுகளுக்கும் அப்பால் அப் போதும் எங்கோ வெகு தொலைவில் புதர் மண்டிப் போய் ஆகாசம் எட்டிப் பார்க்கும் நீர் வெளியோடு புத்தன் இறங்காத குளத்தில் மரத்தின் நிழல் அசைந்துகொண்டுதானிருந்தது.

◆ ● ▶

இந்த நகரிலும் பறவைகள் இருக்கின்றன

இந்த நகரிலும் பறவைகள் இருக்கின்றன என்பதை, கடந்த மூன்றாண்டுகளாகவே நான் அறியத் துவங்கியிருக்கிறேன். முன்பு கடற்கரையைக் கடந்து செல்கையில் எப்போதாவது பறவைகள் கடந்து போவதைப் பார்த்திருக்கிறேன். ஆனால் அதன் மீதான என் கவனம் கூடியதில்லை. ஆனால் இந்த மூன்றாண்டிற்குள் நகரில் எங்கெங்கும் எந்தவகைப் பறவைகள் வந்து அடைகின்றன. அதன் குரல் எப்படியிருக்கும். எந்தத் திசையில் அவை பறந்து போகின்றன என்பதைக் கவனமாக அறிந்திருக்கிறேன். என்னை இயங்க வைத்துக்கொண்டிருப்பது இந்தப் பறவைகள்தான். பறவை என்பது எனக்கு வெறும் காட்சிப் பொருள் அல்ல. அது ஒரு இயக்கம். அது ஒரு பரவசம். என்னை முன் நடத்தும் ஒரு உந்துதல்.

பறவைகளைத் தேடி நாங்கள் ஒவ்வொரு நாளின் மாலையிலும் சில மணி நேரங்களாவது நடந்து அலைகிறோம். இந்த நகரிலும் பறவைகள் இருக்கின்றன. அவை எப்போதாவது தன்னை மறந்து சப்தமிடுகின்றன. மிக அரிதாகச் சண்டையிட்டுக் கொள்கின்றன. அந்தக் குரல்கள் இயல்பாக இல்லை. பறவைகள்களிப்பில் சிறகடிப்பதையோ, ஒன்றையொன்று உரசி விளையாடுவதையோ காணவே முடிவதில்லை.

இந்த நகரின் பறவைகள் அலுப்பூட்டத் துவங்கிவிட்டன. அவற்றின் இயந்திரகதியான அசைவுகளும் சிறகடிப்பும் சகித்துக்கொள்ள முடியாதபடி ஆகி வருகின்றன. பெரும்பான்மை நேரங்களில் இந்தப் பறவைகளும் சப்தம்

ஒடுங்கி மனிதர்களைப் போல சாலை இயக்கத்தை வெறித்தபடியே அமர்ந்திருக்கின்றன. கைவீசிக் கலைத்தபோதும் பறவைகளின் நிசப்தம் கலைவதேயில்லை. அரிதாகக் கரையும்போதும் வாகன இரைச்சலிடையே அதன் துருவேறிய குரல்கள் அமுங்கிப் போய்விடுகின்றன...

எனக்கு இதுபோன்ற அரித்துப் போன குரல்கள் தேவையற்றவை. எனக்கு அசலான பறவையின் குரல் வேண்டும். அந்தக் குரல் வாழை இலையில் உருண்டோடும் தண்ணீரைப் போல நரம்புகளில் ஊர்ந்து செல்ல வேண்டும். கத்தியால் கை நரம்புகளைத் துண்டிக்கும் போது கசிந்து பீறிடும் ரத்தத்தைப்போல வெம்மையாகவும் வலியோடும் பிசுபிசுப்போடும் அவை பீறிட வேண்டும். எனக்குப் பறவைகளின் விசித்திரமான குரல்கள் வேண்டும்.

ஏதாவது ஒரு பறவையின் குரலின் வழியாக மட்டுமே என் சுகியின் பேச்சை நான் மீட்டு எடுக்க முடியும். ஆறு வயதைக் கடந்த பின்னும் பேச்சு வராத என் சுகிக் காகப் பறவைகளின் அகவல்கள் வேண்டும். என் கண்கள் கடந்து செல்லும் மரங்களைத் துளையிடுகின்றன. மனம் ஆகாசத்தின் அகண்ட வெளியில் சப்தமில்லாது பறக்கும் பறவைகளைப் பின்தொடர்கின்றன. எனக்குப் பறவைகள் வேண்டும். ஓயாது குரலிடும் பறவைகள் வேண்டும்.

இரண்டு கற்கள் உரசப்படுகையில் நெருப்பு பற்றிக் கொள்வது போல ஏதோவொரு பறவையின் குரல் என் மகளின் குரலோடு உரசி சொற்கள் பீறிட வேண்டும். அதுவரை நான் பறவைகளைத் தேடிக் கொண்டேயிருப்பேன். என் மகளின் குரலை மீட்டுத்தரப்போகின்ற ஒரு பறவை இந்த நகரின் ஏதோவொரு மரக்கிளையில் இருக்கக்கூடும். இன்றில்லாமல் போனாலும் நாளை இந்த நகரை நோக்கி வந்து கொண்டிருக்க சாத்தியமுண்டு.

இதற்காகவே ஒவ்வொரு நாளும் மாலை வருவதற்காகவே காத்திருக்கிறேன். தண்ணீரில் கரைந்து கொண்டிருக்கும் உப்பைப் போன்ற பகலின் நிசப்தம் என்னை அழுத்துகிறது.

எனது ஆர்வம் ஒடுங்கிக்கொண்டே வருகின்றது. பின் இரவிலான தெருவிளக்கின் நிழல் போல யாருமறியாமல் நாங்கள் இந்த நகரில் அலைந்து கொண்டேயிருக்கிறோம்.

என் சுகி சாலையோரம் நின்றபடியே பறவைகளை அவதானித்துக் கொண்டிருக்கிறாள். பறவையின் கழுத்து அசைந்தபடியே இருக்கின்றது. பறவைகள் ஒரு போதும் சாந்தமடைவதில்லை. பறவைகளின் கண்கள் காட்சிகளை விழுங்கியபடியே இருக்கின்றன.

கால்கள் எப்போதும் பரப்பதற்கான துடிப்பில் பட்டும் படாமலும் நிற்கின்றன. றெக்கைகள் ஒடுங்கியும் அசைந்தும் கொண்டிருக்கின்றன. நிம்மதியற்றவை பறவைகள்.

பறவைகள் ஒன்றையொன்று பார்த்துக்கொள்வதில்லை. அவை இரவைக் கடந்து போவதற்காக மட்டுமே மரங்களுக்கு வந்து சேர்கின்றன. விடிந்ததும் பகலின் கடைசி நுனிவரை தேடிச் செல்கின்றன. என் நினைவில் வேறு எதுவுமில்லை. பறவைகள், பறவைகள், பறவைகள் மட்டுமே.

என் மகள் சுகி ஆறு வருடத்தின் முந்தைய ஒரு பகல் பொழுதில் முதுகுளத்தூரில் உள்ள தனியார் மருத்துவமனையொன்றில் பிறந்தாள். அப்போது நான் எனது அலுவலகப் பணி காரணமாக கோட்டயத்திலிருந்தேன். காலை எட்டரை மணிக்கு போன் செய்து வித்யாராணியின் அப்பா தகவலைச் சொன்னார். மதியம் வேலையை முடித்துவிட்டுப் புறப்பட்டு வருவதாகச் சொல்லியபடியே தங்கியிருந்த அறையை விட்டுக் கீழே இறங்கி உணவகத்திற்காக நடந்து சென்றேன்.

நானும் அப்பாவாக ஆகிவிட்டேன் என்பது மனதில் சந்தோஷத்தை உருவாக்கியிருந்தது. ஆனால் எதிர்பார்த்த ஒன்றுதானே நடந்திருக்கிறது என்பது போன்று உற்சாகம் அடங்கியே இருந்தது. சாலையைக் கடந்து போகின்ற ஆண்களை உற்றுக் கவனிக்கத் துவங்கினேன். அப்பாவாக ஆனவர்கள், என்றாவது அப்பாவாக ஆகப் போகின்றவர்கள் என்று இரண்டாகப் பிரிந்து தென்படத் துவங்கியது.

அத்தோடு என் வயதை ஒத்தவர்கள், அதைக் கடந்தவர்கள், வயதானவர்கள் ஒவ்வொருவரைக் காணும்போது இவர்கள் யாருடைய அப்பா, எத்தனை பிள்ளைகளை இவர்கள் உருவாக்கி யிருப்பார்கள் என்று வியப்பான எண்ணங்கள் உருவாகின. அத்தோடு தாங்கள் ஒரு அப்பா என்பதற்கான எந்தச் சுவடும் இன்றி அவர்கள் தன்னியல்பாக ப் போவதும் வருவதும் எனக்குப் பிடித்திருந்தது.

அப்பாக்களின் உலகம் மிகப் பெரியது. அதற்குள்ளாகத் தான் என் அப்பா இருக்கிறார். என் அண்ணன் இருக்கிறார். என் தாத்தா இருக்கிறார். நான் அறிந்த அத்தனை ஆண்களும் அப்பாக்கள் உலகின் பிரதிநிதிகள்தானே. இதில் நானும் இன்றிலிருந்து ஒரு ஆள் என்பது மனதில்களிப்பை உருவாக்கியது.

உணவகத்தில் இனிப்பு தருவித்துத் தனியே சாப்பிட்டபடியே சுகியைப் பற்றி நினைக்க ஆரம்பித்தேன், திருமணமான சில வாரங்களிலே வித்யாராணி கர்ப்பமாகிவிட்டாள். அதை உறுதி செய்ய மருத்துவரிடம் சென்று வந்த மறுநாளே அவள் பிறக்கப் போகும் குழந்தையின் பெயரை முடிவு செய்துவிட்டாள்.

சுகி என்னும் பெயரை எப்படித் தேர்வு செய்தாள் என்று தெரியவில்லை. தனக்குப் பெண் தான் பிறக்கும் என்று தீர்மானமாக நம்பினாள். அத்தோடு சுகி என்னும் பெயரைத் திரும்பத் திரும்பச் சொல்லத் துவங்கினாள். அந்தச் சொல்லின் மீது அவளுக்கு அதீத மயக்கம் உருவாகியிருந்தது. கையில் கிடைக்கும் காகிதங்களில் எல்லாம் சுகி சுகி என்று எழுதித் தள்ளினாள்.

அத்தோடு வித்யாராணி குழந்தையை எப்படி வளர்ப்பது, அதை எந்தப் பள்ளியில் சேர்ப்பது அவளை என்ன படிக்க வைப்பது, எங்கே வேலைக்கு அனுப்புவது, அவளுக்கு யாரைத் திருமணம் செய்து தருவது, வயதான காலத்தில் அவளோடு தங்கிக் கொள்வது வரை மனதில் கற்பனையானதொரு உலகை சிருஷ்டி செய்துகொண்டுவிட்டாள்.

எதற்காக பெண்கள் இவ்வளவு முன்திட்டமிடுகிறார்கள் என்று எனக்குப் புரியவேயில்லை.

நான் வித்யாராணியிடம், அவசரப்பட்டுவிட்டோம். நாம் இன்னும் தேனிலவிற்குக் கூடப் போய்வரவில்லை என்றேன். அவள் அதைப் பற்றிய அக்கறையின்றி எப்போ இருந்தாலும் பெத்துக்கப்போற பிள்ளைதானே, இப்பவே பெத்துட்டா நல்லது என்றாள். கர்ப்ப காலத்தில் அவளது பேச்சு, உடல் மொழி மற்றும் செய்கைகள் யாவுமே மாறத் துவங்கியிருந்தன…

திருமணம் செய்து கொள்ளும் வரை எனக்குக் குழந்தைகள் பற்றிய நினைப்பே கிடையாது. கைகளில் குழந்தைகளைத் தூக்கியே பல வருடகாலமாக இருக்கும். எப்போதோ சிறுவயதில் அருகாமை வீட்டிலிருந்த சர்வேயர் மகனைத் துணியில் சுற்றி பத்திரமாகப் பிடித்துக்கொள்ளும்படியாகக் கையில் தந்தார்கள். அந்தக் குழந்தை உறங்கிக்கொண்டிருந்தது. சில நிமிடங்கள் கையில் வைத்திருப்பதற்குள் கூச்சமாகிப் போனது.

அதன்பிறகு குழந்தைகளுடனான என் உறவு வெகுவாகத் துண்டிக்கப்பட்டிருந்தது. அண்ணன் வீட்டில் குழந்தைகள் பிறந்த போதுகூட எட்ட இருந்து பார்த்திருக்கிறேன். மற்றபடி குழந்தைகள் பிறக்கிறார்கள், வளர்கிறார்கள் என்பது எல்லாம் வெறும் செய்தியாகவே இருந்தது.

திருமணம் நடந்து முடிந்த சில நாட்களில் ஒரு நாள் படுக்கையில் வித்யாராணி நமக்கு எத்தனை குழந்தைகள் வேண்டும் என்று கேட்டாள். நான் அதைப்பற்றி அதுவரை யோசித்ததேயில்லை. இதை எப்படி நாம் முடிவு செய்ய முடியும் என்ற எண்ணம் மட்டுமே எனக்குள்ளிருந்தது. ஆனால் அவளாகவே எல்லா வீட்டிலும் ரெண்டு பிள்ளைகள்தான் இருக்கு. நமக்கு ஒண்ணு போதும். அதுவும் பொம்பளைப் பிள்ளையா இருந்துட்டா நல்லது என்றாள். நான் எதற்காக என்று கேட்டுக் கொள்ளவில்லை.

பிறகு அவளாகவே தன் வலது கையை நீட்டி தன் கையிலோடும் ரேகைப்படி ஒரேயொரு பிள்ளைதான் தனக்குப் பிறக்கும் என்று சொன்னாள். நீ கைரேகை எல்லாம் பார்த்திருக்கிறாயா என்று கேட்டேன். அவள் சிரித்தபடியே தன்னோடு படித்த மீனாவிற்குக் கை ரேகை பார்க்கத் தெரியும் என்றும் அவள் ஒரு நாள் கையைப் பார்த்து இப்படி பலன் சொன்னாள் என்றபடியே அவள் சொன்ன மாப்பிள்ளை மாதிரித்தான் நீங்கள் இருக்கீங்க என்றாள்.

பள்ளிக்கூட வயதிலே பிள்ளைகள் பெத்துக்கொள்வதைப் பற்றி யோசிக்க ஆரம்பித்துவிட்டாயா என்று கேட்டேன். அவள் ஆறாம் வகுப்பிலே படிக்கும்போதே யாரைக் கல்யாணம் பண்ணிக்கிடுறதுனு பொம்பளைப் பிள்ளைகளுக்குள்ளே போட்டி நடக்கும். நான் அப்பவே மெட்ராசுல இருந்து வர்ற மாப்பிள்ளையைத்தான் கட்டிக்கிடுவேனு சொன்னேன். எதுக்குன்னா மெட்ராசில இருக்கிறவங்கள் எல்லாம் ரெண்டு பிள்ளைகள்தான் பெத்துக்கிடுவாங்களாம். ஊர்ப்பக்கம்னா நாலு அஞ்சு பெத்துக்கொள்ள வேணுமில்லை என்று சொல்லிச் சிரித்தாள்.

என் கல்லூரி நாட்களில் ஒரு நாளும் நான் குழந்தைகளைப் பற்றி நினைத்துக்கூடப் பார்த்ததில்லை. நேற்றுவரை என் உலகில் என்னைத் தவிர யாருமேயில்லை. அந்த உலகிற்குள் வித்யாராணியைச் சேர்த்துக்கொள்வதற்கே எனக்குச் சில மாதங்கள் ஆனது. இதில் குழந்தையைப் பற்றி எதற்காக யோசனை செய்ய வேண்டும் என்று விட்டுவிட்டேன்."

பள்ளி, கல்லூரியில் படித்த நாட்களிலும் வேலைக்குச் சேர்ந்த பிறகும் நான் தனியாகவே இருந்தேன். இந்த உலகம், அதன் பரபரப்பு, முந்தித்தள்ளும் போட்டிகள் என்னைப் பற்றிக் கொள்ளவேயில்லை. ஆனால் எதற்கு எனப் புரியாத ஆழமான வருத்தம் ஒன்று என்னைப் பற்றியிருந்தது. அதை என்னால் தீர்த்துக் கொள்ள முடியாது என்றும் தீவிரமாக நான் நம்பியிருந்தேன்.

என் அறை, நாலைந்து உடைகள், ஒன்றிரண்டு சினிமாப் பாடல் கேசட்டுகள், ஒரு பைக் இவ்வளவு மட்டுமே என் உலகம். மரங்கள், பறவைகள், ஆகாசம், மழை, வெயில், காற்று எதுவும் என் கண்ணில் படவேயில்லை. எப்போதாவது மழை பெய்யும் போதுகூட என்னை அறியாமல்தான் ஒதுங்கி நின்றிருக்கிறேன். மழையை நின்று கவனித்ததேயில்லை.

உலகோடு நெருக்கமாக இல்லாமல் இருந்ததால் எனக்கு ஒரு நஷ்டமும் வந்துவிடவில்லை. மாறாக என் தனிமை என்னை ஒரு பாதுகாப்பு வலை போலப் போர்த்தி வைத் திருந்தது. அரிதாகச் சில நேரங்களில் பெண்களைப் பார்ப்ப துண்டு. அப்போதும்கூட மனதில் காமம் மட்டுமே நெளிந்து போகும். கடவுள் பிரார்த்தனை, திருவிழா, ஜனக்கூட்டம் என எதிலும் நான் கலந்து கொண்டதேயில்லை.

நான் வேலை செய்யும் பன்னாட்டுத் தனியார் வங்கி, அதன் கிளைகள், நீல நிற, மஞ்சள் நிற ரசீதுகள், என் முன்னே இயங்கிக்கொண்டிருக்கும் கணினி, சப்தமின்றி ஓடிக்கொண்டிருக்கும் கடிகாரம் இவை மட்டுமே என் உலகம். வித்யா ராணியைத் திருமணம் செய்து கொள்வதைப் பற்றிக்கூட அதிகம் யோசனை செய்து முடிவு எடுக்கவில்லை. அப்பாவே அதையும் தீர்மானம் செய்திருந்தார்.

நான் அவளைப் பெண்பார்க்கப் போன நாளில் அவள் அணிந்திருந்த இறுக்கிப்பிடித்த ஜாக்கெட் எனக்குள் அவசரமான காமத்தை உருவாக்கியது. ஒருவேளை அதனால்தான் திருமணத்திற்குச் சம்மதித்தேனோ என்னவோ தெரியாது. அவள் என்னைக் கவனித்த அளவிற்கு நான் அவளைக் கவனிக்கவேயில்லை. அவள் முன்னிருந்த நிமிடங்களில் ஒரு நீர்ப்பூச்சி குளத்தின் மீது ஊர்ந்து போவது போல காமம் என் உடலில் பட்டும் படாமலும் ஊர்ந்து கொண்டிருந்தது. திருமணம் அவள் ஊரில்தான் நடந்தது.

திருமணமான சில நாட்களுக்கும் மனதில் காமம் மட்டுமே யிருந்தது. உடல் சோர்வடையும் வரை காமத்திலே திளைத்துப் போயிருந்தேன். ஆனால் நான் எதிர்பார்த்தது போல் காமம் எனக்குள் இருந்த தீராத தனிமையைப் போக்கவில்லை. மாறாக அது அதிகப்படுத்திவிட்டது.

அவளை விட்டு எங்காவது ஒரு நாள் தனியாக இருக்க வேண்டும் என்று விரும்பினேன். ஆனால் அதற்கான சாத்தியங்கள் மிகக் குறைவாக இருந்தன. அது என்னைக் கடுமையாக அழுத்தத் துவங்கியது. ஒருவேளை அந்த அழுத்தம் காரணமாகவோ என்னவோ ஒரு இரவு முழுவதும் காய்ச்சல் கண்டது.

எஸ்.ராமகிருஷ்ணன்

நான் அறையில் தனியே கிடந்தேன். ஈரத்துணிகள் காற்றில் உலர்வது போல எனக்குள் இருந்த காமம் கொஞ்சம் கொஞ்சமாக உலரத் துவங்கியது. இரண்டு நாட்களின் பின்பாக எழுந்து கொண்ட போது வித்யாராணியும் அலுவலகத்தில் வேலை பார்க்கும் மற்றப் பெண்களைப் போல தெரிந்த பெண்ணாகியிருந்தாள். அவளுக்கும் கூடு தலில் அதிக நாட்டமில்லை. கர்ப்பமாகிவிட்ட பிறகு அவள் யோசனைகள் முழுவதும் அப்படியே குழந்தை பக்கமாகத் திரும்பிவிட்டன. நான் அவள் உலகிலிருந்து வெளியேறத் துவங்கியதைப் போலவே உணர்ந்தேன்.

கர்ப்பம் பெண்களிடம் காரணமற்ற ஆத்திரத்தை கோபத்தை உருவாக்கிவிடுகிறது என்பதைக் கொஞ்சம் கொஞ்சமாக உணரத் துவங்கினேன். ஆறாவது மாதத்திற்குப் பிறகு வித்யாராணி காரணம் இல்லாமலே என்னோடு சண்டையிடத் துவங்கினாள். அல்லது நான் அவளோடு அற்ப காரணத்திற்காகக் கத்தத் துவங்கியிருந்தேன். இந்தச் சண்டையின் முடிவில் அவள் அழுதபடியே படுக்கையில் கிடப்பதைப் பலமுறை கண்டிருக்கிறேன். எதற்காக அவள் அப்படி அழ வேண்டும், அப்படி என்ன நடந்துவிட்டது என்று ஆத்திரமாக வரும். இருவருமே சில நாட்களுக்குப் பேசாமல் இருப்போம். பிறகு அது தானே கலைந்து போய்விடும்.

அவள் எப்போதும் யோசனையில் பீடிக்கப்பட்டவளாகவே இருந்தாள். ஒருநாள் வீடு திரும்பும் போது தன்னுடைய உதட்டில் வெள்ளையாக ஏதோ மரு போலப் படரத் துவங்கியிருக்கிறது. உடனே மருத்துவரிடம் சென்று காட்ட வேண்டும் என்று சொன்னாள். நீ கிளம்பி அலுவலகம் வந்திருந்தால் அப்படியே மருத்துவரிடம் போய்வந்திருக்க லாமே என்றேன். அது அவளுக்குள் ரௌத்திரத்தை உரு வாக்கியது. இப்படியே நான் செத்துப் போயிருந்தாக்கூட உங்களுக்கு நல்லாதான் இருந்திருக்கும் என்றாள். நானும் கத்தினேன். அவள் ஓங்காரமாக அழுதாள்.

பிறகு இருவரும் மருத்துவமனையை அடையும்போது எட்டரை மணியாகியிருந்தது. பெண் மருத்துவரிடம் மட்டுமே காட்டுவேன் என்று அவள் அடம்பிடித்தாள். உதட்டில் உள்ள மருவிற்கு யாரிடமும் காட்டலாம் என்ற போதும் அவள் சமாதானம் அடையவேயில்லை. ஆனால் அன்று வேறுவழியில்லாமல் ஆண் மருத்துவரிடமே காட்ட வேண்டிய சூழ்நிலை உருவானது. அவர் கர்ப்பிணிகளுக்கு இதுபோன்ற வெளிறிய உதடுகள் இருப்பது வழக்கம்தான். பயப்படத் தேவையில்லை. தேவைப்பட்டால் விட்டமின்கள் அதிகம் சாப்பிடுங்கள் என்று சிபாரிசு செய்தார். வித்யா ராணி அதில் திருப்தி படவேயில்லை.

அவள் தன்னை மருத்துவரும் சேர்ந்து கொண்டு ஏமாற்றுவதாக உணர்ந்தாள். வீட்டிற்கு வந்த பிறகு கண்ணாடியைக் கையில் எடுத்து வைத்துக்கொண்டு உதட்டையே பார்த்துக் கொண்டிருந்தாள். உதட்டைக் கையால் தேய்த்துத் தேய்த்துப் பார்த்தாள். பிறகு அவளாக குமுறிக் குமுறி அழத்துவங்கினாள். மறுநாள் அவளை ஒரு பெண் மருத்துவரிடம் அழைத்துக்கொண்டு போனேன். அவரும் இது வழக்கமான ஒன்று தான், பயப்படத் தேவையில்லை என்றார். ஆனால் வித்யா ராணிக்கு இவை எவையும் சமாதானம் ஆகவில்லை.

மாறாக தனக்குத் தீர்க்கமுடியாத நோய் உண்டாகியிருக்கிறது. அதை எல்லோரும் மறைக்கிறார்கள் என்று நம்பத் துவங்கினாள். அவள் வேண்டுமானால் ஒரு வார காலம் ஊரில் போய் இருந்துவிட்டு வரட்டும் என்று அனுப்பி வைத்தேன். திரும்பி வந்தபோது உதட்டில் இருந்த வெள்ளை மறைந்து போயிருந்தது. அவள் வெட்கத்துடன் வெறும் தேமல், இதுக்குப் போயி பயந்துட்டேன், என்னை அறியாமலே மனசிலே நிறைய பயமாக இருக்கு. எதுக்குனு தெரியலை என்றாள்.

ஊருக்குப் போய்விட்டுத் திரும்பிய பிறகு திடீரென என் மீது அளவிற்கு அதிகமான அக்கறை காட்டத் துவங்கினாள். பத்து நிமிசத்திற்கு ஒரு முறை அலுவலகத்திற்கு போன் செய்து நலம் விசாரிப்பாள். சாப்பாட்டைத் தானே அலுவலகத்திற்குக் கொண்டுவருவாள். என் கைகளை இறுக்கிப் பிடித்துக்கொண்டு உறங்குவாள். அவள் செய்கைகள் எனக்குள் குழந்தைப் பிறப்பு தொடர்பான கசப்புகளை அதிகப்படுத்தியிருந்தது. இதற்கு மேல் குழந்தைகளே வேண்டாம் என்று முடிவு செய்துகொண்டேன்.

எட்டாவது மாசத்திலிருந்து அவள் யாருடனும் பேசிக் கொள்வதைக் கொஞ்சம் கொஞ்சமாகக் குறைத்துக்கொண்டு விட்டாள். யாராவது ஏதாவது கேட்டால் மட்டுமே ஒரு வார்த்தை பேசுவாள். மற்ற நேரங்களில் யோசனையின் பெருஞ்சுழலில் தனியே மாட்டிக்கொண்டிருந்தாள்.

சுகி பிறப்பதற்குப் பத்து நாட்கள் முன்பாக வித்யாவைக் காண்பதற்கு அவள் ஊருக்குச் சென்றிருந்தேன். அவள் முகத்தில் விவரிக்கமுடியாத பயம் அப்பிப்போயிருந்தது. அத்தோடு அவள் குரல் உடைந்திருந்தது. கை நிறைய கண்ணாடி வளையல்கள் அணிந்திருந்தாள். நெற்றி நிறைய திருநீறு இருந்தது. நீ பயப்படும் அளவு ஒன்றுமேயில்லை என்று அவளிடம் ஏதோ ஆறுதல் சொன்னேன். அன்று ஊருக்குத் திரும்பி வரும்போதுகூட குழந்தையைப் பற்றி என் மனதில் எவ்விதமான சித்திரமும்

உருவாகவில்லை. சொல்லப்போனால் எனக்குள்ளும் அப்பா என்பதைப் பற்றிய பயம் உருவாக ஆரம்பித்திருந்தது.

நீண்ட நாட்களுக்கு சுகி என்னும் சொல் எனக்கு வெறும் சொல்லாகவே இருந்தது. மருத்துவமனையில் இருந்த என் குழந்தையை அருகில் சென்று பார்த்த போது தான் அந்தச் சொல் குழந்தையோடு ஒட்டிக்கொண்டு விட்டது. என்னை அறியாமல் சுகி சுகி என்று மெல்லிய குரலில் அழைத்தபடியே விரலால் குழந்தையின் கேசத்தை வருடிவிட்டேன்.

தூக்கம் கலைந்த முகத்துடன் இருந்த வித்யாராணி என்னை மாதிரி இருக்கா உங்களை மாதிரி இருக்கா என்று கேட்டாள். உன்னை மாதிரியேதான் என்றேன். அதைத்தான் எங்கம்மாவும் சொல்றா என்று சிரித்தாள். அந்தச் சிரிப்பு அதன் முன்பு நான் கண்டறியாதது. பிரசவம் பெண்ணிற்கு முன் இல்லாத ஒரு அழகை உருவாக்குகிறது போலும். அவள் குழந்தையைக் கையில் எடுத்து பால் புகட்டத் துவங்கினாள். குழந்தை அவள் மார்பில் முட்டியபடியே உறங்கத் துவங்கியது.

அவள் என் கையில் குழந்தையைக் கொடுத்தாள். அது என் குழந்தை. நான் குழந்தையின் அப்பா என்பதைக் கொஞ்சம் கொஞ் சமாக உணரத் துவங்கினேன். உலகில் அதுவரை பிறந்திருந்த அத்தனை குழந்தைகளும் என் கவனத்தை விட்டுப் போய் ஒரேயொரு குழந்தை, அது என்னுடைய குழந்தை என்பது மட்டுமே முக்கியமாகிக் கொண்டிருந்தது. அப்போது தோன்றியது அப்பா என்பது ஒரு பொறுப்புணர்வு. தீராத சந்தோஷம் என்று.

சுகி ஒரு வயது வரை மற்றக் குழந்தைகளைப் போல் அழுவதே யில்லை. பெரும்பாலும் உறக்கம். விழித்திருந்த போதுகூட எதையோ உற்று நோக்கி நிலைகுத்திய பார்வையோடு அப்படியே இருந்தாள். எதற்காக அவள் பார்வை அப்படியே நிலை குத்தியிருக்கிறது. அப்படி என்ன கவனிக்கிறாள் என்று வியப்பாக இருக்கும். பிற குழந்தைகளைப் போல அவளிடம் பரபரப்போ துடிப்போ இல்லை. தரையில் விட்டால்கூட அவள் அதிகம் தவழுவது இல்லை. எதையாவது உற்றுப் பார்க்கத் துவங்கி அப்படியே நிலை கொண்டு விடுவாள். யாராவது தூக்கிக்கொண்டு வெளியே வந்தாலும் அவள் பார்வை ஒன்றின் மீதே குவிந்துவிடும்.

வித்யாராணிக்கு இது பயத்தை உருவாக்கத் துவங்கியது. அவளாகவே குழந்தையைக் கோவிலுக்குக் கொண்டு செல்வதும் நேர்ச்சைகள் செய்வதுமாக இருந்தாள். நான் அலுவலகம் இல்லாத

சில நாட்களில் சுகியைத் தூக்கி வைத்துக்கொண்டிருக்கும்போது அவள் சோர்வாக இருப்பதை உணர்ந்திருக்கிறேன்.

குழந்தைகளுக்கான மருத்துவர்கள் அவளைச் சோதித்து விட்டு பொதுவான சத்துக்குறைவு காரணமாகவே அவள் இப்படியிருக்கிறாள் என்பதைக் கண்டுபிடித்தார்கள். ஆனால் இரண்டு வயது வரை சுகியிடம் எந்த மாற்றமும் வரவில்லை. சுகி ஒரு வார்த்தைகூடப் பேசுவதில்லை என்பதை வித்யா ராணி கண்டுபிடித்த நாளில் அவள் கதறி அழத்துவங்கினாள். என் பிள்ளைக்குப் பேச்சு வரலையே என்று சப்தமாகக் கத்தினாள். அப்படியெல்லாம் இருக்காது, அவள் சப்தம் கேட்டால் திரும்புகிறாள். அதனால் நிச்சயம் தப்பாக எதுவும் ஆகாது என்றேன். வித்யா சமாதானம் அடையவில்லை.

இதற்கான சிறப்பு மருத்துவரிடம் சுகியைக் கொண்டு சென்றோம். ஏதோ பெயர் தெரியாத குறைபாட்டினைக் காரணம் காட்டி மருந்துகள் தந்ததோடு அவள் முன்பாகத் தொடர்ந்து ஏதாவது பேசிக்கொண்டேயிருங்கள் என்றார்.

அன்றிலிருந்து வித்யாராணி குழந்தையைத் தன் மடியில் வைத்துக் கொண்டு அம்மா சொல்லு... அப்பா சொல்லு... தாத்தா சொல்லு... என்று வாய் ஓயாமல் சொல்லிக் கொண்டேயிருந்தாள். அந்த சப்தங்களும் அவளைக் கவரவேயில்லை. நானும் மாலை நேரங்களில் சுகியைத் தூக்கி வைத்துக்கொண்டு தெரிந்த சொற்கள் யாவையும் சொல்லிப் பழக்கினேன். அவள் சொற்களைத் தனக்குள் அனுமதிக்கவேயில்லை. தண்ணீருக்குள் விழுந்த கூழாங்கற்களைப் போல அந்தச் சொற்கள் கரையாமல் அப்படியே விழுந்தன.

இரண்டு வார காலம் விடுமுறை எடுத்துக்கொண்டு குழந்தையோடு கோவில் கோவிலாகப் பயணம் செய்தோம். வழி முழுவதும் தென்பட்ட சூரியன், காற்று, மலை, மரம், ஆறு, நாய், வீடுகள், தெருக்கள், வாகனங்கள் என யாவையும் பெயர் சொல்லிச் சொல்லி அலுத்துப் போன பிறகும் குழந்தையின் கவனம் சொற்களின் மீது குவியவேயில்லை.

சில நேரங்களில் சுகியின் மௌனம் என்னை பயமுறுத்தியது. அவள் கையில் ஒரு ஸ்பூனை வைத்துக்கொண்டு அதையே மணிக்கணக்கில் உற்றுப் பார்த்துக்கொண்டிருந்தாள். ஆத்திரத்தில் அந்த ஸ்பூனைப் பிடுங்கி வீசி எறிய வேண்டும் போலிருந்தது. அப்படிச் செய்தும் பார்த்தேன். ஆனால் அது சுகியை அசைக்கவேயில்லை. தன்னுடைய கைப்பொருள் பறிபோன போதும் கூட அவளிடம் அழுகையோ ஆர்ப்பாட்டமோ இல்லை.

இன்னொரு பொருள் தன் கைக்குக் கிடைக்கும் வரை அவள் தரையை வெறித்துப் பார்க்கத் துவங்கினாள். அன்றிரவு அவளைப் போலவே ஒரு ஸ்பூனைக் கையில் எடுத்துக்கொண்டு நானும் உற்றுப் பார்க்க ஆரம்பித்தேன். இதன் முன்பாக உலகில் அப்படியொரு பொருளை நான் கண்டதேயில்லையோ எனும்படியாக இருந்தது ஸ்பூன். அதை வித்யாராணி கவனித்திருக்க வேண்டும். பிள்ளை தான் படுத்தி எடுக்குதுன்னா. நீங்களும் ஏன் என் உயிரை வாங்குறீங்க என்று ஸ்பூனைப் பிடுங்கி வீசினாள்.

எனது சண்டைகள், கத்தல்களால்தான் குழந்தைக்கு இப்படியாகி யிருக்கிறது என்று வேறு அவள் நம்பத் துவங்கியிருந்தாள். நானும் கர்ப்பகாலத்தில் அவள் ஆத்திரமாக நடந்து கொண்டதும் கத்திக் கூப்பாடு போட்டு அழுத்தும் தான் குழந்தையை இப்படி ஆக்கிவிட்டது என்று கத்தினேன். அவள் ஆமாம் எல்லாமே என்னாலேதான் வந்தது. நான் இப்படியே செத்துப் போய்விடுகிறேன். நீங்கள் சந்தோஷமாக இருங்கள் என்று ஆத்திரமுற்றாள். அப்போதும் சுகி பாட்டிலின் மூடி ஒன்றைக் கையில் வைத்து உற்றுப் பார்த்தபடியே அசைவற்று உட்கார்ந்தேயிருந்தாள். அப்பாவாக இருப்பது என்பது பொறுப்புணர்வு மட்டுமில்லை என்பது புரியத் துவங்கியது.

சுகியை அழைத்துக்கொண்டு பழனியில் உள்ள சித்த வைத்திய நிலையம் ஒன்றிற்குச் சென்றிருந்தோம். மலையின் பின்புறமிருந்தது. குழந்தையின் குரல்வளையில் சிறிய பிளவு இருப்பதாகச் சொல்லியபடியே வைத்தியம் ஆரம்பித்தார்கள். நாற்பது நாட்கள் சிகிச்சைகள். ஒவ்வொரு நாளும் மலையின் மீது படரும் பகலொளியைப் பார்த்தபடியே இருப்போம். சுகியின் கண்கள் தொலை தூர மலையைவிட அருகாமையில் கடந்து செல்லும் சிற்றெறும்பின் மீது நகர்ந்து கொண்டிருந்தது. பகலிரவாக இருவரும் குழந்தையைப் பார்த்தபடியே இருந்தோம். எவ்விதமான மாறுதலும் இல்லை. அதன்பிறகு டி.கல்லுப்பட்டி, மார்த்தாண்டம், வாராங்கால், ஏர்வாடி என்று எங்கெங்கோ சிகிச்சைக்காக அழைத்துக்கொண்டு சென்றோம். சுகிக்கு நாலு வயது முடியும் வரை அவள் ஒரு வார்த்தைகூடப் பேசவில்லை. அது போலவே மற்றவர்கள் பேசும் ஒலிகளும் அவளுக்கு உவப்பாக இல்லை.

வித்யாராணி தனது தவற்றின் காரணமாகவே சுகி இப்படி யிருப்பதாக நினைத்துக்கொண்டு உபவாசம், முடி கொடுத்தல் என்று தன்னை வருத்திக் கொள்ளத் துவங்கினாள். அவள் முகத்தில் எப்போதுமே படபடப்பும் வெளிக் காட்டிக்கொள்ள முடியாத பயமும் ஒட்டிக்கொண்டிருந்தது.

சாயாவனம் என்னும் சிற்றூரிலிருந்த மூலிகை வைத்தியர் ஒருவரைக் காண்பதற்காக விடிகாலையில் அவர் வீட்டிற்குப் போனபோது முதன்முதலாக சுகி அங்கிருந்த கிளி ஒன்றின் சப்தத்தைக் கேட்டு வேகமாக முகத்தைத் திருப்பியதைக் கவனித்தேன். அந்த வீட்டில் இருந்த நேரங்களில் கிளி கத்தும்போது எல்லாம் சுகியின் முகம் தானே அதை நோக்கித் திரும்பியதைக் கண்டேன். சுகியைக் கிளிக்கூண்டு அருகில் கொண்டு சென்றேன். அவள் வியப்போடு கிளியைப் பார்த்துக்கொண்டிருந்தாள். உனக்குக் கிளி வேண்டுமா என்று கேட்டேன். அவள் இமை மூடாமல் கிளியைப் பார்த்துக்கொண்டேயிருந்தாள். கிளி விட்டு விட்டுக் கத்தியது. கிளி சப்தமிடும்போது சுகியின் கண்கள் வேகமாகச் சிமிட்டிக்கொண்டன.

ஊர் திரும்பிய பிறகு ஒரு மாலையில் சுகியை அழைத்துக் கொண்டு நகரிலிருந்து மேற்காகச் செல்லும் சாலையில் பைக்கில் பயணம் செய்யத் துவங்கினேன். நாற்பது கிலோ மீட்டர் தூரத்தில் சாலையோரம் உள்ள ஒரு தர்க்கா ஒன்றையும் அதன் முன் அடர்ந்திருந்த மரங்களில் வந்து கூடும் பறவைகளின் இரைச்சல் ஒலியையும் ஒரு முறை கடந்து செல்கையில் கேட்டிருக்கிறேன். பைக்கில் அந்தச் சாலையை நெருங்கிச் செல்லும்போதே இடைவிடாத பறவைகளின் கரைப்பொலி கேட்கத் துவங்கியது.

மரம் தெரியாமல் காகங்களும் குருவிகளும் ஒன்றிரண்டு கொக்குகளும் சாம்பலும் இளஞ்சிவப்பும் கலந்த பறவைகளும் காணப்பட்டன. சுகி அந்த சப்தங்களால் கவரப்பட்டாள் என்பது அவள் முகமாற்றத்திலே தெரிந்தது. அவள் மரத்தையே அண்ணாந்து பார்த்துக்கொண்டேயிருந்தாள். காதைத் துளையிடும் அந்த ஒலி அவளுக்குள் நிரம்பத் துவங்கியிருந்தது. அவள் முகத்தில் பிரகாசமான வெளிச்சம் படர்ந்து கொண்டிருந்தது போல உணர்ந்தேன். இருட்டும் வரை நாங்கள் இருவரும் அங்கேயே இருந்தோம். சுகியின் கைவிரல்கள் தாளமிடுவது போல் அசைந்து கொண்டிருந்தன. வரும் வழியில் மரப்பட்டை நிறத்திலிருந்த ஆந்தை ஒன்றைக்கூடக் கண்டோம்.

அன்றிரவு வித்யாராணியிடம் சுகி பறவைகளின் சப்தத் தால் கவரப்படுகிறாள். நாம் சில பறவைகளை வாங்கி வீட்டில் வைத்து அதன் சப்தத்தைக் கேட்க வைக்கலாமே என்றேன். வித்யாராணி ஒத்துக்கொண்டாள். புறாக்கள், மைனா, கிளி என்று கூண்டுப்பறவைகளைக் கொண்டுவந்து சுகியின் முன்பாக சப்தமிடச் செய்தோம். ஆரம்பத்தில் ஆர்வம் காட்டிய சுகி சில

நாட்களுக்குள் அதில் கவனம் கொள்ளவேயில்லை. மாறாக அந்த சப்தங்கள் தன்னைக் குத்திக்காட்டுவது போலவே வித்யாராணி உணரத் துவங்கினாள். வீட்டில் அதை வைத்துக்கொள்ள முடியாது என்று வேலைக்காரப் பெண்ணிடம் தூக்கித் தந்துவிட்டாள்.

அதன்பிறகு அலுவலகத்தில் வேலை பார்க்கும் நண்பர் ஒருவரின் வழியாக ஒரு ஆலோசனை கிடைத்தது. பதிவு செய்யப்பட்ட பறவைகளின் குரல்கள் உள்ள குறுந்தகடுகள் கிடைக்கின்றன. அதை வாங்கி கேட்க வைத்துப் பாருங்கள் என்றார். பதிவுசெய்யப்பட்ட பறவைகளின் குரல்கள் உள்ள இசைத்தட்டிற்காகத் தேடி அலைந்து ரிச்சி தெருவில் வாங்கிவந்தேன். நூறு பறவைகளின் ஒலிகள் அதில் அடங்கியிருந்தன.

ஒவ்வொரு பறவையின் ஒலியும் கேட்கும்போது சுகியின் கண்கள் தன்னை அறியாமல் விரிவடையத் துவங்கின. ஆனால் அவள் அந்தப் பறவை எங்கேயிருக்கிறது என்று சுற்றிலும் தேடத் துவங்கினாள். ஒரு இயந்திரத்தைக் காட்டி அவளை ஏமாற்றுகிறோமோ என்னும் குற்றவுணர்வு எனக்குள் உருவாகத் துவங்கியது.

அதற்காகவே அவளை அழைத்துக்கொண்டு பறவைகளைத் தேடி மாலையில் அலைந்து திரிவது என்று முடிவு செய்தேன். ஆரம்ப நாட்களில் பறவைகள் இந்த நகரில் இருக்கின்றனவா என்று சந்தேகம் வருமளவு அரிதாக இருந்தன. ஆனால் விசாரித்து விசாரித்து பறவைகள் எந்த மரங்களில் அடைய வருகின்றன. எந்த நேரத்தில் தரையிறங்குகின்றன என்பதை அறிந்து கொண்டு அதை நோக்கி நடக்கத் துவங்கினோம்.

பரபரப்பான வாகன இயக்கங்களைத் தாண்டி நாங்கள் மூவரும் மெதுவாக நடந்துகொண்டேயிருப்போம். ஏதாவது வீட்டின் சுவரிலோ, புழுதியடைந்து போன மரங்களிலோ பறவையொலி கேட்டால் அங்கேயே நின்றுவிடுவோம். சுகியின் கண்கள் பறவையைத் தேடத் துவங்கும். நானும் அதற்குப் பழகியிருந்தேன். சில நாட்கள் இலக்கற்று நடக்கத் துவங்கி அலுப்பும் வெறுமையுமாக வீடு திரும்பி வந்திருக்கிறோம்.

ஏன் குரல்கள் அவளுக்குள்ளிருந்து எழும்புவதேயில்லை. எல்லாச் சொற்களும் ஏன் வடிந்து போய்விடுகின்றன என்னும் குழப்பம் தூக்கத்திலும் எனக்குள் பீறிட்டுக் கொண்டேயிருந்தது. அவள் கவனத்தைக் குவிய வைப்பதற்காக ஏதேதோ செய்த போதும் மாற்றமேயில்லை. ஆனால் இதைத் தவிர சுகியிடம் வேறு வித்தியாசம் எதுவுமில்லை. அவளாகக் குளித்துக்கொண்டாள்.

அவளாக உடைகளை உடுத்திக்கொண்டாள். பசித்த வேளைகளில் மிகக் குறை வாகச் சாப்பிட்டாள். யாவும் மௌனமாக நடந்தன என்பதுதான் இதன் முக்கிய பிரச்சினை.

நாளுக்கு நாள் சுகி பறவைகளைத் தேடிப் போய் அதன் சப்தங்களைக் கேட்பதில் ஆர்வம் கொள்ளத் துவங்கினாள். ஆனால் எந்தப் பறவையின் குரலுக்கும் அவள் மறுமொழி தந்ததில்லை. இதற்காகவே நான் பறவைகளைப் பற்றி அறிந்து கொள்ளத் துவங்கினேன். சலீம் அலியின் புத்தகங்களை வாங்கி வந்து இரவெல்லாம் படித்தேன். எனக்குத் தெரிந்தவரை பறவைகளைப் பற்றி இடைவிடாமல் அவளோடு பேசினேன்.

அலுவலகத்திற்கு விடுப்பு எடுத்துக்கொண்டு மின்சார ரயிலில் சென்று ஏதாவது ஒரு ரயில் நிலையத்தில் இறங்கி அங்கிருந்து செல்லும் கிளைவழிகளில் எங்கே என்ன பறவைகள் இருக்கக்கூடும் என்று அலைய ஆரம்பித்தேன்.

நகரம் எண்ணிக்கையற்ற கிளை வழிகளும் தெருக்களும் சந்துகளும் நிரம்பியதாக இருந்தது. நகரில் வாழும் மனிதர்களின் எண்ணிக்கையோடு ஒப்பிடுகையில் மிகக் குறைவான பறவைகளே நகரில் இருந்தன.

தேடி அலுத்துப் போன நாட்களில் பயணம் செய்து காடுகளை நோக்கிச் செல்லத் துவங்கினோம். ஒரு புதிய பறவையைக் கண்டுபிடித்தபோது சுகியின் முகத்தில் சொல்ல முடியாத மகிழ்ச்சி ததும்புவதைக் கண்டிருக்கிறேன். எங்களோடு வித்யாராணி கூடவே அலைந்து கொண்டிருந்தாள். அவளுக்குப் பறவைகளோ, அதன் குரல்களோ எதுவும் முக்கியமாகவேயில்லை. குழந்தை எப்படியாவது பேசிவிட வேண்டும் என்ற ஒற்றைப் பிரார்த்தனை மட்டுமேயிருந்தது.

சுகியை அவ்வப்போது காட்டிற்குள் அழைத்துப் போகத் துவங்கியதில் ஏற்பட்ட முதல் பாதிப்பு, காற்று. அவளால் சீரற்ற காற்றின் வேகத்தை எதிர் கொள்ள முடியவில்லை. அவள் நடுக்கத்தோடும் தலையைச் சிலுப்பியபடியும் காட்டிற்குள் நடந்து கொண்டிருந்தாள். அதுவும் அதிகாலை நேரக் காற்று அவள் உடலைத் துவளச் செய்தது. அதன் காரணமாக அடிக்கடி காய்ச்சலுக்கு உட்பட்டாள்.

இதற்காகவே காட்டை விலக்கி நகருக்குள் சுற்றியலையத் துவங்கினோம். சுகியின் உலகில் பறவைகள் மட்டுமேயிருந்தன. அதன் தொடர்ச்சியான பறத்தல், விசித்திரமான சப்தங்கள் மட்டுமே நிரம்பியிருந்தது. இந்த மூன்று வருடங்களில் நாற்பது

ஐம்பது நாட்கள் மட்டுமே அலுவலகம் சென்றிருப்பேன். மற்ற நாட்களில் சுகிதான் என் கவனமாகிப் போனாள்.

சுகி வளரத் துவங்கியிருந்தாள். ஆறு வயது முடியப்போகிறது என்றாலும் பத்து வயதுச் சிறுமி போன்ற தோற்றம் உருவாகியிருந்தது. தன்னிச்சையாக அவள் வீட்டிலிருந்து இறங்கி தெருவில் நடந்து போய் வருவதும் எங்காவது சாலையில் பறவையின் குரலைக் கேட்டால் அப்படியே நின்றுவிடுவதும் இயல்பாக இருந்தது.

தன் மகளால் பேசவே முடியாது என்று முழுமையாக நம்பியவளைப் போலவே அவளுடன் சைகையில் உரையாடத் துவங்கினாள் வித்யாராணி. அது சுகியை இன்னமும் ஆத்திரப்படுத்தியிருக்க வேண்டும். அவள் அந்தச் சைகைகள் எதற்கும் பதில் தருவதேயில்லை. பசிக்கும் நேரங்களில் அவளாக எடுத்துச் சாப்பிடுவதும் பின்பு ஜன்னலை ஒட்டி ஒரு நாற்காலியை எடுத்துப் போட்டுக்கொண்டு வெளியே பார்த்துக்கொண்டிருப்பதையும் இயல்பாக்கிக்கொண்டிருந்தாள்.

சுகிக்காகவே வீடு மாற்றத் துவங்கினேன். சில மாதங்கள் நகரை விட்டு விலகி கடற்கரையை ஒட்டிய ஒரு பழைய வீட்டிற்குக் குடிமாறிப் போனோம். அந்த வீட்டிலிருந்து நடந்தே கடற்கரைக்குப் போய்விடலாம். சுகி அதிகாலை நேரங்களில் தனியே கடற்கரையில் அலைந்துகொண்டிருப்பாள். மீன்களைக் கொத்தியலையும் பறவைகளும் கடலின் மீது தாழப்பறக்கும் பறவைகளும் அவளை உற்சாகம் ஊட்டின. ஆனால் அந்த உற்சாகம் நெடுநாள் நீடிக்கவில்லை.

தன் வீட்டின் பின்னால் உள்ள ஏரியில் எண்ணிக்கையற்ற கொக்குகளும் நாரைகளும் வந்து போகின்றன என்று நண்பர் ஒருவர் சொன்னதை நம்பி இரட்டை ஏரி பகுதிக்கு வீடு மாறி சில மாதங்கள் வசித்திருந்தோம். அந்த வசீகரமும் நீடிக்கவில்லை. எல்லாமும் துளை விழுந்த பலூன் போலச் சில நிமிசடங்களில் வடிந்துபோய்விடுகின்றது. சுகியைக் குழந்தையாகப் பார்த்தபோது அவள் கண்கள் எப்படி நிலை குத்தியிருந்ததோ அப்படியே இப்போதும் இருந்தன.

பல இரவுகளில் அவள் உறங்கும் போது அருகில் அமர்ந்து அழுதிருக்கிறேன். எதற்காக சுகியின் மனதில் ஒரு வார்த்தைகூடத் தங்குவதில்லை. ஏன் அவள் உதடுகள் உறக்கத்திலும் இறுகிக் கொண்டிருக்கின்றன. ஒருவேளை நானும் வித்யாராணியும் போட்டுக்கொண்ட சண்டைகள் கர்ப்பத்திலே அவள் வாயைக்

கட்டிவிட்டதா? எவருடனும் பேச வேண்டிய அவசியமேயில்லை என்று இந்த வயதிற்குள் முடிவு செய்துவிட்டாளா?

மெல்ல சுகியால் பேசமுடியவில்லை என்ற துயரம் எனக்குள் உறைந்து இறுகிப்போக ஆரம்பித்தது. எவரிடமும் பகிர்ந்து கொள்ளவோ, ஆறுதல்படுத்திக் கொள்ளவோ முடியாத அந்த துக்கம் கடுகடுத்த வலியோடு எனக்குள் பூரணமாக வேர்விட்டிருந்தது.

கரிக்கலிக்கு சகியை அழைத்துக் கொண்டு போனபோது தொலைவிலே பறவைகளின் ஒலி கேட்கத் துவங்கியிருந்தது. ஏதேதோ நாடுகளிலிருந்து பறவைகள் புலம்பெயர்ந்து அங்கே வந்து சேர்கின்றன என்று சொன்னார்கள். சுகி தனியே நடந்து அலைந்தபடியே அந்தப் பறவைகளின் குரல்களை உன்னிப்பாகக் கேட்டாள். பிறகு கீழே விழுந்து கிடந்த நீல நிற இறகு ஒன்றை எடுத்துக் கையில் வைத்து ஆட்டியபடியே ஒரு சப்தத்தைப் பின் தொடர்கின்றவள் போல நடந்து போகத் துவங்கினாள். நான் அவள் பின்னாடியே சென்றேன். அவள் மிகக் கவனமாக நடந்து போய் புதர் போன்ற கிளைகளை விலக்கியபடியே அந்த சப்தத்தைப் பின் தொடர்ந்து சென்றாள். பிறகு அண்ணாந்து பார்த்தபடியே வியப்போடு சொன்னாள்,

புல்புல்.

ஆமாம் என்று தலையாட்டினேன். பிறகுதான் புரிந்தது. சுகி பேசினாள் என்பது. ஆச்சரியத்துடன் அது என்னவென்று கேட்டேன். அவள் பதிலற்று புல்புல்லின் சப்தத்தில் தன்னை மறந்து போயிருந்தாள். சுகியால் பேச முடிகிறது என்பது எவ்வளவு பெரிய விஷயம். ஆனால் அவள் பேசவிரும்பவில்லை. அல்லது பேசுமளவு அவளை வேறு எந்தச் செயலும் உந்தவில்லை. வரும் வழியெங்கும் ஏதேதோ பேச வைக்க முயன்றும் அவளிடமிருந்து வார்த்தை வரவில்லை. ஆனால் அன்றிரவு முழுவதும் அந்த ஒற்றைச் சொல் எனக்குள் நீந்திக்கொண்டேயிருந்தது.

வீடு வந்தபிறகு வித்யாராணியிடம் அதைப்பற்றிச் சொன்னேன். அவளால் நம்பமுடியவில்லை. ஒரு முறை தானும் புல்புல் என்று சொல்லிக் கேட்க வேண்டும் என்பதற்காக அவள் எவ்வளவோ முயற்சி செய்தாள். ஆனால் மூடிக் கொண்ட சிப்பியைப் போல ஒரு சொல்லோடு அவள் மௌனம் திரும்பிவிட்டிருந்தது.

நிச்சயம் இன்னொரு பறவையால் அவள் மனதிலிருந்து இன்னொரு சொல்லைக் கொத்தி எடுத்து வந்துவிட முடியும் என்று

நம்பினேன். இதற்காகவே அவளை அடையாற்றில் உள்ள ஆற்றின் கழி முகம் மற்றும் கிண்டி பூங்காவின் மரங்கள் அடர்ந்த பகுதி, நந்தனம் விளையாட்டு மைதானத்தின் புல் வெளி, மீனம்பாக்கத்தை ஒட்டிய கிராமங்கள் என்று எங்கெங்கோ கூட்டிக் கொண்டு சென்றேன்.

நாளாக ஆக அவள் பறவைகளின் ஒலியால் அடைந்த பரவசத்தைக் கொஞ்சம் கொஞ்சமாக இழந்து வருகிறாள் என்பது புரிந்தது. இப்போது அவள் வேறுவேறு பறவைகளின் சப்தத்தைவிடவும் முன்பு கேட்ட பறவையின் ஒலியை மறுபடியும் எங்கே எப்போது கேட்போம் என்பதில்தான் நாட்டம் கொண்டிருக்கிறாள் என்பதை அறிய முடிந்தது.

அவளுக்காக பறவைகளை அறியத் துவங்கி என் உலகில் பறவைகளின் விசித்திரமான நிறங்கள் மாறுபட்ட குரல்கள் அது எழுப்பும் அக உணர்வுகள் மட்டுமே நிரம்பியிருந்தன. அன்றாட உலகின் வாகனங்கள், திரையரங்குகள், மின்சார ரயில்கள், உணவகங்கள் என யாவும் என்னிலிருந்து கழன்று போகத் துவங்கின.

ஒரு ஞாயிற்றுக்கிழமை நானும் சுகியும் கேளம்பாக்கத்திலிருந்து வீடு திரும்பிக்கொண்டிருந்தபோது சட்டென ஒரு இடத்தில் என் முதுகில் கையை வைத்து வண்டியை நிறுத்தும்படியாக அழுத்தினாள் சுகி. நான் சாலையோரமாக வண்டியை நிறுத்தியபோது அருகாமையில் இருந்த மரத்தில் பறவையைக் காட்டினாள். இவ்வளவு ஒதுங்கிய மரத்திலிருந்த பறவை எப்படி அவள் கண்ணில் பட்டது என்னும் வியப்புடன் அதைப் பார்த்துக்கொண்டிருந்தேன்.

தலையும் மார்பும் வயிறும் வாலும் வெளுத்து மற்றெங்கும் செந்நிறமாக இருந்த பறவையது. கடல் மீது இதுபோன்ற பறவைகள் சுற்றியலைவதைக் கண்டிருக்கிறேன். பறவை விருட்டெனப் பறந்து இன்னொரு மரத்தின் உச்சிக்கிளைக்குச் சென்றது. அவள் ஆதங்கத்துடன் சொன்னாள்,

ஆலா... மழை வரும்.

நிச்சயம் சுகியால் பேச முடிகிறது. நான் சுகியைக் கட்டிக்கொண்டு பேசுடா பேசுடா என்றேன். சுகி பேசவில்லை. அவள் என் கைகளைத் தள்ளிவிட்டு பைக் நிறுத்தப்பட்ட இடத்திற்குப் போய் நின்று கொண்டாள். பறவை பறந்து போயிருந்தது. வெற்று மரத்தை இருவரும் வெறித்தபடியே சில நிமிசங்கள் நின்று

கொண்டிருந்தோம். பிறகு மௌனமாக வீடு திரும்பிவிட்டோம். சுகி ஏன் பேச்சை உனக்குள்ளாகவே ஒளித்துக் கொள்கிறாய். உனக்குப் பிடித்தமான பறவைகள் பெயரை மட்டுமாவது நீ சொல்லிக் கொண்டேயிரேன் என்று அன்றிரவு படுக்கையில் கிடந்தபடியே அரற்றினேன். ஆனால் அவளிடம் மாற்றமே இல்லை.

ஒவ்வொரு நாளும் ஏதாவது ஒரு வார்த்தை சுகி பேசிவிட மாட்டாளா என்னும் நம்பிக்கையின் மீதே ஊர்ந்து நகர்கிறது. இன்றைக்கும் நானும் சுகியும் வித்யா ராணியும் புற நகரின் மண்பாதைகளில் சுகியோடு பறவைகளைத் தேடிச் சுற்றியலைந்த படியே இருக்கிறோம்.

பேசுவது என்பது எளிமையானதில்லை. அது ஒரு விந்தை என்று எங்களுக்குக் கொஞ்சம் கொஞ்சமாகப் புரியத்துவங்கியிருக்கிறது. இப்போதெல்லாம் மிக அரிதாகவே நாங்களே எங்களுக்குள் பேசிக்கொள்கிறோம். கயிறு அறுந்து கிணற்றில் விழுந்த வாளியைப் போல பேச்சு எங்களுக்குள்ளாகவே அறுந்து விழுந்து கிடக்கிறது.

ஏதோவொரு பறவை இன்னமும் என் மகளைப் பேச வைத்துவிடும் என்னும் நம்பிக்கையிருக்கிறது. ஆயிரமாயிரம் மனிதர்கள், நெருக்கடியான வாகனங்கள், நான்குவழிச் சாலைகள், உறங்க இடமற்ற பிளாட்பாரவாசிகள், நோயாளிகள், உதிரி மனிதர்கள், எண்ணிக்கையற்ற அலுவலகங்கள், வீசி எறியப்பட்ட கழிவுகள் என நிரம்பி வழியும் இந்த மாநகருக்குள்ளும் பறவைகள் இருக்கின்றன. அவற்றில் ஏதோவொன்று என் மகளுக்கான ஒரு வார்த்தையைச் சுமந்தபடியே அலைந்து கொண்டிருக்கிறது.

அப்பா என்னும் சொல் எத்தனை வெளிக்காட்ட முடியாத கனமும் துக்கமும் வலியும் நிராசைகளும் நிரம்பியது என்பதை இப்போது முழுமையாக உணர்ந்திருக்கிறேன்.

இந்த இரவில் எரிந்து விழும் நட்சத்திரத்தின் அவசரத்தில் செல்லும் அந்தப் பெயர் தெரியாத பறவையைக் காணும் போதெல்லாம் எனக்கு நானே சொல்லிக்கொள்கிறேன்,

அப்பாவாக இருப்பதும் எளிமையானதில்லை. அது தராசின் முள்ளைப் போல எப்போதும் நடுங்கிக்கொண்டேயிருக்கும் ஒரு ஸ்திதி.

◂ ● ▸

அப்பா புகைக்கிறார்

தனது அலுவலகத்திலிருந்துருக்மணி வெளியே வந்தாள். மணி ஆறு இருபது ஆகியிருந்தது. சாலையில் செல்லும் வாகனங்களின் மீது வெயில் பட்டு தெறித்துக் கொண்டிருந்தது. கோடைகாலம் என்பதால் மாலையிலும் வெயில் அடங்கவில்லை. மின்சார ரயிலைப் பிடிப்பதற்காக செல்லும் வழியில் கடைக்கு போய் ஒரு சிகரெட் வாங்கலாமா என்றுருக்மணிக்கு தோணியது.

இப்படி சில தினங்கள் தோன்றுவதுண்டு. சில வேளைகளில் அவள் சிகரெட் வாங்குவதை பலரும் கவனிப்பார்களே என்று தன்னை அடக்கி கொண்டு போயிருக்கிறாள். சில வேளைகளில் யாரையும் பற்றிய கவலையின்றி கடைக்கு போய் சிகரெட் வாங்கியிருக்கிறாள்.

அவளது அலுவலகத்திலிருந்து உடன் வரும் ஆண்களில் சிலர் பெட்டிக்கடைக்களில் நின்று புகைப்பதை கண்டிருக்கிறாள். அவர்கள் முன்னால் தானும் போய் சிகரெட் கேட்பது அவர்களை திகைப்படைய செய்யக்கூடும். ஆனால் அது அவளுடைய நோக்கமில்லை.

அவளுக்கு சிகரெட் ஒன்று வேண்டும். அது புகைப்பதற்காக அல்ல. அவள் ஒரு போதும் சிகரெட் புகைத்ததுமில்லை. ஆனால் அவளுக்கு சிகரெட்டின் மணம் தெரியும், சிக ரெட்டை நசுங்காமல் எப்படி கையில் பிடித்துக்கொள்ள வேண்டும் என்று தெரியும். சிகரெட் புகையின் வளையங்கள் காற்றில் எப்படி கரைந்து போகும் என்பதைக்கூட அறிந்திருக்கிறாள்.

பேக்கரியை ஒட்டியிருந்த பெட்டிக்கடையினுள் அவள் நுழைந்தவுடன் கடைக்காரன் அவள் கேட்காமலே ஷாம்பு வேண்டுமா என்று கேட்டான். மாலையில் யார் ஷாம்பு வாங்க போகிறார்கள் என்று அவளாக நினைத்துக்கொண்டு இல்லை என்றாள். உடனே அவன் விக்ஸ் மிட்டாய், ரீபில், சேப்டி பின் வேண்டுமா என்று கேட்டான்.

அந்தக்கடையில் பெண்கள் வாங்கக்கூடிய பொருட்கள் என்று இந்த நான்கு மட்டும்தான் இருக்கிறது என்று முடிவு செய்திருப்பான் போலும். அவள் கண்ணாடி பாட்டில்களுக்கு பின்னால் வரிசை வரிசையாக அடுக்கி வைக்கப்பட்டிருந்த சிகரெட் பெட்டிகளைப் பார்த்துக் கொண்டேயிருந்தாள்.

யாரோ ஒரு ஆள் அவளைத் தள்ளிக்கொண்டு உள்ளே நுழைந்து பான்பராக் வாங்கி வாயில் போட்டுக்கொண்டு மீதி சில்லறையை அள்ளிக்கொண்டு போனான். சில நிமிட யோசனைக்குப் பிறகுருக்மணி ஐந்து ரூபாய் காசை அவன் முன்னால் நீட்டியபடியே ஒரு சிகரெட் கொடு என்றாள். கடைக்காரனின் முகம் மாறியதை அவள் காணமுடிந்தது. அவன் ஏளனம் செய்வது போன்ற குரலில் என்ன சிகரெட் என்று கேட்டான்.

கடைக்கு ஒரு நாளைக்கு நூறு ஆண்கள் சிகரெட் வாங்க வருகிறார்கள். அவர்களில் ஒருவரிடம் கூட இந்த ஏளனத்தை அவன் காட்டியிருக்க மாட்டான் என்று ஆத்திரமாக வந்தது. அவள் பில்டர் சிகரெட் என்று சொன்னாள். கடைக்காரன் முகத்தை கோணலாக வைத்துக் கொண்டு அதான் என்ன சிகரெட்டுனு கேட்கிறேன் என்றான்.

வில்ஸ் பில்டர் என்று சொன்னாள்.

கடைக்காரன் சிகரெட் பெட்டியை உருவி அதிலிருந்து ஒரு சிகரெட்டை எடுத்து தந்துவிட்டு சில்லறையை கண்ணாடி பாட்டில் மீது வைத்தான்.

அவள் சிகரெட்டை கையில் எடுத்து பார்த்தபோது கடைக்காரன் அவளை முறைத்து பார்த்தபடியே இருப்பது தெரிந்தது. அவள் வேண்டும் என்றே இரண்டு விரல்களுக்கும் நடுவில் சிகரெட்டை பிடித்துக்கொண்டு நின்று கொண்டேயிருந்தாள். கடைக்காரன் அவளை கேலி செய்வது போன்று தீப்பெட்டியை எடுத்து முன்னால் நீட்டினான். அவள் வேண்டாம் என்று ஒதுக்கிவிட்டு கடையிலிருந்து வெளியேறி நடந்தாள்.

கையில் ஒரு சிகரெட்டோடு நடந்து செல்லும் தன்னை பலரும் வேடிக்கை பார்க்கிறார்கள் என்பது அவளுக்கு தெரிந்தேயிருந்தது. அதைப்பற்றிய கவலையின்றி அவள் சிகரெட்டை கையில் பிடித்தபடியே ரயில் வருவதற்காக காத்திருந்தாள். அவளை கடந்து செல்லும் முகங்கள் சிகரெட்டினை கண்டு அதிர்ந்து போயின. அவள் சிகரெட்டை முகர்ந்து பார்த்தாள். அதே வாசனை. இன்னும் அப்படியே இருந்தது.

கடைக்கு போய் சிகரெட் வாங்குவதுருக்மணியின் பதினாலாவது வயது வரை அன்றாட வேலையாக இருந்தது. அவர்கள் வீடு இருந்த தெருவில் உள்ள எல்லா கடைகளிலும் அவள் சிகரெட் வாங்கியிருக்கிறாள்.

ருக்மணியின் அப்பா சிகரெட் பிடிக்கக்கூடியவர். அப்பா சிகரெட் புகைக்கிறார் என்ற சொற்கள் அவளை பொறுத்த வரை மறக்கமுடியாத ஒரு வடு. அந்த சொல்லைக் கேட்ட மாத்திரத்தில் தலையிலிருந்து கால் வரை குபுகுபுவென ரத்தம் உச்சம் கொள்வதை அவள் பலமுறை உணர்ந்திருக்கிறாள்.

எதற்காக தன்னை அப்பா கடைகடையாக போய் சிகரெட் வாங்க சொன்னார் என்று அவளுக்கு புரிந்ததேயில்லை. அந்த நாட்களில் தான் பெண்ணாக தானே இருந்தோம். பத்து வயதில் தவறாக இல்லாத செயல் இருபது வயதில் ஏன் தவறாக கொள்ளப்படுகிறது. அப்போது தன்னை எவரும் ஒருமுறை கூட இப்படி வேடிக்கை பார்க்கவோ அல்லது கேலி செய்வதோ நடந்தது இல்லையே. அது ஏன் காரணம் சிகரெட் பிடிக்கின்றவர்கள் ஆண்கள். அது அவர்களுக்கு மட்டுமேயான ஆடுகளம்.

ருக்மணியின் அப்பா புள்ளியியல் துறையில் வேலை பார்த்துக்கொண்டிருந்தார். அவர் அலுவலகத்தில் ஒருவ ரோடு கூட சண்டையே போட்டதில்லை. மிக அமைதியான ஊழியர் என்று சொல்லிக்கொண்டார்கள். வீட்டிலிருந்தே சாப்பாட்டை கொண்டுபோய்விடுவார். தினமும் காலை மாலை இரண்டு நேரமும் கோவிலுக்கு போக கூடியவர். விடுமுறை நாட்களில் கூட அலுவலகம் சென்று வேலை செய்யக்கூடியவர்.

ஆனால் இது எல்லாம் வெளி உலகிற்கு. வீட்டில் அப்பா எப்போதும் கத்திக்கொண்டும் அம்மாவோடு சண்டை போட்டபடியும் தானிருந்தார். அம்மாவின் மீதான கசப்புணர்வு அவருக்குள் பீறிட்டுக்கொண்டேயிருந்தது. அவளை அடிக்காத நாட்களே இல்லை. பத்து தடவைக்கும் மேலாக அம்மாவிற்கு மண்டை உடைந்து தையல் போட்டிருக்கிறார்கள். அத்தனையும்

மறந்துவிட்டு தான் அம்மா அவருக்காக ஓடியோடி சாப்பாடு செய்து தருகிறாள். சில வேளைகளில் அம்மாவும் தன் மனதில் இருந்த அத்தனை கோபத்தையும் ஒன்று திரட்டி வசையிட்ட போதும் அவர்களுக்குள் இருந்த கசப்புணர்வு குறையவேயில்லை.

அதற்காக தான் அப்பா புகைபிடிக்கத் துவங்கினாரோ என்னவோ, அம்மாவோடு சண்டையிட்ட பிறகு அப்பா ஆவேசத்துடன் சிகரெட் பிடிக்க ஆரம்பிப்பார். தொடர்ச்சியாக ஏழு எட்டு சிகரெட்களைக்கூட பிடித்திருக்கிறார். சிகரெட் பிடிக்கும்போது அவர் முகம் இறுக்கமடைந்து போயிருக்கும். பதற்றமும் எரிச்சலுமாகவே அவர் புகை பிடிப்பார். ஏதோவொன்றை அடக்கி ஆள்வது போன்ற ஆவேசம் அவருக்கு இருக்கும்.

அப்பா பலவருசமாக புகைபிடித்துக் கொண்டுதானிருந்தார். ஆனால் ஒருநாளும் அவர் கடையில் போய் அவருக்காக சிகரெட் வாங்கிக்கொண்டதேயில்லை. காலையில் ஒரு முறையும் மாலையில் இருமுறையும்ருக்மணி தான் கடைக்கு போய் அவருக்காக சிகரெட் வாங்கி வருவாள். சிகரெட் வாங்க கொடுத்த காசில் மீதமிருந்த சில்லறைகளை கூட அவர் கவனமாக கேட்டு வாங்கிக்கொண்டு விடுவார். அவர் வழக்கமாக பிடிக்கும் சிகரெட் இல்லையென்றால் எங்கேயாவது போய் தேடி வாங்கி வரவேண்டும் இல்லா விட்டால் அவளுக்கும் அடிவிழும்.

ஒவ்வொரு நாளும் கடைக்கு போய் சிகரெட் வாங்கும் போது அதைருக்மணி முகர்ந்து பார்ப்பாள். புகையிலையின் மணமது. சிகரெட் பெட்டிகள் இல்லாமல் போன நாட்களில் நாலைந்து சிகரெட்டுகளை ஒன்றாக கையில் பொத்தி கொண்டுவருவாள். அப்போது சிகரெட்டுகள் நழுவி விழுந்து விடுமோ என்று பயமாக இருக்கும். சிகரெட் உதிர்ந்து போயிருந்தால் அதற்கும் வசவு விழும். இரவில் எத்தனை மணி ஆனாலும் அவளை கடைக்கு அனுப்பி சிகரெட் வாங்கிவர செய்வார் அப்பா. இருள் படிந்த தெருவில் பயமும் நடுக்கமாக கண்ணை மூடிக்கொண்டு ஓடிப்போய் பலமுறை வாங்கி வந்திருக்கிறாள்.

அப்பா சிகரெட் புகையை வீடு முழுவதும் நிரப்ப வேண்டும் என்று விரும்புகின்றவரை போல இந்த பக்கமும் அந்தப்பக்கமும் தலையை திருப்பிக்கொண்டு புகைவிடுவார். யார்மீதுள்ள கோபத்தையோ தணித்துக்கொள்வதற்காக புகைபிடிக்கிறார் என்பது போலவே அவரது முகபாவம் இருக்கும். சிகரெட்டின் சாம்பலை தட்டுவதற்காக அவர் கையில் கிடைக்கும் சில்வர் டம்ளர், தட்டு, பவுடர் டப்பா மூடி என எதையும் எடுத்துக்கொள்வார். ஒருமுறை

அவர் அம்மாவின் உள்ளங்கையை நீட்ட சொல்லி அதில் கூட சிகரெட் சாம்பலை தட்டியிருக்கிறார். காரணம் இந்த வீட்டில் உள்ள எல்லாமும் தான் வாங்கி வந்தவை தானே இதில் எதில் சிகரெட்டின் சாம்பலை தட்டினால் என்ன குறைந்துவிடப்போகிறது என்ற எண்ணமே.

அது போலவே சிகரெட்டை அணைத்து வீட்டிற்குள்ளாகவே தூக்கி எறிவார். அவர் புகைக்கும் இடத்தின் அருகில் தான் ஜன்னல் இருந்தது. ஆனால் ஒருபோதும் அவர் ஜன்னலுக்கு வெளியே சிகரெட்டை எறிந்ததேயில்லை.

அம்மா கவனமாக அவர் வீசி எறிந்த சிகரெட் துண்டை பொறுக்கி எடுத்து வெளியே போடுவாள். அப்பா சிகரெட் பிடிப்பதற்காக வைத்துள்ள தீப்பெட்டியை அவர்கள் அடுப்பு மூட்ட ஒருபோதும் உபயோகிக்க கூடாது. அது அவர் உறங்கும்போது கூட தலையணியின் அருகாமையிலே இருக்கும். நள்ளிரவில் கூட எழுந்து பாயில் உட்கார்ந்து கொண்டு அப்பா புகைத்துக்கொண்டிருப்பார். அந்த வாடை நாசியில் ஏறி யாராவது செருமினால் கூட அவருக்கு ஆத்திரம் அதிகமாகி விடும். வேண்டும் என்றே முகத்தின் அருகாமையில் ஊதுவார்.

அவர்கள் மீது அவருக்கு உள்ள உரிமையை நிலை நிறுத்துவதற்கு இருந்த ஒரே அடையாளமாக சிகரெட் இருந்தது.

ஒருநாள் அம்மா அவர் சட்டை பையில் வைத்திருந்த சிகரெட்டை துணி துவைக்கும்போது கவனமாக எடுத்து வைக்க மறந்து துவைத்துவிட்டாள் என்பதற்காக அவளது வலது கையில் சூடு போட்டார் அப்பா. அன்றிரவு அம்மா வீட்டிற்கு உறங்கு வதற்கு வரவேயில்லை. அருகாமையில் உள்ள வரலட்சுமி வீட்டில் போய் படுத்துக்கொண்டாள்.

அவளை வீட்டிற்கு கூட்டி வரும்படியாக அப்பாருக்மணியை அனுப்பி வைத்தார்.ருக்மணிக்கு ஆத்திரமாக வந்தது. அவள் வரலட்சுமியின் வீட்டு வாசலில் போய் நின்றபடியே வாம்மா வீட்டுக்கு வாம்மா வீட்டுக்கு என்று கூப்பிட்டுக்கொண்டே இருந்தாள். ஆனால் அம்மாவின் காதில் அந்தக்குரல் விழவேயில்லை. தானும் அங்கேயே படுத்துக்கொள்ள வேண்டியதுதான் என்பது போல அவளும் சுருண்டு படுத்துக்கொண்டாள். திலகர்

சில நிமிசங்களில் வரலட்சுமி வீட்டு வாசலில் அப்பாவின் குரல் கேட்டது. அவர் ஆவேசத்துடன் கத்திக்கொண்டு நின்றிருந்தார். அவரது ஆபாசமான பேச்சை தாள முடியாமல்

வரலட்சுமியக்கா அம்மாவை வீட்டிற்குப் போகும்படியாக அனுப்பி வைத்தாள். ருக்மணி பயத்துடன் கூடவே நடந்து வந்தாள். அப்பா தன் கையில் இருந்த பத்து ரூபாயை தந்து சிகரெட் வாங்கிக்கொண்டுவரும்படியாக சொல்லிவிட்டு அம்மாவை வீட்டிற்கு இழுத்துக் கொண்டு சென்றார்

ருக்மணி இருட்டில் அப்பாவை திட்டியபடியே நடந்து போனாள். இருட்டிற்குள்ளாக ஒரு ரிக்ஷாகாரன் அமர்ந்து பீடி புகைத்துக்கொண்டிருந்தான். பகலும் இரவும் எண்ணிக்கையற்ற ஆண்கள் சிகரெட் பிடித்துக் கொண்டேயிருக்கிறார்கள். உலகம் முழுவதும் அந்தப் புகை பெண்களை நோக்கியே திரும்புகிறது என்று நினைத்தபடியே அவள் நடந்தாள். கடைகள் யாவும் சாத்தியிருந்தன. எங்கே போய் சிகரெட் வாங்குவது என்று தெரியவில்லை.

அவள் மீன் மார்க்கெட் வரை நடந்து போய் பார்த்தாள். அநேகமாக கடைகள் யாவும் மூடப்பட்டிருந்தன. சிகரெட் இல்லாமல் வீட்டிற்குப் போனால் அப்பா தன்னை அடிக்க கூடும் என்ற பயமாக இருந்தது. அவள் சினிமா தியேட்டர் முன்பாக சிகரெட் கடையிருக்கக்கூடும் என்று நடந்தாள். இரண்டாவது காட்சி துவங்குவதற்காக பாடல் கேட்டுக் கொண்டிருந்தது.

ருக்மணி சிகரெட் வாங்கிக்கொண்டு திரும்பும்போது சைக்கிளில் வந்த ஒருவன் பாதி புகைத்த சிகரெட்டை அப்படியே தூக்கி எறிந்துவிட்டு தியேட்டர் உள்ளே செல்வது தெரிந்தது. ஓடிப்போய் அந்த சிகரெட்டை எடுத்து பார்த் தாள். பாதி சிகரெட் புகைந்துகொண்டிருந்தது. சுற்றிலும் யாராவது தன்னை கவனிக்கிறார்களா என்று பார்த்துவிட்டு அந்த சிகரெட்டை அவள் ஒரு முறை இழுத்து பார்த்தாள். நெஞ்சினுள் அந்த புகை சென்றதும் புறை ஏறிக்கொண்டு இருமல் வந்தது. சிகரெட்டை வீசி எறிந்துவிட்டு இருமினாள். அடங்கவேயில்லை. அடிவயிறு பிடித்துக்கொண்டுவிடும் போலிருந்தது. பயத்துடன் கண்ணீர் முட்ட தன்னுடைய தலையில் தானே தட்டிக்கொண்டாள். வீட்டிற்கு வந்து சேர்ந்தபோது அப்பா வாசலில் ஈஸி சேரை போட்டு உட்கார்ந்திருந்தார்.

அவள் சிகரெட்டை அவரிடம் தந்துவிட்டு உள்ளே போய் அம்மா அருகில் படுத்துக்கொண்டாள். சிகரெட்டின் சுவை நாக்கில் அப்படியே இருந்தது. அம்மா அந்த மணத்தை உணர்ந்திருக்கக்கூடும். அவள் பக்கம் திரும்பி முகர்ந்து பார்த்தாள். பிறகு ஆவேசம் ஆனவள் போல சிகரெட் பிடிச்சயாடி. சிகரெட் பிடிச்சயா என்று

மாறிமாறி முகத்தில் அறைய துவங்கினாள்.ருக்மணி என்னை மன்னிச்சிரும்மா என்னை மன்னிச்சிரும்மா என்று கத்தினாள். ஆனால் அடி நிற்கவேயில்லை.

அப்பா அதை கவனித்தபடியே சாய்ந்து புகைபிடித்துக் கொண்டிருந்தார். அம்மா கை ஓயும்வரை அடித்துவிட்டு அவளை கட்டிக்கொண்டு அழுதாள். பிறகு இவரும் ஒன்றாக படுத்துக்கொண்டார்கள். அதன்பிறகு சிகரெட் வாங்கப் போகும்போது அந்த வாசனை தன் மீது படிந்து விடக்கூடாது என்று கையை தனியே நீட்டியபடியே போவாள்ருக்மணி...

அவளைப் போலவே சிகரெட் வாங்க வரும் சிறுவர்கள் சிறுமிகள் நிறைய இருந்தார்கள். எதற்காக ஆண்கள் மட்டுமே சிகரெட் பிடிக்கிறார்கள் என்று அம்மாவிடம் கேட்டாள். அவரு சம்பாதிக்கிறாரு சிகரெட் பிடிக்கிறாரு அதனாலே என்ன என்று சொன்னாள் அம்மா.

ஆறாம் வகுப்பு படிக்கும் போது ஒரு முறைருக்மணியின் பள்ளிக்கு அப்பாவை அழைத்து வரும்படியாக சொல்லியிருந்தார்கள். அவர்கள் வகுப்பிலிருந்து இரண்டு மாணவிகள் தேர்வு செய்யப்பட்டு டெல்லியில் நடைபெறும் கலாச்சார விழாவில் கலந்து கொள்ள செய்யப்பட்ட ஏற்பாடு அது. அப்பாவை வீட்டிலிருந்து அழைத்துக்கொண்டு போகும் வழியே தயங்கி தயங்கிருக்மணி சொன்னாள்.

ஸ்கூல்ல வந்து நீங்க சிகரெட் பிடிக்கக் கூடாதுப்பா.

அப்பா அதை கவனித்தது போலவே தெரியவில்லை. பிரேயர் முடிந்த பிறகு பிரின்ஸ்பலை சந்திக்கும்படியாக சொல்லிய. வகுப்பு ஆசிரியை அப்பாவை வெளியே காத்திருக்கச் சொன்னாள்.

அப்பா அதற்குள் புகைக்கத் துவங்கியிருந்தார். அவ்வளவு மாணவிகளுக்கு நடுவில் நின்றபடியேருக்மணி கண்ணை மூடி பிரார்த்தனை செய்ய துவங்கியிருந்தபோதும் காற்றில் சிகரெட் புகை கரைந்து வந்து கொண்டேயிருந்தது. பிரேயர் முடியும்வரை யாரும் எதுவும் சொல்லவேயில்லை. அப்பாவாக அதற்குள் பிரின்ஸ்பல் அறையை கண்டுபிடித்து உள்ளே சென்றிருந்தார். பிரின்ஸ்பல் அறைக்குள் நின்றபடியும் அவர் புகைத்துக்கொண்டுதானிருந்தார்.

பிரின்ஸ்பல் தன் அறையில் புகை பிடிக்க அனுமதியில்லை என்று கடுமையான குரலில் சொன்ன போது அது தன்னுடைய தனிப்பட்ட விஷயம். அதில் தலையிட பள்ளிக்கு அருகதையில்லை

என்று சொல்லியபடியே இன்னொரு சிகரெட்டை எடுத்து புகைக்கத் துவங்கினார்.

இதற்குள் வகுப்பு ஆசிரியைருக்மணியை அழைத்துக் கொண்டு வந்திருந்தாள். அப்பா நிதானமாக புகை பிடித்துக் கொண்டு தன்மகளை வெளியே அனுப்ப தனக்கு இஷ்டமில்லை பொம்பளை பிள்ளையை எப்படி வளர்க்க வேண்டும் என்று எனக்கு தெரியும் என்றார். அந்த அறையில் புகை நிரம்பிக்கொண்டிருந்தது. வகுப்பு ஆசிரியையும் பிரின்ஸ்பலும் தனியே பேசிக்கொண்டிருந்தார்கள். சில நிமிசங்களில்ருக்மணியை அழைத்து அப்பாவை வெளியே அழைத்து செல்லும்படியாக சொன்னார்கள். அவள் கையை பிடித்து இழுத்துக்கொண்டு வந்தபோதும் அவர் புகைத்துக் கொண்டே வந்தார். பள்ளியின் வாசலை தாண்டுவதற்குள் நிச்சயம் தன்னை டெல்லிக்கு அனுப்பமாட்டார்கள் என்றுருக்மணிக்கு தெரிந்துவிட்டிருந்தது.

அப்பாவின் மீது ஆத்திரமாக வந்தது. அப்பா அவர்களது ஆத்திரம் கோபம் வசை எதைப்பற்றியும் ஒரு போதும் கருத்தில் கொண்டதேயில்லை. சிகரெட் பிடிப்பதை தவிர வேறு ஒரு கெட்ட பழக்கமும் உங்க அப்பாவுக்கு கிடையாது. சம்பாதிக்கிற பணத்தை ஒழுங்கா வீட்டில் கொண்டுவந்து கொடுத்துவிடுகிறார். ஆபீஸ் விட்டா நேராக வீட்டிற்கு வந்துவிடுகிறார் என்று அம்மாவே பல நாட்கள் அவரை பாராட்டியும் இருக்கிறார்.

ஆனால் அவளுக்கு அப்பாவை பிடிக்காமலே ஆகிப் போனது. அவள் மனதில் எப்போதும் அப்பா புகைக்கிறார் என்ற படிமம் உறைந்து போயிருந்தது. அதனால் தானோ என்னவோ சிகரெட் பிடிக்கின்றவர்களை கண்டாலே அவளுக்கு ஆத்திரமாக வரத்துவங்கியது.

அவள் எட்டாம் வகுப்பு படித்துக்கொண்டிருந்த நாட்களில் அப்பா புகைப்பது மிக அதிகமாகி போயிருந்தது. அதற்கு காரணம் ஓய்வில்லாத சண்டை. ஒவ்வொரு நாளும் அவள் பள்ளியிலிருந்து வீடு திரும்பும்போதும் பயமாக இருக்கும் காரணம் அப்பா அம்மாவை திட்டிக் கொண்டிருப்பாள். அல்லது அடித்துக் கொண்டிருப்பார். அதன் சில நிமிசங்களில் அவள் சிகரெட் வாங்க போக வேண்டியதிருக்கும். பேசாமல் பள்ளிக்கூடம் விட்டு திரும்பி வரும்போதே கடையில் நாலைந்து சிகரெட்டுகள் வாங்கிக் கொண்டுவந்துவிடலாமா என்று கூட யோசித்துக்கொண்டிருப்பாள்.

அப்படியொரு நாள் வீடு திரும்பும்போது வீட்டில் நிறைய ஆட்கள் திரண்டிருந்தார்கள். அம்மா சுவர் ஓரமாக சாய்ந்து

கிடந்தாள். அவள் உடல் தலை கலைந்து கிடந்தது. சேலை கிழிந்து தொங்கிக்கொண்டிருந்தது. அவளை சுற்றிலும் உட்கார்ந்திருந்த பெண்கள் புலம்பிக்கொண்டிருந்தார்கள். அப்பா சலனமில்லாமல் சாய்வு நாற்காலியில் உட்கார்ந்திருந்தார். அவரிடம் அருகாமை வீட்டு ஆண்களில் சிலர் ஏதோ சொல்லிக்கொண்டிருந்தார்கள்.

வீட்டிற்குள்ருக்மணி வருவதைக் கண்டதும் அங்கிருந்த பெண்களில் ஒருத்தி உரத்த குரலில் அழுதபடியே இப்படியொரு பொம்பளை பிள்ளையை தனியா தவிக்க விட்டுட்டு சாகப்போறதுக்கு உனக்கு எப்படி மனசு வந்தது என்று அம்மாவை உலுக்கினாள்.

அம்மா அவள் பக்கம் திரும்பவேயில்லை. அம்மா தற்கொலை செய்வதற்கு முயன்றிருக்கிறாள். பக்கத்துவீட்டு பெண்கள் பார்த்து காப்பாற்றியிருக்கிறார்கள். இல்லாவிட்டால் இந்த நேரம் செத்துப்போயிருப்பாள் என்று சொல்லிக் கொண்டார்கள்.

அதைக் கேட்டவுடன்ருக்மணிக்கு கால்கள் நடுங்க துவங்கியது. அவள் அம்மாவின் அருகில் போய் உட்கார்ந்து கொண்டாள். அம்மாவின் கையை எடுத்து தன்னோடு சேர்த்து வைத்துக்கொள்ள முயன்றபோது அவள் தள்ளி விட்டபடியே போ... போயி உங்கப்பாவுக்கு சிகரெட் வாங்கிட்டு வந்து குடு என்றாள்.ருக்மணிக்கு பேசாமல் தான் செத்துப்போய்விடலாம் என்பது போலிருந்தது.

அவள் யூனிபார்மை கூட கழட்டாமல் அப்படியே உட்கார்ந்திருந்தாள். அன்றிரவு எட்டரை மணி வரை அவர்கள் வீட்டில் நிறைய ஆட்கள் இருந்தார்கள். பிறகு அப்பா அவளிடம் பசிக்கிறதா என்று கேட்டார். அவள் இல்லை என்று பொய் சொன்னாள். அப்பா தன் சட்டை பையிலிருந்து ஐம்பது ரூபாயை எடுத்து தந்து அவளுக்கு தேவையான இட்லியும் அவருக்கு சிகரெட்டும் வாங்கிக் கொண்டு வரும்படியாக சொன்னார்.

அவள் எழுந்து பணத்தை கையில் வாங்கிக்கொண்டாள். வாசல்படியை விட்டு இறங்கும் போது அப்பா அழைப்பது போலிருந்தது. அவள் திரும்பிப் பார்த்தபோது அப்பா செருப்பை மாட்டிக்கொண்டு அவளை நிறுத்திவிட்டு தானே கடைக்கு போய்வருவதாக சொன்னார். அவளால் நம்ப முடியவில்லை. தானும் கூட வரவா என்று கேட்டாள். அப்பா வேண்டாம் என்றபடியே கீழே இறங்கி நடக்க துவங்கினார்.

இரவு பதினோறு மணி வரை அப்பா வீடு திரும்பி வரவேயில்லை. அம்மா அவளை தேடிப்பார்த்து வரும்படியாக சொன்னாள்.ருக்மணி ஒவ்வொரு கடையாக போய் எங்கப்பா

சிகரெட் வாங்க வந்தாரா என்று கேட்டுக் கொண்டேயிருந்தாள். அப்பா எங்கேயும் வரவில்லை. இந்த இரவில் எங்கே போயிருக்க கூடும். வீட்டிற்கு வந்து அம்மாவிடம் சொன்னபோது அவள் அவிழ்ந்து கிடந்த கூந்தலை சொருகிக்கொண்டு அவளையும் இழுத்துக் கொண்டு சினிமா தியேட்டர் வரை சென்று பார்த்தாள். ஆனால் அங்கேயும் அப்பா இல்லை. நள்ளிரவில் அம்மா தெருவில் நின்றபடியே சப்தமாக அழுதாள். மாலையில் அவள் வீட்டில் திரண்டிருந்தவர்கள் எவரும் ஆறுதல்படுத்த வரவில்லை. அவளும் அம்மாவும் மட்டும் அழுதார்கள்.

அடுத்த நாள் அம்மாவும் அவளும் அப்பாவின் அலுவல கத்திற்கு தேடிப்போய் பார்த்தார்கள். அப்பா அங்கேயும் வரவில்லை. அப்பாவிற்கு தெரிந்த ஒவ்வொருவர் வீடாக போய் அவர்கள் விசாரித்தார்கள். அப்பா எங்கேயும் வரவேயில்லை. அம்மாவின் கோபம் அவள் மீது திரும்பியது.

ஒரு சிகரெட் வாங்கிட்டு வந்து குடுக்கிறதுல உனக்கு என்னடி கௌரவம் குறைஞ்சி போச்சி. உங்கப்பா அதுனாலே தானே அன்னைக்கு கோவிச்சிகிட்டு போயிட்டார் என்று அவளை திட்டத்துவங்கினாள்.

அப்பா காணமல் போய் இன்றைக்கு பதினேழு வருடங்கள் ஆகின்றது. ஆனால் அப்பா ஏன் அவளை கடைசியாக சிகரெட் வாங்க அனுமதிக்கவில்லை என்று அவளால் புரிந்து கொள்ளவே முடியவில்லை.

அப்பா என்னவாகியிருப்பார். எங்காவது சாலை விபத்தில் அடிபட்டு இறந்து போயிருப்பாரா? அல்லது ஏதாவது ஒரு ஊரில் வேறு ஒரு பெண்ணை திருமணம் செய்து கொண்டு தன்னை போலவே வேறு ஒரு சிறுமிக்கு தகப்பனாகி அவளையும் சிகரெட் வாங்க வைத்துக் கொண்டிருப்பாரா? இல்லை பிச்சைகாரர்களில் ஒருவரை போல அலைந்து திரிவாரா? என்று பல நாட்கள் யோசித்திருக்கிறாள்.

சாலைகளில் பேருந்து நிறுத்தங்களில் புகைபிடிக்கும் ஆண்கள் அவளது அப்பாவை நினைவுபடுத்திக்கொண்டேயிருந்தார்கள். அப்பா ஏன் அவ்வளவு மூர்க்கமாக புகைபிடித் தார். அவருக்கு ஏதாவது வேதனை இருந்திருக்குமா. என்ன வேதனை அது.

அப்பா காணாமல் போன சில வருசங்களில் அம்மா தானே உடல் நலிந்து போனாள். அவளை மாமா வீட்டில் கொண்டுபோய் விட்டுவிட்டு ஹாஸ்டலில் தங்கி படிக்கத் துவங்கினாள்ருக்மணி.

இப்போது வேலை கிடைத்து சம்பாதிக்க துவங்கிய பிறகும் அவளுக்கு ஹாஸ்டல் அறை மட்டுமே ஆறுதல் தருவதாக இருந்தது.

ஆனால் சிகரெட்டின் புகையும் மணமும் அவளுக்குள் அப்பாவின் பிம்பத்தை நாளுக்கு நாள் வலுப்படுத்திக் கொண்டேயிருந்தது. சில வேளைகளில் அதிலிருந்து மீள்வதற்காக அவள் சிகரெட்டை வாங்கிகொண்டு வந்து அறையில் இருந்த மேஜையில் போட்டு வைக்கத் துவங்கினாள். என்றைக்காவது அப்பா திரும்பி வந்தால் அவருக்கு இந்த சிகரெட்டுகளை புகைக்க தரலாம் இல்லையா?

அன்றைக்கும் அவள் ரயிலில் சிகரெட்டை கையில் வைத்தபடியே வந்ததை பலரும் வேடிக்கை பார்த்தார்கள். ஒவ்வொரு நாளும் இத்தனை ஆயிரம் பேர் பயணம் செய்யும் ரயிலில் ஒரு பெண் கூட சிகரெட் புகைத்து அவள் பார்த்ததேயில்லை. ஏன் புகைக்கக் கூடாது என்று ஏதாவது சத்தியம் செய்திருக்கிறார்களா அல்லது தடை செய்யப்பட்டிருக்கிறதா?

பொது இடங்களில் நின்றபடியே மூத்திரம் பெய்யும் ஆண்கள், பொது இடங்களில் எச்சில் துப்பும் ஆண்கள், சாலையோர கடைகளில் நின்றபடியே பஜ்ஜி தின்னும் ஆண்கள், பான்பராக் போடும் ஆண்கள், டாஸ்மார்க் கடைகளில் கூட்டம் கூட்டமாக மது அருந்தும் ஆண்கள், வாந்தியெடுத்து குப்பையில் விழுந்து கிடந்து உறங்கும் ஆண்கள், பிக்பாக்கெட் அடிக்கும் ஆண்கள், பொதுவெளியில் பெண்களை உரசி பாலின்பம் காணும் ஆண்கள் என அவள் காணும் உலகம் முழுவதும் ஆண்கள் விகாரம் வழிந்து கொண்டிருந்தது. அத்தனை ஆண்களும் புகைக்கிறார்கள். அந்த புகைகள் அடுத்த இருக்கையில் உள்ள பெண்கள் மீது, உடன் வசிக்கும் மனைவி மீது, காதலிக்கும் பெண்ணின் உதட்டிற்குள், அருகில் உறங்கும் குழந்தைகளின் சுவாச கோளங்களில் சென்று நிரம்புகிறது.

ஆண்கள் புகைக்கிறார்கள். அது வெறும் செயல் அல்ல, அது அவளை போன்ற துயரின் வடு மறையாத சிறுவர் சிறுமிகளை உருவாக்கும் வன்முறை. தன்னை ஆண் என்று காட்டிக்கொள்ள வைக்கும் சாதனம். சிகரெட்டை தூக்கி எறிவதை போல, எவ்விதமான எதிர்ப்பும் இன்றி அணைத்து நசுக்குவதை போல தங்களையும் நடத்த முடியும் என்ற எச்சரிக்கை.

ருக்மணி இப்படியான ஏதேதோ யோசனைகளுடன் அறைக்குத் திரும்பி மேஜை டிராயரை திறந்து உள்ளே சிகரெட்டை போட்டாள். நாற்பது ஐம்பது சிகரெட்டுகளுக்கும் மேலாக இருந்தது. அதை பார்த்த போது அப்பா ஏன் கடைசியாக தன்னை சிகரெட்

பதினெட்டாம் நூற்றாண்டின் மழை

வாங்கிவர சொல்லவில்லை என்ற கேள்வி அவளுக்குள் இன்றும் தீராமல் இருந்துகொண்டேயிருந்தது.

அப்பா காணாமல் போனது முதல் அவர் முகம் அவள் நினைவிலிருந்து அழிந்து போக துவங்கியிருந்தது. இப்போது அவரது நினைவாக மிச்சமிருப்பது சிகரெட் மட்டுமே. தன் கடந்த காலத்தின் நினைவாக மிஞ்சியிருப்பது அந்த சிகரெட்டுகள் மட்டுமே தானே என்று தோணியது.

பின்னிரவில் அவள் படுக்கையில் கிடந்தபடியே முகட்டை வெறித்து பார்த்துக்கொண்டிருந்தபோது அறையெங்கும் சிகரெட் புகை நிரம்பியிருப்பது போல தோன்றியது. அந்த மணத்தை அவள் நாசி உணர்ந்து கொண்டிருந்தது. திகைத்து போய் விழித்து பார்த்தாள். அறையில் அவளை தவிர யாருமேயில்லை.

அத்தனை வருசங்களுக்கு அப்பாலும் அப்பாவின் சிகரெட் புகை அவளுக்குள் கரையாமல் புகைந்து கொண்டேயிருக்கிறது என்பது வருத்தம் தருவதாக இருந்தது. என்ன செய்வது என்று புரியாமல் அவள் கொஞ்ச நேரம் அழுது கொண்டிருந்தாள். பிறகு தனக்கு தானே பேசிக் கொள்ள துவங்கினாள். அப்போது சட்டென அவளும் தன்னுடைய அம்மா போலவே நடந்துகொள்வதாக தோணியது. அதை தான் அவளால் தாங்கிக்கொள்ளவே முடியவில்லை.

◆ ● ▶

எஸ்.ராமகிருஷ்ணன்

விசித்ரி

விசித்ரி என்று அழைக்கப்படும் அந்தப் பெண்ணின் உண்மையான பெயர் சித்ரலேகா என்றும் அவள் தனது பனிரெண்டு வயதின் பின்மதிய பொழுதிலிருந்து இப்படி நடந்துகொள்கிறார்கள் எனவும் சொன்னார்கள். அந்த மதிய பொழுதில் என்ன நடந்தது என்பதை பற்றி யாரும் இந்நாள் வரை அறிந்திருக்கவில்லை. அன்று கோடை வெயில் உக்கிரமேறியிருந்தது. வேம்பில் கூட காற்றில்லை. வீதியில் வெல்லத்தின் பிசுபிசுப்பு போல கையில் ஒட்டிக் கொள்ளுமளவு படிந்திருந்தது வெயில். வீட்டுக் கூரைகள், அலுமினிய பாத்திரங்கள் வெயிலேறி கத்திக்கொண்டிருந்தன. தெருவில் நடமாட்டமேயில்லை.

சித்ரலேகா தெருவில் நிர்வாணமாக ஓடிவந்ததையும் அவள் கேசத்தில் தூசியும் புழுதி படிந்து போயிருந்ததையும் முத்திருளன் வீட்டின் திண்ணையில் இருந்தபடியே திருகை அரைத்துக்கொண்டிருந்த வள்ளியம்மை கண்டதாக சொல்கிறார்கள். வள்ளியம்மை இறந்துபோகும் வரை இந்த நிகழ்ச்சியை ஒவ்வொரு நாளும் நினைவுபடுத்தியபடியே இருந்தாள்.

அப்படி நினைவுபடுத்தும்போது நிகழ்ச்சி கொஞ்சம் கொஞ்சமாக விரிவடைந்து கொண்டே வந்து முடிவில் சித்ரலேகாவை யாரோ துரத்திக்கொண்டு வந்ததையும் உடல் முழுவதும் காயங்களுடன் அவள் அலறியபடியே ஓடி வந்ததையும் அவள் பின்னால் கறுத்த நாய் ஒன்று உளையிட்டபடியே வந்ததாகவும் சேர்ந்து கொண்டது. உண்மையில் என்ன நடந்தது என்பதை பற்றி சித்ரலேகா

இன்று வரை யாரிடமும் தெரிவிக்கவில்லை. இப்போது அவளுக்கு வயது நாற்பத்தி எட்டைக் கடந்திருக்கிறது.

ஓடிவந்த நாளில் இருந்து அவள் யாரோடும் பேசுவதும் பழகுவதும் குறைந்து போனது. அத்தோடு அன்றிலிருந்து தான் அவளது விநோதப் பழக்கம் துவங்கியது. அவளிடமிருந்த அத்தனை பாவடை சட்டைகளையும் அவள் ஒன்றின் மேல் ஒன்றாக அணிந்துகொள்ள ஆரம்பித்தாள். ஏதோ பயத்தில் அப்படி செய்கிறாள் என்று அவளை அப்படியே உறங்கவிட்டுவிட்டார்கள்.

ஆனால் மறுநாள் காலையில் அவள் அம்மாவின் பழம்புடவைகள், மற்றும் சகோதரிகளின் உடைகள் அத்தனையும் சேர்த்து அணிந்து கொள்ள துவங்கியபோது அவள் முகத்துக்கு நேராகவே சகோதிரிகள் திட்டினார்கள். சித்ர லேகா அதை கண்டுகொள்ளவேயில்லை. அவள் தன் உடலை எப்படியாவது மறைத்துக் கொண்டுவிட வேண்டும் என்று தீவிர முனைப்பு கொண்டவள் போல ஒரு உடைக்கு மேலாக மற்றொரு உடையை போட்டு இறுக்கிக் கொண்டிருந்தாள். இதனால் அவள் ஒரு துணிப்பொம்மை போன்ற தோற்றத்திற்கு வந்தபோதும் கூட அதைப்பற்றி கவலைப்படவில்லை.

அத்தனை உடைகளுடன் அவள் உறங்கவும் நடமாடவும் பழகியிருந்தாள். குளிக்கும் நேரத்தில் கூட அவள் இந்த உடைகளில் ஒன்றையும் கழட்டுவதில்லை. ஈர உடைகளுடன் இருந்தால் உடம்பு நோவு கண்டுவிடும் என்று சகோதரிகள் திட்டி அவள் உடைகளை அவிழ்க்க முயன்றபோது ஆத்திரமாகி இளைய சகோதரிகைகளில் கடித்து வைத்தாள் சித்ரலேகா.

வலி தாங்கமுடியாமல் அவள் அழுதபடியே அம்மா விடம் சொன்ன போது அம்மாவும் சகோதரிகளும் சேர்ந்து அவளது ஈர உடைகளை அவிழ்க்க முயன்றார்கள். அவள் கூக்குரலிட்டு அழுததோடு அத்தனை பேரையும் அடித்து உதைக்கத் துவங்கினாள். அப்படியே இருந்து சாகட்டும் சனியன் என்று அம்மா திட்டியபடியே அவளை தனித்து விட்டு சென்றாள். ஈர உடைகள் அவளுக்கு பழகிவிட்டன.

ஆனால் அம்மாவும் சகோதரிகளும் சேர்ந்து தன் உடைகளை அவிழ்த்துவிடுவார்களோ என்று பயந்த அவள் சணல் கயிற்றாலும் ஊக்காலும் ஆடைகளை அவிழ்க்க முடியாதபடி பிணைத்துக் கொண்டு உடலோடு கட்டிக் கொள்ளத் துவங்கினாள். அதன்பிறகு உடைகளை யாரும் தொடுவதைக்கூட அவள் அனுமதிக்கவில்லை.

எஸ்.ராமகிருஷ்ணன்

அதுவே கேலிப்பொருளாகி அவர்கள் வீட்டிற்கு வரும் ஒவ்வொருவரும் அவள் உடைகளை அவிழ்க்கப் போவதாக பொய்யாக பாவனை செய்தபோது சித்ரலேகாவிடமிருந்து அலறல் குரல் பீறிடும். சித்ரலேகாவை சமாதானம் செய்வது எளிதான தில்லை. அவள் வீட்டிலிருந்து ஓடி தெருவில் வந்து உட்கார்ந்து கொள்வாள். சில நேரம் இரவில் தெருவிலே உறங்கிவிடுவதும் உண்டு. அப்போதும் அவள் கைகள் உடைகளை இறுகப் பற்றிக் கொண்டேயிருக்கும்.

சித்ரலேகாவின் உடை பழக்கம் தான் அவளுக்கு விசித்ரி என்ற பெயரை உண்டாக்கியிருக்க வேண்டும். அதன் பின்வந்த நாட்களில் எங்கே எந்த துணி கிடைத்தாலும் அதை எடுத்து உடுத்திக்கொள்ளத் துவங்கினாள். இதனால் அவள் தோற்றம் அச்சமூட்டுவதாக மாறத்துவங்கியிருந்தது. இருபது முப்பது பாவடைகள். அதன் மீது பத்து சேலைகள், அதன் மீது பழைய தாவணி அதன் மீது கிழிந்த துண்டு என்று அவள் உடலைப் போர்த்தியிருந்த ஆடைகளைக் கண்டு பெண்களே எரிச்சல் கொண்டனர்.

ஒருவகையில் அவள் ஊரிலிருந்த மற்ற பெண்களுக்கு தங்கள் உடல் குறித்த கவனத்தைத் தொடர்ந்து உண்டாக்கிக் கொண்டிருந்தாள். அவளைப் பார்க்கும் ஒவ்வொரு பெண்ணும் தன் உடலை ஒருமுறை கவனம் கொள்வதும் உடைகளை கவனமாக இழுத்து விட்டுக் கொள்வதும் நடந்தேறியது.

விசித்ரியின் இந்த பழக்கம் அறிந்தவர்கள் அவள் எவர் வீட்டிலிருந்து எந்த உடையை எடுத்துக்கொண்டு போன போனதும் அவளிடம் கோவம் கொள்வதேயில்லை. விசித்ரியின் ஆவேசம் பல வருடமாகியும் தணியவேயில்லை.

கோடையின் முற்றிய பகலில் அவள் வீட்டை விட்டு வெளியே வருவதேயில்லை. நத்தைகள் சுவரில் ஒட்டிக் கொண்டிருப்பதை போன்று வீட்டு சுவரில் சாய்ந்து ஒடுங்கிக் கொண்டிருப்பாள். சித்ரலேகாவின் மற்ற சகோதரிகள் திருமணமாகிப் போனபோதும் கூட அவள் வீட்டின் உள்ளேயே அடைபட்டுக் கிடந்தாள்.

சில வேளைகளில் அவள் மீது ஆதங்கம் கொண்ட அம்மா அருகில் சென்று உட்கார்ந்து சிறுமிகளை விசாரிப்பது போல தலையை தடவி விட்டுக்கொண்டு அன்னைக்கு என்னடி நடந்துச்சி என்று கேட்பாள். விசித்ரியிடமிருந்து பதில் வராது. அவள் கண்களை மூடிக்கொண்டுவிடுவாள். அல்லது நகத்தைக் கடிக்கத் துவங்கி ரத்தம் வரும்வரை கடித்துக்கொண்டேயிருப்பாள்.

அம்மாவிற்கு அவளை தான் சித்ரவதை செய்கிறோமோ என்ற குற்றவுணர்ச்சி வந்துவிடும். அப்படியே விலகிப் போய்விடுவாள்.

விசித்ரியை என்ன செய்வது என்று அவர்கள் குடும்பத்திற்கு இந்த நாள் வரை தெரியவேயில்லை. வீட்டுப் பெண்கள் திருமணமாகி சென்று பிள்ளைகள் பெற்று அந்த பிள்ளைகளும் கூட இன்று திருமண வயதை அடைந்து விட்டார்கள். ஆனால் விசித்ரியின் மனதில் நேற்று மதியம் நடந்தது போலவே அந்த சம்பவம் அப்படியே உறைந்து போயிருந்தது. யார் அவள் மனதில் உள்ள அந்த சித்திரத்தை அழிப்பது. எந்த காட்சி அவள் மனதில் அப்படியொரு கறையை உருவாக்கியது என்று உலகம் அறிந்து கொள்ள முடியவேயில்லை.

என்ன நடந்திருக்கக்கூடும் என்பது குறித்து சில சாத்தியங்களை விசித்ரியின் அம்மா அறிந்திருந்தாள். அதில் அவள் நம்பிய ஒன்று. புளியந்தோப்பில் மதிய நேரங்களில் யாரும் இருக்க மாட்டார்கள். பெரும்பாலும் சீட்டாடும் நபர்கள் மட்டுமே ஒன்று கூடுவார்கள். அதுவும் சந்தை நடக்கும் நாட்களில் தான் அதிகம் மனிதர்களை காண முடியும். மற்ற நாட்களில் புளியந்தோப்பினுள் நடமாட்டமேயிருக்காது.

அங்கே ஒரு மனிதன் எப்போதுமே உதிர்ந்த புளியம்பழங்களை பொறுக்குவதற்காக அலைந்து கொண்டிருப்பான். அவனுக்கு வயது முப்பது கடந்திருக்கும். சீனிக்கிழங்கு போல வளைந்து பருத்த முகம். குள்ளமாக இருப்பான். எப்போதுமே அழுக்கடைந்து போன வேஷ்டியொன்றை கட்டியிருப்பான். மேல் சட்டை அணிந்திருப்பது கிடையாது. அவன் மார்பில் இருந்த நரைத்த ரோமங்கள் காய்ந்த கோரைகளை நினைவுபடுத்தியபடி இருந்தன. அவன் புளியந்தோப்பினுள் உள்ள கிணற்றடியில் படுத்துக் கிடப்பான். அல்லது புளியம்பழங்களை பொறுக்கிக்கொண்டிருப்பான்.

அவனுக்கு என்று குடும்பமோ, மனைவியோ இல்லை. அருகாமையில் உள்ள ஊரைச் சேர்ந்தவன் என்பது மட்டுமே அவர்களுக்குத் தெரியும். அவன் புளியந்தோப்பில் பெண்கள் யாராவது தனியே நடந்து செல்வது தெரிந்தால் நாய் பின்தொடர்வது போல பின்னாடியே வருவான். சிலநேரங்களில் நாயை போலவே புட்டத்தை ஆட்டிக் காட்டுவான். பெண்களில் எவராவது அப்படி செய்வதை கண்டு சிரித்து விட்டால் உடனே தன் வேஷ்டியை விலக்கி ஆண்குறியை கையில் எடுத்துக் காட்டுவான். அதை கண்டு பெண்கள் பயந்து ஓடிவிடுவார்கள். அது அவனை மிகுந்த சிரிப்பிற்கு உள்ளாக்கும். அப்படியொரு முறை சித்ரலேகாவின் அம்மாவின்

முன்னால் அவன் தன் ஆண்குறியை காட்டியிருக்கிறான். அவள் தன் இடுப்பில் சொருகி வைக்கப்பட்டிருந்த கதிர் அருவாளால் அவனை கொத்தப்போவதாகச் சொன்னாள். அவனோ இடுப்பை ஆட்டியபடியே தன் வேஷ்டியை உறிந்து எறிந்துவிட்டு அவள் முன்னால் ஆடினான். அவள் புளியந்தோப்பை விட்டு ஓடிவரும்வரை அவன் ஆடிக் கொண்டேயிருந்தான். வீட்டிற்கு வந்தபோதும் அந்த காட்சி மனதிலிருந்து விலகிப் போகவேயில்லை. அன்று இரவெல்.லாம் நரகலை மிதித்துவிட்டது போன்ற அசூஷயை அவளுக்கு தந்தபடியே இருந்தது.

அவன் சிறுமிகளிடமும் இப்படி நடந்து கொள்வான் என்பதைக் கேள்விபட்டிருக்கிறாள். ஒருவேளை அவன் தன் மகளிடம் ஆண்குறி காட்டி பயமுறுத்தியிருக்கக்கூடும். அவள் ஆத்திரமாகி கல்லால் அடித்துவிடவே அவள் பாவடையை உறித்து எறிந்துவிட்டு அவளை வன்புணர்ச்சி கொள்ள முயன்றிருக்கக்கூடும் என்று தோன்றியது. அதை பற்றி எப்படி சித்ரலேகாவிடம் கேட்பது என்று அம்மாவிற்கு புரியவில்லை.

இதற்காக ஒரேயொரு முறை சித்ரலேகாவை அழைத்துக் கொண்டு புளியந்தோப்பின் உள்ளே நடந்து சென்றாள். அப்போதும் அந்த மனிதன் புளியங்காய்களை பொறுக்கி கொண்டு அலைந்தான். அவர்களைப் பார்த்தவுடன் உடலை குறுக்கியபடிய கும்பிடுறேன் தாயி என்று சொன்னான். அம்மாவும் மகளும் ஒருவரையொருவர் பார்த்துக் கொண்டார்கள். விசித்ரி அவனை நேர் கொண்டு பார்த்த போதும் அவள் முகத்தில் மாற்றமேயில்லை. அம்மா அவனை நோக்கி காறி துப்பிவிட்டு பெண்ணை கூட்டிக் கொண்டு நடந்து போகத் துவங்கினாள்.

அவர்கள் தொலை தூரம் போன பிறகு அம்மா திரும்பி பார்த்தாள். அவன் வேஷ்டியை அவிழ்த்து கையில் பிடித்தபடியே நிர்வாணமான உடலை அவர்களை பார்த்து ஆட்டிக்கொண்டிருந்தான். அம்மா கீழே குனிந்து மண்ணை வாரி தூற்றினாள். அந்த மனிதன் உற்சாகமாக ஆடிக் கொண்டிருந்தான்.

ஒருவேளை அவனாக இல்லாமலும் இருக்கக்கூடும் என்று சித்ரலேகாவின் அம்மாவிற்கு ஏனோ தோன்றியது.

விசித்ரி ஒரு இரவில் தன் உடலோடு சேர்த்து துணியை ஊசி நூலால் தைத்துக்கொள்ள முயற்சித்தாள். அதனால் ரத்தம் கசிந்து ஓடத்துவங்கியது. ஆனால் அவள் கத்தவேயில்லை. தற்செயலாக அவளைப் பார்த்த இளையவள் பயந்து கத்தியபடியே அய்யாவை அழைத்து வந்தபோது அவர் செவுளோடு அவளை அறைந்து

கையிலிருந்த ஊசியை பிடுங்கினார். அவளோ வெறிநாய் போல ஊளையிட்டபடியே ஊசியை அவரிடமிருந்து மீட்கப் பார்த்தாள். அய்யாவும் ஆத்திரமாகி அவளை காலால் மாறிமாறி மிதித்தார். அவளது கையை முறுக்கிக்கொண்டு அடித்தார். அதில் அவளது வலது கை பிசிகியிருக்கக்கூடும். நாளைந்து நாட்களுக்கு வீக்கமாக இருந்தது. யாரும் அதை தொட அவள் அனுமதிக்கவில்லை. படுத்தே கிடந்தாள்.

அப்போது அவர்கள் வீட்டிற்கு வேலைக்கு வந்து கொண்டிருந்த கொண்டிச்சி சொன்னாள். ஊரில் புதிதாக வந்திருக்கும் தபால்காரனுக்கு பெண் மோகம் அதிகம் என்றும் கடிதம் கொடுப்பது போல அவன் பெண்களின் மார்பை பிடித்துவிடுகிறான் என்றும் ஒரு முறை அவள் தனியே இருந்தபோது அவளிடம் தன்னோடு படுக்க முடியுமா என வாய்விட்டு கேட்டுவிட்டதாகவும் செங்கல் சூளையில் வேலை செய்யும் செவஸ்தியாளை அவன் கீரைப்பாத்திகளில் தள்ளி உறவு கொண்டுவிட்டான் என்றும் சொன்னாள். அதை அம்மாவால் நம்ப முடியவில்லை. அவள் தபால்காரனை கண்டிருக்கிறாள். அவனுக்கு ஐம்பது வயதை நெருங்கியிருக்கும். மனைவியும் இரண்டு பையன்களும் மூன்று மகள்களும் இருந்தார்கள். அவர்களில் சிலர் சைக்கிளில் பள்ளிக்குப் போய்வருவதை அவளே கண்டிருக்கிறாள்.

எதற்காக அந்த மனிதன் பெண்களுக்கு அலைய வேண்டும் என்று கொண்டிச்சியிடம் கேட்ட போது அவன் ஆசை அடங்காதவன். சொன்னால் நம்பமாட்டீர்கள் அவன் மனைவியே இதை எல்லாம் தன்னிடம் சொல்லி புலம்பினாள் என்றும் அவன் ஒருவனே பின் மதிய நேரங்களில் தனியே அலைந்து கொண்டிருப்பவன் என்றும் சொன்னாள்.

ஒருவேளை அதுவும் உண்மையாக இருக்கக்கூடும். சித்ரலேகாவின் அம்மா வயல்வேலை செய்து கொண்டிருந்த பகல் பொழுதில் அந்த மனிதன் புழுதி பறந்த சாலையில் தனியே போய்க்கொண்டிருப்பதை கண்டிருக்கிறாள். அது போலவே ஒரு நாள் அவள் மூத்திர சந்து ஒன்றில் நடந்து போய்க்கொண்டிருந்தபோது அந்த மனிதன் அதற்குள் தனியே நின்று கொண்டிருந்தான். அங்கே என்ன செய்கிறான் என்று புரியாமல் அவள் அவசரமாக கடந்து போனாள். ஒருவேளை அவன் சித்ரலேகாவை ஏமாற்றி இதுபோன்ற மூத்திரசந்திற்கு அழைத்து போய் புணர்ச்சிக்கு மேற்கொண்டிருக்கவும் கூடும். ஆனால் இந்த சந்தேகம் ஒன்றால் மட்டும் எப்படி அந்த மனிதனிடம் போய் கேட்க முடியும்.

சித்ரலேகாவின் அண்ணன் ஊரில் இருந்த ஜவுளிசெட்டி ஒருவன் மீது தனக்கு அதிக சந்தேகம் இருப்பதாக சொன்னான். அந்த ஜவுளி செட்டியின் வீடு மிகப்பெரியது. அதில் அவர்கள் அண்ணன் தம்பி இரண்டு பேர் மட்டுமே வசித்தார்கள். இருவரும் ரங்கூனிலிருந்து திரும்பியவர்கள். அவர்களது மனைவியும் குழந்தையும் பர்மாவில் விட்டு வந்துவிட்டதாக சொல்லிக் கொள்வார்கள். அவர்களே அடிக்கடி பர்மாவிற்குப் போய்வருவதாக கிளம்பி சில மாதங்கள் ஆள் இருக்க மாட்டார்கள்.

அவர்கள் வீட்டின் எதிரில் இருந்த பெண்கள் அத்தனை பேருக்கும் ஜவுளி செட்டிக்கும் தொடர்பு இருக்கிறது, அந்தப் பெண்களில் பலரும் புதிது புதிதாக ரங்கூன் சேலைகள் கட்டிக்கொள்வது இதனால்தான் என்றும் அந்த செட்டிகள் அடிக்கடி மதுரைக்குச் சென்றுவருவது வேசைகளுடன் படுத்து உறங்கி கழிப்பதற்காக மட்டுமே என்று சொன்னான் சித்ரலேகாவின் அண்ணன்.

ஒருவேளை அப்படி செட்டிகளில் ஒருவன் நீலமும் மஞ்சளும் கலந்த பட்டு துணி ஒன்றை தருவதாகச் சொல்லி சித்ரலேகாவை வீட்டில் தனித்து அழைத்து கட்டி தழுவியில்ருக்கக்கூடும். அவள் உடைகளை உருவி எடுத்திருக்க வேண்டும். அதில் பயந்து போய் தான் சித்ரலேகா ஓடி வந்திருப்பாள். அவள் ஓடிவந்த திசையில் இருந்த ஒரே வீடு ஜவுளி செட்டியின் வீடு மட்டுமே. அவர்கள் குற்றம் செய்யாதவர்களாக இருந்தால் எதற்காக பகலும் இரவும் அந்த வீட்டின் கதவுகள் ஜன்னல்கள் மூடப்பட்டேயிருக்கின்றன என்று கேட்டான் சித்ரலேகாவின் அண்ணன்.

இந்த வாதங்கள் சந்தேகங்கள் எதையும் விசித்ரி கண்டு கொள்ளவேயில்லை. அவள் மண்ணில் புதைத்து வைக்கப்பட்ட துணி பொம்மை போல முகம் வெதும்பிப் போய் கண்கள் ஒடுங்கத் துவங்கியிருந்தாள். அவள் உதட்டில் ஏதோ சில சொற்கள் தட்டி நின்றுகொண்டிருந்தன. எதையோ நினைத்து பெருமூச்சு விடுவதும் பின்பு அவளாக கைகளை கூம்பி சாமி கும்பிட்டுக் கொள்வதையும் வீட்டார் கண்டிருக்கிறார்கள்.

ஒரு நாளில் விசித்திரி உறங்கிக்கொண்டிருந்தபோது யாரோ அவளிடம் வம்பு செய்வதற்காக அவள் கால் பாதங்களில் கரித்துண்டை வைத்து தேய்த்திருக்கிறார்கள். கூச்சத்தில் அவள் நெளிந்தபோது அவள் கால்கள் தானே உதறிக் கொண்டன. அவள் எழுந்து தன்பாதங்களை கண்டபோது அதில் கரியால் ஏதோ சித்திரம் போல் வரையப்பட்டிருப்பதை கண்டு அலறி கத்தினாள். வீட்டிற்குள் ஓடிப்போய் காலில் தண்ணீர் ஊற்றிக்

கழுவினாள். அப்படியும் அவள் மனது நிலை கொள்ளவில்லை. உடல் முழுவதும் தண்ணீர் ஊற்றிக்கொண்டாள். இரவு வரை கால் பாதங்களை துடைத்துக்கொண்டேயிருந்தாள்.

அன்றிரவு வீட்டில் இருந்த சகோதரிகளின் பழைய சேலைகளை கிழித்து தன் காலில் சுற்றிக்கொள்ள துவங்கினாள். அப்படி சுற்றி சுற்றி காலின் மீது பெரிய பொதி போல சேலைகள் இறுகியிருந்தன. அத்தோடு அவள் சேலையை சணலாலும் இறுக்கி கட்டிக் கொண்டாள். காலில் சேலைகள் கட்டியதிலிருந்து அவளால் எழுந்து நடப்பதற்கு சிரமமாக போயிருந்தது. ஆனால் அதைப்பற்றி அவள் கவலை கொள்ளவில்லை. மண்டியிட்டபடியே நடந்து போக ஆரம்பித்தாள். அது அவள் தோற்றத்தில் இன்னமும் பயத்தை உருவாக்கியது.

விசித்ரியை இப்படியாக்கியது கனகியாக கூட இருக்க கூடும் என்று சொன்னார் பெட்டிக்கடை வைத்திருக்கும் மகாலிங்கம். அதை சித்ரலேகாவின் அண்ணன்கள் நம்பிக் கொண்டிருந்தார்கள். கனகியை பற்றி அப்படியான சில கதைகள் ஊரிலிருந்தன. கனகியின் கணவன் ராணுவத்தில் இருந்தான். அவன் மூன்று வருடங்களுக்கு ஒருமுறை மட்டுமே ஊர் திரும்பிவருவான். மற்ற காலங்களில் கனகி தனித்திருந்தாள். அவளுக்கு வயது இருபத்தைந்து கடந்திருக்க கூடும். எப்போதும் கூந்தல் நிறைய பூவும் வெற்றிலை சாறு படிந்த சிவப்பு உதடுகளுமாக இருப்பாள்.

தன்னை அலங்கரித்து கொள்வதில் அவளுக்கு நிகரான ஊரில் எவருமில்லை. முல்லை மொட்டுகளை அவளுக்காக மட்டுமே கொண்டுவந்து தரும் பூக்காரன் ஒருவன் இருந்தான். அவளது உடைகளும் கூட மினுக்கானவை. அவளோடு எப்போதுமே இரண்டு இளம்பெண்கள் இருப்பார்கள். அவர்களுடன் வாசல்படிகளில் உட்கார்ந்து அவள் பேசிக் கொண்டேயிருப்பாள். அப்போது அவர்கள் சிரிப்பு சப்தம் தெருவெங்கும் கேட்கும்.

அவளுக்கு பகல் உறக்கம் கொள்ளும் பழக்கம் இருந்தது. தனது தோழிகளான இரண்டு இளம்பெண்களுடன் அவள் வீட்டின் கதவை சாத்திக்கொள்வதை சித்ரலேகாவின் அண்ணன் கண்டிருக்கிறான். மாலையில் அந்த வீட்டு கதவு மறுபடி திறக்கும் போது காலையில் பார்த்ததை விடவும் அலங்காரியாக கனகி வாசல்படியில் வந்து உட் கார்ந்துகொள்வாள். பின்பு இரவு வரை அந்த பெண்கள் பேசிக்கொண்டிருப்பார்கள்.

கனகியின் மீது உள்ளூர் ஆண்கள் அத்தனை பேரும் மோகம் இருந்தது. ஆனால் ஒருவன் கூட அதை அவளிடம்

வெளிப்படுத்தவேயில்லை. கனகி முன்பொரு நாள் சித்ர லேகாவோடு பேசிக்கொண்டிருந்ததை அவள் அண்ணன் கண்டிருக்கிறான். ஒருவேளை அவள் தன் தங்கையை மோகித்திருக்கக்கூடும் என்று அவன் மனது சொல்லியது. ஆனால் கனகியோடு எந்த ஆணுக்கும் தொடர்பில்லை என்பதை ஊரே அறிந்திருந்தது. அவள் கணவன் வரும் நாட்களில் அவர்கள் ஒன்றாக பைக்கில் சுற்றியலைவார்கள். அப்போது அவள் கணவன் கனகி பற்றிய கேலியை எல்லோரிடமும் பகிர்ந்து கொள்வான்.

இப்படியாக சித்ரலேகாவை பயமுறுத்தியது நகருக்கு படிக்கச் சென்று வரும் ஸ்டீபன் சாரின் மகன் மைக்கேல் என்றும், நாவிதர்களில் ஒருவனான கருப்பையா கூட தனியே பெண்கள் கிடைத்தால் நோங்க கூடியவன் என்றும், பள்ளியின் கணித ஆசிரியராக உள்ள வையாளி கூட பெண்கள் விஷயத்தில் துணிந்தவர் எனவும், தண்ணீர் வண்டியோட்டும் ராயன், ரயில்வே தண்டவாள வேலை செய்ய போன சங்கு, நில அளவையாளர் கடிகைமுத்து. நூற்பு ஆலைக்கு வேலை செல்லும் மச்சேந்திரனோ அவனது தம்பியோ கூட காரணமாக இருக்க கூடும் என்றார்கள்.

இந்த சந்தேகம் ஊரில் இருந்த ஆண்கள் பெண்கள் மீது பட்டு தெறித்த போதெல்லாம் அது உடனே மௌனத்தில் புதையுண்டுவிடுவதாக இருந்தது. யாரும் இதை தொடர்ந்து சென்று உண்மையை அறிந்துகொள்ள முடியவில்லைவில்லை...

விசித்ரியின் முப்பத்திரெண்டாவது வயதில் அவளை ஆறு நாட்கள் உப்பத்தூர் அருகில் உள்ள தர்க்கா ஒன்றில் சிகிட்சைக்காக கொண்டுபோய்விட்டு வந்தார்கள். பிராத் தனையும் இரும்பு கம்பியால் போட்ட சூடும், குடம் குடமாக தலையில் தண்ணீர் கொட்டிய போதும் விசித்ரியிடம் ஒரு மாற்றமும் உருவாகவில்லை. அவளை மறுபடியும் ஊருக்கு அனுப்பி வைத்தார்கள். ஊர் வந்த சில நாட்களுக்கு அவள் பசி தாளாதவள் போல சாப்பிட்டுக்கொண்டேயிருந்தாள். அதன்பிறகு அவள் இயல்பாக மாறுவதற்கு ஒரு மாதகாலமானது. அவள் எப்போது போலவே முப்பது ஆடைகள் அணிந்தவளாக இருந்தாள்.

விசித்ரியின் வீடு அவள் இளமையிலிருந்தது போன்ற வளமையை இழந்து போகவே திசைக்கொரு சகோரர்களாக பிரிந்து போகத் துவங்கினார்கள். வீட்டில் அவளும் வயதான அம்மையும் மட்டுமேயிருந்தார்கள். பண்டிக்கைக்கு ஊருக்கு சகோதரிகள் வருவதும் கூட நின்று போய் நாலு வருசமாகி விட்டது. அவர்கள் வீடு இருந்த தெருவில் இருந்த மனிதர்கள் கூட

இடம் பெயர்ந்து போய்விட்டார்கள். வாகை மரங்கள் வெட்டி சாய்க்கப்பட்டு அங்கே தண்ணீர் தொட்டி வைக்கப்பட்டுவிட்டது. தெருவில் இருந்த வயதானவர்கள் இறந்து அதே ஊரின் மண்ணில் புதையுண்டு அந்த இடங்களில் தும்பை முளைத்தும் விட்டது.

விசித்ரிக்கு போக்கிடம் இல்லை. அவள் எப்போதும் போலவே தன் உடலை சுற்றி முப்பது நாற்பது சேலைகளை சுற்றிக்கொண்டு கால் பெருவிரல் வரை துணியால் கட்டி முடிச்சிட்டு வீட்டிற்குள்ளாகவே இருக்கிறாள். சமையல் அறையின் புகைக்கூண்டை ஒட்டியே வாழ்ந்த பல்லி கருத்து பருத்து போய் கண்கள் மட்டுமே பிதுங்க இருப்பது போன்று அவள் தோற்றம் மாறிப்போயிருந்தது. ஒருவேளை அவள் இறந்துபோன அன்று கூட அப்படியே தான் அவளை புதைக்கக்கூடும் என்று அம்மா புலம்பிக் கொண்டிருந்தாள்.

விசித்ரியின் பனிரெண்டாவது வயதின் கோடை பகலில் என்னதான் நடந்தது? யார் அவள் உடலில் இருந்த உடைகளை உருவியது? எல்லோரும் உண்மையின் ஏதோவொரு பகுதியை அறிந்திருக்கிறார்கள். உண்மையை முழுமையாக அறிந்த விசித்ரி அதை விழுங்கி புதைத்துவிட்டாள்.

ஆனால் முற்றிய வெயில் காமம் உடையது என்பதையோ, அது ஒரு மனிதனின் அடக்கப்பட்ட இச்சையை பீறிடச் செய்யக்கூடியது என்பதையும் பற்றி உள்ளூர்வாசிகள் அறிந்தே வைத்திருந்தார்கள். அல்லது வெயிலை காரணம் சொல்லி தன் மனதின் விகாரத்தை வெளியே நடமாட அனுமதித்திருக்கிறார்கள். அதை வெயில் அறிந்திருக்கிறது. இல்லை இரண்டுமே புனைவாகவோ, இரண்டுமே அறிந்து வெளிப்படுத்தப்படாத ரகசியமாகவோ இருக்கக்கூடும்.

எதுவாயினும் காமம் தனி நபர்களின் உணர்ச்சி வெளிப் பாடுடன் சம்பந்தமுடையது மட்டுமில்லை. அது ஒரு புதைசுழல். கோடையின் பின்மதியப் பொழுதுகள் எளிதாக கடந்து போய்விடக்கூடியவை அல்ல. அதனுள் மர்மம் பூத்திருக்கிறது. அதன் சுழிப்பில் யாரும் வீழ்ந்துவிடக்கூடும் என்பதையே விசித்ரி நினைவுபடுத்திக் கொண்டிருக்கிறாள். அதுதான் பயமாக இருக்கிறது.

◂ ● ▸